AF747364

കാമയജ്ഞം

kamayajnam

•

k t gatty

•

translation
k k nair

•

first edition
february 2016

•

typesetting
dbh overbridge, TVPM

•

published
chintha publishers, thiruvananthapuram

•

printed
repro india ltd, mumbai

•

cover
suresh

വിതരണം

ദേശാഭിമാനി ബുക്ക് ഹൗസ്

H O തിരുവനന്തപുരം–695 035
phone: 0471-2303026, 6063026
www.chinthapublishers.com
chinthapublishers@gmail.com

ബ്രാഞ്ചുകൾ

ഹെഡ്ഡാഫീസ് ബ്രാഞ്ച് കുന്നുകുഴി • സ്റ്റാച്യു തിരുവനന്തപുരം • കെ എസ് ആർ ടി സി ബസ് സ്റ്റേഷൻ ആലപ്പുഴ • കെ എസ് ആർ ടി സി ബസ് സ്റ്റേഷൻ എറണാകുളം • മച്ചിങ്ങൽ ലെയ്ൻ തൃശൂർ • ഐ ജി റോഡ് കോഴിക്കോട് • മാവൂർ റോഡ് കോഴിക്കോട് • എൻ ജി ഒ യൂണിയൻ ബിൽഡിങ് കണ്ണൂർ • സെൻട്രൽ ബസ് ടെർമിനൽ കോംപ്ലക്സ് താവക്കര കണ്ണൂർ

CO - 2333 / 3846
ISBN - 978-93-85045-78

കാമയജ്ഞം

(കന്നട നോവൽ)

കെ ടി ഗട്ടി

പരിഭാഷ

കെ കെ നായർ

ചിന്ത പബ്ലിഷേഴ്സ്
തിരുവനന്തപുരം-695 035
വില : ₹ 115

കെ ടി ഗട്ടി

ജനനം 1938. പതിനേഴാം വയസിൽ ആദ്യ ചെറുകഥ *മുൻഗര മുഗിലു* പ്രസിദ്ധീകരിച്ചുകൊണ്ട് കന്നട സാഹിത്യത്തിൽ ശ്രദ്ധേയനായി. 1972 വരെയുള്ള 25 വർഷങ്ങളിൽ വിവിധ ആനുകാലികങ്ങളിലായി ലേഖനങ്ങളും കവിതകളും ചെറുകഥകളും പ്രസിദ്ധീകരിച്ചതോടൊപ്പം ഒരു ലേഖന സമാഹാരവും (1972) ഇംഗ്ലീഷ് ഉച്ചാരണ ശാസ്ത്രത്തെ സംബന്ധിച്ച ഒരു പുസ്തകവും (1972) പ്രസിദ്ധീകരിച്ചു. 1973 ൽ *ശബ്ദഗലു* എന്ന ആദ്യ നോവൽ പ്രസിദ്ധീകരിച്ചു. അതിനുശേഷം 52 നോവലുകളും അഞ്ചു ചെറുകഥാ സമാഹാരങ്ങളും ആറു ലേഖനസമാഹാരങ്ങളും 21 റേഡിയോ നാടകങ്ങളും, മൂന്നു റേഡിയോ തുടർനാടകങ്ങളും 22 നാടകങ്ങളും രണ്ടു കവിതാസമാഹാരങ്ങളും ഇംഗ്ലീഷ് കവിതാ പരിഭാഷകളുടെ സമാഹാരവും, ഒരു യാത്രാ വിവരണവും മൈക്കൽ ഫാരഡെയുടെ ജീവചരിത്രവും പ്രസിദ്ധീകരിച്ചു.

തുളുഭാഷയിലും അദ്ദേഹം ഒരു നോവൽ പ്രസിദ്ധീകരിച്ചിട്ടുണ്ട്. ഇംഗ്ലീഷ്, കന്നട അധ്യാപനത്തെയും പഠനത്തെയും സംബന്ധിച്ചും, തുളു അധ്യാപനത്തെയും പഠനത്തെയും സംബന്ധിച്ചും ഇംഗ്ലീഷിലും കന്നടയിലും നാലു ദ്വിഭാഷാ ഗ്രന്ഥങ്ങൾ പ്രസിദ്ധീകരിച്ചിട്ടുണ്ട്. വിദ്യാഭ്യാസത്തെ സംബന്ധിച്ച് ഒരു ഇംഗ്ലീഷ് കന്നട ദ്വിഭാഷാ ഗ്രന്ഥങ്ങളും; രക്ഷാകർത്തൃത്വത്തെ സംബന്ധിച്ച് ഒരു ഇംഗ്ലീഷ് ഗ്രന്ഥവും ഗട്ടിയുടേതായിയുണ്ട്.

ഇംഗ്ലീഷിലും കന്നടയിലുമായി 30 കുട്ടികളുടെ നാടകം പ്രസിദ്ധീകരിച്ചു അദ്ദേഹത്തിന്റെ ചില നോവലുകളും കവിതകളും നാടകങ്ങളും ഹിന്ദി, തെലുങ്ക്, മലയാളം, ഇംഗ്ലീഷ് ഭാഷകളിലേക്ക് മൊഴിമാറ്റം ചെയ്യപ്പെട്ടിട്ടുണ്ട്.

കന്നട സാഹിത്യ അക്കാദമി ഫെലോഷിപ്പ്, കന്നട രാജ്യോത്സവ അവാർഡ്, സന്ദേശ റെറ്റർ ഓഫ് ദി ഇയർ പുരസ്കാരം, നിരഞ്ജന അവാർഡ് തുടങ്ങി നിരവധി പുരസ്കാരങ്ങൾ ലഭിച്ചിട്ടുണ്ട്.

മൊബൈൽ : 9481755368

കെ കെ നായർ

1955 ൽ കണ്ണൂർ ജില്ലയിലെ ചെറുതാഴം അറത്തിൽ ജനിച്ചു. നാലാം തരം വരെ പഠിച്ചു. പിന്നീട് തലശ്ശേരിയിൽ ദാസ്യവൃത്തി. 1950 മുതൽ 58 വരെ കർണാടകത്തിലെ ഒരു മലയാളി കുടുംബത്തിൽ വീട്ടുവേലക്കാരൻ. അക്കാലത്താണ് കന്നടഭാഷ പഠിച്ചത്. അതിനുശേഷം കർണാടകത്തിലെ മണിപ്പാൽ പവർപ്രസിൽ മോണോ കാസ്റ്റർ ആയി ജോലി ചെയ്തു.

കേന്ദ്രസാഹിത്യ അക്കാദമിക്കുവേണ്ടി *ഒരു ദേശത്തിന്റെ കഥ, കയർ,* എന്നീ കൃതികളുടെ കന്നട പരിഭാഷയിൽ *പങ്കാളി.* കേന്ദ്രസാഹിത്യ അക്കാദമിക്കുവേണ്ടി *സക്കറിയയുടെ കഥകൾ, ഗുരുസാഗരം*, എന്നീ കൃതികളും നാഷണൽ ബുക്ക് ട്രസ്റ്റിനുവേണ്ടി *മയ്യഴിപ്പുഴയുടെ തീരങ്ങളും* കന്നട ഭാഷയിലേക്ക് മൊഴിമാറ്റം ചെയ്തു. കൂടാതെ കുമാരനാശാന്റെ *ചിന്താവിഷ്ടയായ സീത*, വള്ളത്തോളിന്റെ *ഒരു കത്ത്*, ചങ്ങമ്പുഴയുടെ *വാഴക്കുല*, ജി ശങ്കരക്കുറുപ്പിന്റെ *ശിവതാണ്ഡവം*, ഒ എൻ വിയുടെ *അമ്മ* എന്നീ കവിതകൾക്ക് കന്നട മൊഴിമാറ്റം നിർവഹിച്ചു. 2014 ൽ അന്തരിച്ചു.

പ്രസാധകക്കുറിപ്പ്

പ്രശസ്ത കന്നട എഴുത്തുകാരനായ കെ ടി ഗട്ടിയുടെ നോവലാണ് കാമയജ്ഞം. പരിഭാഷയ്ക്കുള്ള കന്നട സാഹിത്യ അക്കാദമി പുരസ്കാരം നേടിയ കെ കെ നായർ ഇത് മലയാളത്തിലേക്ക് പരിഭാഷപ്പെടുത്തിയിരിക്കുന്നു.

സ്ത്രീ എന്ന നിലയിൽ തന്റെ അസ്തിത്വത്തെ കണ്ടെത്താൻ ശ്രമിക്കുകയും താൻ നന്നാവണമെന്ന് തീവ്രമായി ആഗ്രഹിക്കുകയും ആ ആഗ്രഹത്തെ സാഫല്യത്തിലെത്തിക്കുകയും ചെയ്ത സൽമയുടെ വിജയത്തിന്റെ കഥയാണ് കാമയജ്ഞം.

കെ ടി ഗട്ടിയുടെ ഏറ്റവും പുതിയ നോവലായ കാമയജ്ഞം ഒരു നല്ല വായനാനുഭവമാവും. സദയം സ്വീകരിക്കുക.

ചിന്ത പബ്ലിഷേഴ്സ്

ഒന്ന്

നാൽപ്പത്താറാം പിറന്നാളിന്റെ പിറ്റേന്ന് രാവിലെ ഏകദേശം നാലു മണിക്ക് അയാൾ ഞെട്ടിയുണർന്നു.

ഓ... തന്റെ ജീവിതത്തിലെ നീണ്ട നാൽപ്പത്തഞ്ചു വർഷങ്ങൾ കൊഴിഞ്ഞുപോയിരിക്കുന്നു! ആ ചിന്ത യാദൃച്ഛികമായി അയാളുടെ ഉള്ളിലെവിടെയോ പൊന്തിവന്നു. അത് വികസിച്ച് അവ്യക്തമായ ഒരാശങ്കയുടെ തരംഗങ്ങളായി മാറുന്നതായും അയാൾക്കു തോന്നി.

ഇരുളിലാണ്ട്, മൗനത്തിൽ അലിഞ്ഞുചേർന്ന അയാളുടെ ചുറ്റുമുള്ള ലോകം ഒരുപക്ഷേ, പുലരിയെ പ്രതീക്ഷിക്കുകയാവാം. ജീവജാലങ്ങളെല്ലാം ഉണരുന്നതിന് തൊട്ടുമുമ്പുള്ള ഗാഢസുഷുപ്തിയിൽ മുഴുകിയ നേരം. അപ്പോൾ താനെന്താണ് ഇങ്ങനെ ഞെട്ടിയുണർന്നതെന്ന ചോദ്യം അയാളുടെ മനസിന്റെ അടിത്തട്ടിൽ തലയുയർത്തി.

ഏതോ നിഗൂഢമായ ഒരു പേടിയോ പ്രതീക്ഷയോ ഹൃദയത്തിൽ നേരിയൊരു ചലനമുണ്ടാക്കുന്നതായും അയാൾക്കു തോന്നി.

പതിവിനനുസരിച്ചാണെങ്കിൽ രാവിലെ ഏഴിനും എട്ടിനുമിടയ്ക്കായിരിക്കും അയാൾ ഉണരുക. ഉണർന്നാലും ഉണർന്നിരിക്കുകയാണെന്ന ബോധത്തിന് ഇടംകൊടുക്കാത്ത വിധത്തിലാവും അയാൾ ദൈനംദിനം ജീവിതം ആരംഭിക്കുക.

പക്ഷേ, ഇന്ന് ഓർക്കാപ്പുറത്ത് രാവിലെ നാലുമണിക്ക് താൻ ഉണർന്നിരിക്കുന്നു!

ഇന്നലെ രാത്രി ഹോട്ടൽ 'മിൽക്കിവെ'യിലെ ഡ്രീം പാർലറിൽ മൂന്ന് സുഹൃത്തുക്കളോടൊപ്പം അയാൾ തന്റെ നാൽപ്പത്താറാം പിറന്നാൾ ശാന്തവും ലളിതവുമായ രീതിയിൽ ആഘോഷിച്ചതാണ്. നിയോൺ ബൾബുകളുടെ മങ്ങിയ പ്രകാശമുള്ള അവിടത്തെ അന്തരീക്ഷം ആഹ്ലാദപ്രദമായിരുന്നു. ഉദ്യോഗസംബന്ധമായി കൽക്കത്തയിലേക്ക് വരേണ്ടി

യിരുന്നതുകൊണ്ട് പിറന്നാളാഘോഷം സ്വവസതിയിൽവച്ച് നടത്താൻ അയാൾക്ക് സാധിച്ചില്ല. അല്ലെങ്കിലും പിറന്നാൾ ആർഭാടമായി കൊണ്ടാടുന്നത് അയാൾക്കിഷ്ടവുമല്ല. ആർഭാടങ്ങളുടെയും ബഹളങ്ങളുടെയും നേരെയുള്ള വൈമുഖ്യത്താൽ, മതസംബന്ധമായ ഉത്സവങ്ങളിലും അയാൾക്ക് താൽപ്പര്യമില്ല. എന്തായാലും തന്റേതായ രീതിയിൽ അയാളൊരു ദൈവവിശ്വാസിയാണ്.

ജീവിതത്തിലെ നാൽപ്പത്തഞ്ചാണ്ടുകൾ അവസാനിച്ചു. ഇനി എത്ര ബാക്കി കാണും? ഈ ചിന്ത അയാളെ അസ്വസ്ഥനാക്കി. തന്നെ അലോസരപ്പെടുത്തുന്ന ആ ചിന്തയെ പെട്ടെന്നയാൾ മനസിന്റെ ഒരു മൂലയിലേക്ക് തള്ളിമാറ്റി. എന്നിട്ട് കഴിഞ്ഞ നാൽപ്പത്തഞ്ചു വർഷങ്ങളുടെ ദൈർഘ്യം അളന്നു തിട്ടപ്പെടുത്താനുള്ള ശ്രമം തുടങ്ങി. ആ നാൽപ്പത്തഞ്ചു കൊല്ലങ്ങളിൽ താൻ എത്ര കാലം ഉണർന്നിട്ടുണ്ടായിരുന്നു? അതു ശരിയായ ഉണർവു തന്നെയായിരുന്നോ? ആയിരുന്നെങ്കിൽ അതെന്തു കൊണ്ട് തന്റെ ഓർമയിൽ തെളിഞ്ഞുകാണുന്നില്ല? അയാളുടെ ഹൃദയത്തുടിപ്പ് വർധിച്ചു. ശ്വാസഗതിക്ക് വേഗതകൂടി... അവയുടെ ശബ്ദം മുറിയിൽ തളംകെട്ടിനിന്ന നിശ്ശബ്ദതയെ കൂടുതൽ സ്പഷ്ടമാക്കി.

കഴിഞ്ഞ നാൽപ്പത്തഞ്ചാണ്ടുകൾ തന്നിൽ കരുപ്പിടിപ്പിച്ചത് അഞ്ചു കൊല്ലത്തെ ജീവിതം മാത്രമാണെന്ന് അയാൾക്കപ്പോൾ തോന്നി. അതെ, അഞ്ചുകൊല്ലമേ കാണൂ.

നല്ലൂരിലെ മണൽത്തട്ടിൽ ഓടിച്ചാടി ശരീരം മുഴുവൻ പൂഴിവാരി പൂശിയതും... വയൽക്കരയിലൂടെ ശാന്തമായൊഴുകുന്ന തോട്ടിലെ മുട്ടോളം വരുന്ന കുളിർ വെള്ളത്തിൽ മനസൂന്നി നിന്നതും... അസ്തമന സൂര്യന്റെ വർണപ്പകിട്ടിനെ പ്രതിബിംബിച്ചുകൊണ്ട് അടിച്ചുയരുന്ന കടൽത്തിരമാലകളെ ആശ്ചര്യപൂർവം നോക്കിനിന്നതും... ഒന്നും മറക്കാനാവില്ല.

ഞണ്ടുകളെ പിടിക്കാനോടിയപ്പോൾ, അവ നുഴഞ്ഞുകയറിയ മാളങ്ങൾ കിളച്ച് മറിച്ച്, പിടികിട്ടിയ ഞണ്ടിന്റെ കടിയേറ്റ് വലിച്ചെറിഞ്ഞതും...

ഓർക്കാപ്പുറത്ത് ആഞ്ഞുപതിക്കുന്ന മഴത്തുള്ളികളേറ്റ് സുഖമായി ഈറനണിഞ്ഞതും...

സുഖസന്തോഷങ്ങളുടെ ജലധാരപോലെ നോക്കുന്നിടത്തെല്ലാം പാറിപ്പറന്നുല്ലസിക്കുന്ന പറവകളുടെ കളകൂജനങ്ങളിൽ ആകൃഷ്ടനായതും... ഒന്നും മറന്നിട്ടില്ല.

ആ അഞ്ചാണ്ടുകളിലെ ഓരോ നിമിഷത്തിനും എന്തൊരു തെളിവ്! എന്തൊരു മിഴിവ്!

എങ്കിലും അഞ്ചാണ്ടുകൾ എന്നത് ശരിയല്ല. രണ്ടോ മൂന്നോ ആണ്ടുകളിലെ അനുഭവങ്ങൾ മാത്രമായിരിക്കണം അവ. കാരണം, ഒരൊന്നര ക്കൊല്ലംകൊണ്ട് നടക്കാൻ പഠിച്ചിരിക്കുമെന്ന് ഊഹിക്കാം. പിന്നീട് നാലഞ്ചുകൊല്ലക്കാലം നടന്നതെന്താണെന്ന് ഓർക്കാൻ കഴിയുന്നില്ല.

എട്ടാമത്തെ വയസിൽ നല്ലൂരിൽനിന്ന് ദീർഘയാത്ര ചെയ്ത്

ബോംബെയിൽ വന്നത് ഓർമയുണ്ട്. ഏതായാലും അഞ്ചും എട്ടും വയസുകൾക്കിടയിൽ കൂടെക്കൂടെ നടന്ന സംഭവങ്ങളായിരിക്കണം സാന്ദ്രമായും സങ്കീർണമായും മനസിൽ ഉടക്കിക്കിടക്കുന്നത്.

ഓർമയിൽ മറ്റൊന്നുകൂടിയുണ്ട്. ഒരുനാൾ പലരും ചേർന്ന് വിശാലമായ ഒരു സ്ഥലത്ത് ഒട്ടേറെ കുഴിമാടങ്ങൾക്കിടയിൽ തന്റെ ഉമ്മയെ ഒരു കുഴിയിലിറക്കി മണ്ണിട്ടു മൂടിയിരുന്നു. അത് വാപ്പയുടെ കൂടെ ബോംബെയിൽ പോകുന്നതിന് കുറേ മുമ്പായിരിക്കണം.

ആ ഓർമ അയാളെ ദു:ഖിതനാക്കി. ഇതെന്തിന് ഇപ്പോഴും എന്നെയിങ്ങനെ അലട്ടുന്നു? ആ ഓർമയുടെ നേരെ അയാൾ പല്ലിറുമ്മി.

സന്തോഷവും വിഷാദവും പകരുന്ന ഓർമകൾ വിഷാദത്തെ അകറ്റി. സന്തോഷം നൽകുന്ന ഓർമകൾ വിഷാദത്തെ അകറ്റി സന്തോഷം നൽകുന്ന ഓർമകൾ അയവിറക്കാൻ അയാൾ ശ്രമിച്ചു. ഒഴുകുന്ന വെള്ളത്തിന്റെ കുളിർമ... കാലവർഷാരംഭത്തിലെ കാറ്റിന്റെ കുളിർമ... കവിളിൽ പതിക്കുന്ന പുതുമഴത്തുള്ളികളുടെ കുളിർമ...

ജീവിതത്തിന്റെ ഓർമകളായി എന്തെല്ലാം അവശേഷിക്കും? ഓർമയിൽ അവശേഷിക്കുന്നത് മാത്രമാണോ ജീവിതം?

ടെലിഫോണിന്റെ ശബ്ദം അല്ല... ഈ അസമയത്ത്... എവിടുന്നാണിത്? കിടന്നകിടപ്പിൽനിന്ന് തെല്ലുനീങ്ങി. അയാൾ റിസീവർ കൈയിലെടുത്തു.

"ഹലോ... ആരാണ്?" തികഞ്ഞ നിശ്ശബ്ദത. പിന്നെ നേരിയ ഒരു ചിരി. "ഹലോ ആരാണ്?" അയാൾ വീണ്ടും ചോദിച്ചു. ഉത്തരമില്ല. റോങ് നമ്പറായിരിക്കാം. ആ സമാധാനത്തോടെ അയാൾ റിസീവർ താഴെവച്ചു.

ഒരു നിമിഷം കഴിഞ്ഞു. ഫോൺ വീണ്ടും ശബ്ദിക്കുന്നു. തെല്ലിട അയാൾ അനങ്ങാതെ കിടന്നു. ഫോൺ തുടർച്ചയായി ശബ്ദിക്കുകയാണ്. അക്ഷമനായ അയാൾ ഫോൺ കൈയിലെടുത്തു.

"ഹലോ ആരാണ്?"

"മനസിലായില്ലേ?"

"ഇല്ലല്ലോ."

"മറന്നുകളഞ്ഞോ?"

"ഇല്ല. മനസിലാവാത്തതുകൊണ്ടാണ്. സ്വരം വേണ്ടത്ര വ്യക്തവുമല്ല."

"പഴയസ്വരങ്ങൾ എപ്പോഴും അവ്യക്തമായിരിക്കും." കുണുങ്ങിക്കുണുങ്ങിയുള്ള ചിരി.

"ഓ മനസിലായി."

"മനസിലാവുന്നതല്ല കാര്യം. കൽക്കത്തയിലെത്തിയപ്പോഴെങ്കിലും എന്നെ എന്തുകൊണ്ടോർത്തില്ല?"

"ഓർത്തിരുന്നു ജമീലാ."

"ഓർത്തിരുന്നു. ഒഴിവുണ്ടായിരുന്നില്ല"... അവൾ വീണ്ടും ചിരിച്ചു.

"അല്ലല്ല. ഇന്നലെ മുഴുവൻ..." അയാൾക്കത് തുടരാൻ കഴിഞ്ഞില്ല.

"അതൊക്കെ എന്നുമുള്ളതല്ലേ? ഇപ്പോഴെങ്കിലും നന്നായി ഓർക്കുന്നുണ്ടല്ലോ?... എങ്ങനെയുണ്ട് സൽമ?"

"സുഖമാണ്."

"നിങ്ങൾ എന്നാണ് കൽക്കത്തയിലെത്തിയത്?"

"ഇന്നലെ രാവിലെ... ഒന്നിനും സമയം കിട്ടിയില്ല. കോൺഫറൻസ് ഉദ്ഘാടനം പത്തു മണിക്കായിരുന്നു. തിരക്കിട്ട് കുളിയും..."

"ശരിശരി. മനസിലായി. അതിൽ എന്തുണ്ട് പുതുമ? ആരും നിങ്ങളെ കുറ്റപ്പെടുത്തുന്നില്ലല്ലോ?"

അവൾ പൊട്ടിച്ചിരിച്ചു. ഉന്മത്തമായ ചിരി. ആകർഷകമായ പഴയ അതേചിരി.

"ജമീലാ... നിന്റെ ധാരണ തെറ്റാണ്."

"ചെ!ചെ! അങ്ങനെയൊന്നുമില്ല. ങാ... അതിരിക്കട്ടെ. നിങ്ങൾ ബാങ്കിന്റെ ചെയർമാനായതുപോലുണ്ടല്ലോ?"

"കളിയാക്കൽ നിർത്തൂ ജമീലാ. ഞങ്ങളിപ്പോൾ ആരംഭിച്ച റൂറൽ ഡവലപ്പ്മെന്റ് വിഭാഗത്തിന്റെ തലവനാണ് ഞാൻ. റൂറൽ ബാങ്കിങ് സിസ്റ്റം മെച്ചപ്പെടുത്തുന്നത് എങ്ങനെ എന്ന വിഷയത്തെക്കുറിച്ച് ചർച്ച ചെയ്യാൻ ഒരു സമ്മേളനം വിളിച്ചിരുന്നു. അതിൽ പങ്കെടുക്കാൻ ബാങ്ക് എന്നെയാണ് നിയോഗിച്ചത്. മാത്രമല്ല, എന്റെ തീസിസിന്റെ വിഷയവും ഇതു തന്നെയാണെന്നു നിനക്കു..."

"അറിയാം. അറിയാം! റൂറൽ ബാങ്കിങ് ആന്റ് അർബൻ ലവ്. നിങ്ങളുടെ തീസിസിന്റെ വിഷയം അതുതന്നെ."

ജമീല ഉറക്കെയുറക്കെ ചിരിച്ചു. അയാൾ മൂകനായി.

"അൻവർ..."

"എന്താ...?"

"വരുന്നില്ലേ?"

"വീട്ടിൽ?"

"ആരുമില്ല. ഇവിടെ ഞാൻ തനിച്ചാണ്. വാപ്പ ഇന്ന് ഡൽഹിക്ക് പോയി. വീടാകെ ഉറക്കം തൂങ്ങുന്നു."

"ജമീല..." അൻവർ വിളിച്ചു.

"ങും...?"

"നിനക്കെന്തുകൊണ്ട് വീണ്ടും കല്യാണം കഴിച്ചുകൂടാ?"

"കഴിക്കാമായിരുന്നു."

"കാലം വൈകിപ്പോയി."

"ഹെയ്... അത്രയൊന്നും വൈകിയില്ല. ഏറിയാൽ ഒരു മുപ്പത് മുപ്പത്തൊന്നു വയസ്സ് കാണുമായിരിക്കും."

"അത് ശരീരത്തിന്റെ കാര്യം. മനസിന് ഒരമ്പത്തഞ്ച് കഴിഞ്ഞെന്ന് തോന്നുന്നു."

ജമീല പൊട്ടിച്ചിരിച്ചു. ഭ്രാന്തുപിടിപ്പിക്കുന്ന ചിരി. അയാൾ മിണ്ടാതിരുന്നു.

ആ ചിരി അയാളെ പേടിപ്പെടുത്തുകയാണ് ജമീലാ. അങ്ങനെ ചിരിക്കരുത്, എന്ന് അയാൾ പലവട്ടം പറഞ്ഞിട്ടുണ്ട്. 'ചിരിച്ചാലെന്താ?' എന്ന മറുചോദ്യമാണ് അവളിൽനിന്നുണ്ടാവുക.

അവളോട് വാദിച്ച് ജയിക്കാൻ ഒരിക്കലും സാധിച്ചിട്ടില്ല.

"നിങ്ങളിവിടെ എത്ര ദിവസം കാണും?"

അവൾ ചോദിച്ചു.

"ഇനി... രണ്ടുദിവസം മാത്രം. കോൺഫറൻസ് ആകെ മൂന്നു ദിവമാണുള്ളത്."

"ശരി... നാളെ ഇങ്ങട്ട് വരൂ. മറ്റന്നാൾ വാപ്പ തിരിച്ചെത്തും."

"ശ്രമിക്കാം."

"ശ്രമിക്കാം." അയാളുടെ സ്വരത്തെ അനുകരിച്ച് അവൾ കളിയാക്കി. ഒരിക്കൽക്കൂടി അവൾ ഉറക്കെ ചിരിച്ചു. ചിരിയിലൂടെ "ബൈ ബൈ" പറഞ്ഞ് റിസീവർ താഴെവച്ചു.

അൻവർ എഴുന്നേറ്റ് ജനൽ തുറന്നു. സൂര്യോദയത്തിന് ഇനിയും സമയമുണ്ട്. ആകാശത്തിലെ നക്ഷത്രങ്ങളൊക്കെ ഭൂമിയിൽ ചിതറിക്കിടക്കുന്നതായി അയാൾ കണ്ടു. താനിപ്പോൾ ജീവിക്കുന്നത് ഭൂമിയിലല്ലെന്നും, ആകാശത്തിലെ ഏതോ ഒരു ചെറിയ ഗോളത്തിലാണെന്നും അയാൾക്കു തോന്നി. അല്ലെങ്കിൽ, യഥാർഥ മിൽക്കിവെയുടെ അരികിൽത്തന്നെയാണോ താനുള്ളത്?

ഉത്തരക്ഷണത്തിൽ വിചിത്രമായ ഒരു ഭീതി അയാളെ പിടികൂടി. ഈ നിമിഷത്തിൽ ഒരു ഭൂകമ്പം ഉണ്ടാവുകയാണെങ്കിൽ...? എങ്കിൽ ഈ മിൽക്കിവെയുടെ, അതിന്റെ പതിനാറാമത്തെ നിലയിലുള്ള തന്റെ സ്ഥിതി എന്തായിരിക്കും? അപ്പോൾ കൊടുങ്കാറ്റടിക്കുന്നതായും കെട്ടിടം കുലുങ്ങുന്നതായും അയാൾ അനുമാനിച്ചു. ഭയംമൂലം അയാൾക്ക് ജനൽ കൊട്ടിയടക്കേണ്ടിവന്നു.

തന്റെ തോന്നലിനെയും പെരുമാറ്റത്തെയും കുറിച്ചോർത്തപ്പോൾ അയാൾക്ക് ചിരിവന്നു. അതടക്കാനാകാതെ ഉച്ചത്തിൽത്തന്നെ ചിരിച്ചു. തന്റെ പരിഭ്രാന്തിയിൽ അയാളത്ഭുതപ്പെട്ടു. തലേന്നു രാത്രി അകത്താക്കിയ വിസ്കിയുടെ അളവ് കൂടിയിരിക്കുമോ? അഥവാ വല്ല രോഗവും...?

ജനൽവിരി നീക്കി അയാൾ കണ്ണാടിച്ചില്ലിലൂടെ പുറത്തേക്ക് കണ്ണോടിച്ചു. പ്രഭാതം പൊട്ടിവിടരുകയാണ്. ചക്രവാളസീമയിൽ ഉരുണ്ടുകൂടിയ മേഘങ്ങളിലേക്ക് പടർന്നു പൊങ്ങുന്നത് ഏത് നിറമാണ്? റിപ്സ്റോയലിന്റെയോ അതോ തലേന്നുകണ്ട കാബെറേക്കാരിയുടെ തുടകളുടേയോ? തീർച്ചയായും ഇത് വിസ്കിയുടെ കളിതന്നെ. അയാളൊരു തീരുമാനത്തിലെത്തി. തന്റെ വിസിറ്റിങ് കാർഡുകളിൽ കുറച്ചെണ്ണം മേശപ്പുറത്ത് ചിതറിക്കിടക്കുന്നത് അയാളുടെ ശ്രദ്ധയിൽപ്പെട്ടു.

ഡോക്ടർ അൻവർ ഹുസൈൻ, എം കോം, എൽ എൽ ബി, പി എച്ച് ഡി റൂറൽ ഡെവലപ്മെന്റ് സെക്ഷൻ, ബാങ്ക് ഓഫ് ഇന്ത്യൻ പയനിയേഴ്സ്, ബോംബെ.

അയാളുടെ ഹൃദയം അഭിമാനവിജൃംഭിതമായി. ഗാംഭീര്യം തലയുയർത്തി. മാറിടം വിരിയുകയും മുഖത്ത് പുഞ്ചിരി പരക്കുകയും ചെയ്തു.

അടുത്ത നിമിഷം ഒരു ചോദ്യമുണർന്നു. ഇതാരാണ്? താൻ തന്നെയാണോ?

അയാൾ ഒരു കാർഡ് കൈയിലെടുത്ത് സൂക്ഷിച്ചുനോക്കി. ഉന്നതനായ ഈ വ്യക്തി താനല്ല; മറ്റാരോ ആണെന്ന ഭാവമായിരുന്നു അയാൾക്കപ്പോൾ. ആ വ്യക്തിയുടെ ധിഷണാവൈഭവത്തെയും, അതുവഴി അദ്ദേഹം കൈവരിച്ച നേട്ടങ്ങളെയുംകുറിച്ച് അയാൾക്ക് മതിപ്പ് തോന്നി. അദ്ദേഹത്തെ അഭിനന്ദിക്കാനും അദ്ദേഹത്തിന്റെ പുറം തലോടാനും അയാളാഗ്രഹിച്ചു.

തന്റെ തോന്നലിനെയും ആഗ്രഹത്തെയും കുറിച്ചോർത്തപ്പോൾ അയാൾക്ക് വീണ്ടും ചിരിവന്നു. തന്റെ കൈയിലുള്ള കാർഡ് അലസമായി അയാൾ താഴെയിട്ടു.

എങ്കിലും അയാൾ അതേ ആലോചനയിൽത്തന്നെയായിരുന്നു. ഈ വിസിറ്റിങ് കാർഡുകാരനും. താനും എന്തിന് ഒരേ വ്യക്തിയാകണം? താൻ മറ്റൊരു വ്യക്തിയായിരുന്നെങ്കിൽ ഇപ്പോൾ ഏതു നിലയിലായിരിക്കും? ചിന്തകൾക്കിടയിൽ അൻവർ വാച്ചു നോക്കി. മണി അഞ്ചര.

ഇനി ഉറക്കം വരാനുള്ള സാധ്യതയില്ല. ഒമ്പത് മണിക്കുമുമ്പ് കോൺഫറൻസിന് ഒരുങ്ങണം. മുഖക്ഷൗരത്തിനായി അയാൾ കണ്ണാടിക്കുമുന്നിലുള്ള കേസരയിൽ ഇരുന്നു.

കണ്ണാടിയിൽ കാണുന്ന വ്യക്തി താൻ തന്നെയാണ്. പക്ഷേ, ആ വ്യക്തിയിൽ ശ്രദ്ധേയമായ എന്തോ ഒരു മാറ്റം സംഭവിച്ചതായി അയാൾക്ക് തോന്നി.

താൻ വയസനായോ? അയാൾ സംശയിച്ചു. തന്റെ ചെന്നിയിലെ മുടിയിഴകളിൽ മുമ്പുണ്ടായിരുന്ന അൽപ്പം വെളുപ്പ് ഇപ്പോൾ വർധിച്ചിട്ടുണ്ട്. കൺകോണിൽ പുതിയ ചുളിവുകളും, മുഖത്തെ വെളുത്ത തൊലിയിൽ ഒരുതരം വിളർച്ചയുടെ ഛായയും ഉണ്ടെന്ന അയാൾക്കു തോന്നി. ജമീല ഏറ്റവുമധികം ഇഷ്ടപ്പെട്ടിരുന്ന മനോഹരമായ തന്റെ വലിയ കണ്ണുകളുടെ തിളക്കം കുറഞ്ഞതുപോലെയും അവ ചുരുങ്ങി ചെറുതായതുപോലെയും അയാൾ കണ്ടു. കൃഷ്ണമണികളിലെ സാന്ദ്രമായ കറുപ്പിൽ ഒരു ചാര നിറം കലർന്നിട്ടില്ലേ? പുരികങ്ങൾ സ്വല്പം താഴോട്ട് വഴുതിയിട്ടില്ലേ? മിനുത്തുനേർത്ത തന്റെ ചുണ്ടുകളുടെ കോമളത്വം കുറഞ്ഞിട്ടുണ്ടെന്നും, താടിയെല്ലിലെ തൊലി തൂങ്ങിക്കിടക്കുകയാണെന്നും അയാൾ കരുതി.

പെട്ടെന്ന്, അയാളുടെ ഹൃദയത്തിന്റെ അഗാധതയിൽനിന്ന് ഒരു പ്രതിഷേധം ഉയർന്നു. ഇല്ല, ഈ തോന്നലുകൾക്കൊന്നും അർഥമില്ല. ഇത് വെറുമൊരു വിഭ്രാന്തി. അല്ലെങ്കിൽ യാത്രക്ഷീണംകൊണ്ട് തോന്നുന്നതായിരിക്കാം. അതുമല്ലെങ്കിൽ, രണ്ടുദിവസത്തെ ഉറക്കം കുറഞ്ഞതുമാ

വാം. അയാൾ തന്റെ കുപ്പായം ഊരിയെടുത്ത് മെത്തയിലേക്ക് വലിച്ചെറിഞ്ഞു. പൈജാമയും വേണ്ടെന്നു തോന്നി. അതും വലിച്ചെറിഞ്ഞു.

അതെ, ഈ ജയിലുടുപ്പുകളാണ് തന്നെ മാറ്റിക്കളഞ്ഞത്! നന്നേ ചെറിയ ഈ നിക്കർ മാത്രമുള്ളപ്പോൾ തനിക്ക് എത്രമാത്രം ആകർഷകത്വം? ആ ചിന്തയിൽ അയാൾ തന്റെ കൊഴുത്തുരുണ്ട തുടകളിൽ കൊട്ടുകയും ആനന്ദിക്കുകയും ചെയ്തു. മാംസളമായ തന്റെ ബാഹുക്കളെയും. കറുത്ത രോമങ്ങളാലാവൃതമായ മാറിടവും അയാൾ നോക്കിക്കണ്ടു. അഞ്ചടി എട്ടിഞ്ചു പൊക്കമുള്ള തനിക്ക് ആരേയും മയക്കാൻ പോരുന്ന ആകാര ഭംഗിയുണ്ട്. എത്രയോ യുവതികൾ അതിഷ്ടപ്പെട്ടിട്ടുണ്ട്? തന്റെ ശരീര പ്രകൃതിക്കോ, അംഗസൗന്ദര്യത്തിനോ എന്തെങ്കിലും മാറ്റം സംഭവിച്ചതായി അയാൾക്ക് തോന്നിയില്ല. ഇനി ഒരു പത്തു കൊല്ലമെങ്കിലും അതങ്ങനെ നിലനിൽക്കുമെന്നും അയാളുറപ്പിച്ചു.

പക്ഷേ, മുഖത്തിന് വല്ല മാറ്റവും സംഭവിച്ചിട്ടുണ്ടോ? ശരീരത്തിൽ സ്വയം കാണാൻ കഴിയാത്ത അവയവമാണ് മുഖം. വാരിപ്പുറംകൂടി കാണാൻ കഴിയും; മുഖം വയ്യ. ഈ മുഖം ഇതുപോലെയാണുള്ളതെന്ന് എങ്ങനെ തീരുമാനിക്കും? ഇതിന്റെ ശരിയായ രൂപം കൃത്യമായി കണ്ടെത്താൻ സാധ്യമാണോ? കണ്ണാടി അത് കാണിച്ചു തരുമോ?

എല്ലാ കണ്ണാടികളും ഒരേതരത്തിലുള്ളവയാണോ? ഈ ആൾക്കണ്ണാടിക്ക് ന്യൂനതയൊന്നുമില്ലെന്ന വിശ്വസിക്കാമോ? ന്യൂനതയൊന്നുമില്ലാത്ത കണ്ണാടിയുണ്ടോ? അഥവാ ന്യൂനതയുള്ള കണ്ണാടിയിൽ കാണുന്നതാണോ യഥാർഥ പ്രതിബിംബം? ഇതുവരെ യാഥാർഥ്യമെന്ന് വിശ്വസിച്ചത് ഏതാണ്?

എല്ലാം യഥാർഥമാണെന്ന് കരുതാമോ? ഒന്നും യാഥാർഥ്യമല്ലെന്നും വരുമോ? സൽമ എന്നെ കാണുന്നതും യഥാർഥ രീതതിയിലാണോ? ജമീലയും മീനാക്ഷിയും എന്നെ കാണുന്നത് എങ്ങനെയാണ്? എന്നെ ഈ കണ്ണാടിയിൽ എനിക്ക് കാണുന്നതുപോലെ അവരും കണ്ടിരുന്നുവോ? അതോ വ്യത്യാസം ഉണ്ടായിരിക്കുമോ? അവരുടെ കാഴ്ചയിൽ ന്യൂനത ഉണ്ടായിരിക്കാൻ ഇടയില്ലേ? ഒരേ വസ്തുവിന്റെ ആകാരസ്വരൂപാദികൾ കാണുന്നവർക്കെല്ലാം ഒരുപോലെ ആവുമോ?

ഒരാൾക്ക് ആസ്വാദ്യമായത് മറ്റൊരാൾക്ക് അങ്ങനെ അല്ലാത്തതുപോലെ, ഒരാൾക്ക് കർണാനന്ദകരമായത് മറ്റൊരാൾക്ക് വിരൂപവുമാകാം. ജമീലയും മീനാക്ഷിയും സൽമയും അവരെപ്പോലുള്ള പത്തമ്പതുപേരും എന്നെ വ്യത്യസ്തനായിട്ടല്ലേ കണ്ടിരിക്കുക?

വീണ്ടും അയാളുടെ ദൃഷ്ടി വിസിറ്റിങ് കാർഡിൽ പതിഞ്ഞു. കണ്ണാടിയിൽ കാണുന്ന വ്യക്തി താൻ തന്നെയാണോ? പിന്നേയും അതേ ചോദ്യം. കണ്ണാടിയിലല്ലാതെ മറ്റേതൊരു മാധ്യമത്തിന്റെയും സഹായം കൂടാതെ എന്നെ എനിക്ക് നേരിട്ടു കണ്ടെത്താൻ സാധ്യമാണോ?

ഡോക്ടർ അൻവർ ഹുസൈൻ കണ്ണാടിയിൽ നോക്കി ഇരിക്കുകയാണ്; സ്വയം മറന്നതുപോലെ. താൻ സ്വപ്നലോകത്തിലാണോ അയാൾ

സംശയിച്ചു. അതെ, ഇതൊരുപക്ഷേ, സ്വപ്നംതന്നെ ആയിരിക്കാം. സ്വപ്നമല്ലെങ്കിൽ എന്താണ് അതിനൊരു തെളിവ്? അത് തീരുമാനിക്കുന്നതാര്? ജാഗ്രതയോടെ ഇരിക്കുന്നു എന്ന് തീരുമാനിക്കത്തക്ക സിദ്ധാന്തമെവിടെ? തന്റെ ചിന്താഗതി വിചിത്രം തന്നെ! അയാൾ പുഞ്ചിരിതൂകി കണ്ണാടിയിൽ വീണ്ടും നോക്കി.

ഹേയ്... നീ തന്നെയാണ് ഞാൻ! ഞാൻ യാഥാർഥ്യമാണെങ്കിൽ നീയും അതായേ തീരു. അയാൾ ശബ്ദമുയർത്തിക്കൊണ്ടു പറഞ്ഞു.

പെട്ടെന്നു വീശിയ കാറ്റിന്റെ ശക്തിയാൽ ജനൽ സ്വയം തുറക്കുകയും വിസിറ്റിങ് കാർഡുകൾ അങ്ങിങ്ങായി ചിതറിവീഴുകയും ചെയ്തു.

ശ്ശെടാ... ജനലിന്റെ കൊളുത്തിടാൻ മറന്നു. മനസിൽ പറഞ്ഞുകൊണ്ട് അയാൾ എഴുന്നേറ്റു.

താൻ നഗ്നാവസ്ഥയിലാണെന്ന കഥ അപ്പോഴാണ് അയാളറിയുന്നത്.

ഓ... കാണാൻ ആരുമില്ലാത്തപ്പോൾ എന്ത് നഗ്നത? എന്ന വിചാരത്തോടെ അയാൾ ഓടിച്ചെന്ന് ജനലടച്ചു.

രണ്ട്

സുന്ദരികളായ ഭാര്യമാരുടെ ഭർത്താക്കന്മാരിൽ പലരും അന്യസ്ത്രീകളുടെ നേരെ കണ്ണയക്കാറുണ്ട്. എന്റെ ഭർത്താവുതന്നെ അതിനൊരു പ്രത്യക്ഷമായ തെളിവാണ്. ഞാൻ സുന്ദരിയാണെന്ന് പരോക്ഷമായി സൂചിപ്പിക്കുകയല്ല. എങ്കിലും ഞാനൊരു സുന്ദരിയാണെന്നത് സത്യമാണ്. അതുപോലെ എന്റെ ഭർത്താവിനെക്കുറിച്ച് പറയുന്ന കാര്യവും സത്യമാണ്.

പരിഷ്കൃതലോകത്തിന്റെ സൃഷ്ടികളായ നിരവധി ഉദ്യോഗമേഖലകൾ ഉണ്ട്, പല പുരുഷന്മാർക്കും. അതിൽ പ്രമാണികളായി വർണശബളമായ ജീവിതം നയിക്കാനുള്ള സൗകര്യങ്ങളുണ്ട്. അപൂർവമായി സ്ത്രീകളും അതിലുൾപ്പെടുന്നു. പ്രസിദ്ധിനേടുന്ന കാര്യത്തിൽ, പുരുഷനെ സംബന്ധിച്ചിടത്തോളം അവന്റെ ബുദ്ധിശക്തി പ്രധാന പങ്കുവഹിക്കുന്നു. എന്നാൽ, സ്ത്രീയുടെ കാര്യത്തിൽ അവളുടെ സൗന്ദര്യമായിരിക്കും പ്രധാന ഘടകം.

എന്റെ ഭർത്താവ് അൻവർ, അഥവാ ഡോക്ടർ അൻവർ ഹുസൈൻ ഒരു ഉന്നത വ്യക്തിയാണ്. അവന്റെ ബിരുദവുമായോ പേര്, പ്രസിദ്ധി മുതലായവയുമായോ എനിക്കൊരു ബന്ധവുമില്ല. അൻവർ എനിക്ക് അദ്ദേഹമോ ഇദ്ദേഹമോ ഒന്നുമല്ല. എനിക്കവൻ എന്റെ ഭർത്താവ് മാത്രമാണ്. ഞാനും കേവലമൊരു അറിയപ്പെടാത്തവളല്ല എങ്കിലും, അൻവറിന്റെ ഭാര്യാപദം മാത്രമല്ല എന്റെ ഐഡന്റി. എന്നാൽ, അൻവറിനെപ്പോലെ ഞാനൊരു ഉന്നത വ്യക്തിയാണോ? അല്ല. എം എ ബിരുദധാരിയായ എനിക്ക് ഒരു പ്രൈവറ്റ് കോളേജിൽ ജോലിയുണ്ട്.

ബിരുദം ആ ജോലി കരസ്ഥമാക്കാനേ ഉതകിയിട്ടുള്ളു. പക്ഷേ, പഠിച്ച ഇംഗ്ലീഷ് സാഹിത്യത്തിനും പഠിപ്പിക്കുന്ന ഇംഗ്ലീഷിനും തമ്മിൽ നേരിയൊരു ബന്ധമുണ്ടെന്നത് ജോലിയെ സംബന്ധിച്ച് സന്തോഷകരമായ കാര്യമാണ്.

എന്റെ വ്യക്തിത്വത്തിന് ഷേക്സ്പിയറുടെയും ബെൻജോൺസന്റെയും ഗോൾഡ്സ്മിത്തിന്റെയും ഷെറിഡനുടെയും ബർണാഡ് ഷായുടെയും നാടകങ്ങളിലെ ഏത് കഥാപാത്രവുമായാണ് സാദൃശ്യമുള്ളത്? അതുപോലെ അൻവർ പെരുമാറുന്നത് ഏത് കഥാപാത്രത്തെപ്പോലെയാണ്? ചിലപ്പോൾ ഞാൻ ചിന്തിക്കുമായിരുന്നു, ജീവിതത്തിലെ ചില പ്രത്യേക ഘട്ടങ്ങളിൽ, പല കഥാപാത്രങ്ങളുമായും എനിക്ക് സാദൃശ്യമുള്ളതായി തോന്നിയിട്ടുണ്ട്. ചിലപ്പോൾ അൻവറും ആരെയൊക്കെയോ അനുസ്മരിപ്പിക്കും. പക്ഷേ, സമ്പൂർണമായി ആരുമായും ഞങ്ങൾക്ക് സാദശ്യമില്ലെന്ന് തോന്നുന്നു. വിവിധ സന്ദർഭങ്ങളിൽ അൻവർ വ്യത്യസ്ത സ്വഭാവമുള്ള കഥാപാത്രമായേക്കും. ചിലപ്പോൾ റോമിയോ ചിലപ്പോൾ അന്തോണി, മറ്റു ചിലപ്പോൾ ഇയാഗോ അല്ലെങ്കിൽ ഫാൻസ്വാഫ് ഞാനോ? അതാണ് എനിക്കിതുവരെ മനസിലാകാത്തത്. അവൻ റോമിയോ ആയപ്പോൾ ഞാൻ ജൂലിയറ്റ് ആയോ? അവൻ അന്തോണി ആയപ്പോൾ ഞാൻ ക്ലിയോപാട്രയായിരുന്നോ?

അവൻ ഹാംലെറ്റായപ്പോൾ ഞാൻ ഒഫീലിയ ആയോ? അവൻ ഇയാഗോ ആയപ്പോൾ ഞാൻ എന്തായിരുന്നു? ഞാൻ ഒന്നുമായില്ല. ഞാൻ ഞാനായിത്തന്നെ തുടർന്നുവെന്നാണ് എന്റെ വിശ്വാസം.

ഞാൻ എന്താണെന്ന് എനിക്കുതന്നെ നിശ്ചയമില്ലാതിരിക്കെ ഞാൻ അതാണ്, ഇതാണ് എന്നൊക്കെ സങ്കൽപ്പിക്കുന്നതിൽ എന്തർഥം? പൂർണമായി ആർക്കും ആരുമായും സാദൃശ്യമില്ല. ഒന്നുനു മറ്റൊന്നുമായി തികഞ്ഞ സാമ്യമില്ല. ഭാഗികമായി എല്ലാവർക്കും എല്ലാവരുമായും സാദൃശ്യമുണ്ട്. എല്ലാവസ്തുക്കൾക്കും എല്ലാ വസ്തുക്കളുമായും സാമ്യമുണ്ടെന്നതും വാസ്തവമല്ലേ? അതുകൊണ്ടു തന്നെയാണ് ഞാനെന്ന ഘടകത്തെ പൂർണമായി കാണുവാൻ എനിക്ക് സാധിക്കാത്തത്.

അൻവർ എന്തുതന്നെയായാലും എനിക്കവൻ എന്റെ ഭർത്താവ് മാത്രമാണ്. ഒരാൾ എത്ര തന്നെ പ്രസിദ്ധനായാലും അയാളുടെ ഭാര്യ വ്യത്യസ്ത രീതിയിലായിരിക്കും ആ വ്യക്തിയെ കാണുന്നത്. ഭാര്യ ഭർത്താവിനെ ഏതു രീതിയിൽ കാണുന്നുവോ അതുതന്നെയാണ് അയാളുടെ യഥാർഥ വ്യക്തിത്വം. ലോകത്തിന്റെ ദൃഷ്ടിയിൽപ്പെടുന്നത് ഒരു പാർശ്വം മാത്രം. അതു വെറും വേഷവുമാകാം.

എന്റെ ഭർത്താവും അതിനൊരപവാദമല്ല. ഏകദേശം പന്ത്രണ്ട് വർഷം മുമ്പ് ഞാൻ അൻവറിന്റെ ഭാര്യയായി.

അത് എന്റെ ജീവിതത്തിലെ പുതിയൊരധ്യായത്തിന്റെ ആരംഭമായിരുന്നു.

പന്ത്രണ്ടു വർഷം... എന്തൊരു ദൈർഘ്യം!

ആ അധ്യായം അവസാനിച്ചു. പക്ഷേ, പുതിയ മറ്റൊരധ്യായം തുടങ്ങിയിരിക്കുകയാണ്.

ആദ്യരാത്രി.

ആദ്യരാത്രിയിൽ ഏതൊരു സ്ത്രീയും പുരുഷനും പരസ്പരം അഴകുള്ളവരായിട്ട് മാത്രമേ കാണുകയുള്ളൂ. ആ സന്ദർഭത്തിൽ അതിനെക്കുറിച്ച് ഞാൻ ശ്രദ്ധിച്ചിട്ടേയില്ല. ഒരുപക്ഷേ, ആ അഴകിന്റെ പിന്നിലുള്ള വ്യക്തിയെ കണ്ടെത്താൻ ശ്രമിച്ചിരിക്കാം.

കാണുന്നത് അതേപടി സ്വീകരിക്കാതെ, അതിന്റെ അടിയിൽ എന്താണുള്ളതെന്ന് ചികഞ്ഞുനോക്കുന്ന ചിലരുണ്ട്. അങ്ങനെയുള്ളവർ സുഖമനുഭവിക്കാൻ ജനിച്ചവരല്ല. സുഖമായി ജീവിക്കണമെന്ന് ആഗ്രഹിക്കുന്നവർ അത്തരം വിലയിരുത്തലിന് മുതിരുകയില്ല.

വിവാഹത്തിന് മുമ്പ് അൻവറിനെ മൂന്നോ നാലോ തവണ ഞാൻ കണ്ടിട്ടുണ്ട്. അതാകട്ടെ, അവൻ ഞങ്ങളുടെ വീട്ടിൽ വന്ന അവസരത്തിലും. അപ്പോൾ വളരെ അടുത്തുനിന്ന് കാണുകയും സംസാരിക്കുകയും ചെയ്തിട്ടുണ്ട്. ശരീരം സ്പർശിക്കാനുള്ള സൗകര്യം വേണ്ടത്ര ഉണ്ടായിരുന്നില്ലെങ്കിലും അതത്ര അസാധ്യവുമല്ലായിരുന്നു. പക്ഷേ, അത്രയധികം ഉത്സാഹത്തള്ളിച്ച അന്നുണ്ടായിരുന്നില്ല. അവൻ സ്വയം നിയന്ത്രിച്ചിരിക്കാം.

അൻവർ അതീവ സുന്ദരനായിരുന്നു. അവന്റെ സംസാരത്തിൽ കഴമ്പും കാര്യവും നിറഞ്ഞു നിന്നിരുന്നു. ആരേയും ആകർഷിക്കാൻ പോന്നതായിരുന്നു അവന്റെ പുഞ്ചിരി. ഞാൻ അല്പം കുറിയവളാണ്. അഞ്ചടി രണ്ടിഞ്ച് മാത്രമേ എനിക്കു പൊക്കമുള്ളൂ. ഹൈഹീൽഡ് ധരിക്കാതിരുന്നാൽ കുറിയതായിട്ടേ കണ്ടാൽ തോന്നൂ. പക്ഷേ, മെല്ലിച്ച്, ഒരു മുല്ലവള്ളിപോലെ കുഴഞ്ഞാടിയിരുന്ന ഞാൻ തീർത്തും ഒരു സുന്ദരിയാണ്. അൻവറിന് എന്നേക്കാൾ പൊക്കമുണ്ട്. അവൻ രണ്ടു കൈത്തലംകൊണ്ടും എന്റെ അരക്കെട്ടൊന്നു പിടിച്ചാൽ, ഒന്നോ രണ്ടോ ഇഞ്ച് മാത്രമേ അവന്റെ വിരലുകൾക്കുള്ളിൽ ഒതുങ്ങാതെ ബാക്കി നിൽക്കൂ. നല്ല വെളുത്ത നിറം. മനോഹരമായ കൊച്ചുവായ. സ്വല്പം വലുതാണെന്നു തോന്നിക്കുന്ന നെറ്റി. എന്റെ സെക്സപ്പീലിന് കോട്ടം വരുത്തുന്നത് ഈ വിരിഞ്ഞ നെറ്റിയാണ്. എന്റെ പുരികങ്ങളും തടിച്ചിട്ടാണ്. അത് കുറച്ചുകൂടി നേർത്തവയായിരുന്നെങ്കിൽ എന്ന് പലപ്പോഴും ആശിച്ചിട്ടുണ്ട്. വലിയവലിയ കണ്ണുകൾ. ഈ കണ്ണുകളിലാണ് എന്റെ അതായത്, സൽമയുടെ നിലനിൽപ്പ്. അതുമല്ല ഈ കണ്ണുകളിലാണ് ഞാൻ കുടികൊള്ളുന്നതെന്നും ചിലപ്പോൾ തോന്നാറുണ്ട്. കഴുത്തിൽനിന്നും കൂർത്ത താടിയിൽനിന്നും അധികം ദൂരെയല്ലാത്ത മാറിടം. അത് ഏതോ ഒരു നർത്തകിയെ ഓർമിപ്പിക്കുന്നതാണ്. ഏതൊരാളുടെയും നോട്ടം കൂർത്ത താടിയിൽനിന്ന് നേരെ ഇറങ്ങുന്നത് മാറിലേക്കായിരിക്കും. അത്ര കറുപ്പല്ലാത്ത, സിൽക്കുപോലുള്ള എന്റെ മുടി വളരെ നീണ്ടതാണ്.

പരന്ന നെറ്റിമൂലം നഷ്ടപ്പെട്ട സെക്സപ്പീൽ ഈ നീണ്ടതും സ്വൽപ്പം ചെമ്പിച്ചതുമായ മുടിയിലൂടെ ഞാൻ വീണ്ടെടുത്തതായി തോന്നുന്നു. ഈ മുപ്പത്തിരണ്ടാം വയസിലും എന്റെ പ്രായം ഇരുപത്തഞ്ചിൽ കൂടുതലായി ആരും മതിക്കുകയില്ല. അൻവറും ഞാനും തമ്മിൽ പതിമൂന്ന് വയസിന്റെ വ്യത്യാസമാണുള്ളത്. അവന് എന്നേക്കാൾ പ്രായം കൂടുമെന്ന് വിവാഹത്തിന് മുമ്പ് എനിക്കു തോന്നിയിരുന്നു. സ്ത്രീയെ അപേക്ഷിച്ച് പുരുഷന് അത് അത്ര അധികമല്ലെന്നും, അസാധാരണമായി അതിലൊന്നുമില്ലെന്നും ബാപ്പയും ബന്ധുജനങ്ങളുമൊക്കെ അന്ന് അഭിപ്രായപ്പെട്ടു. അതിൽപ്പിന്നെ, പൊതുവെ അതാവശ്യമാണെന്ന് ഞാനും കരുതി. വിവാഹത്തിനു ശേഷമാവട്ടെ, അതൊരു വ്യത്യാസമേ അല്ലെന്നും എനിക്കു മനസിലായി.

ഈ പന്ത്രണ്ട് കൊല്ലങ്ങൾക്കിടയിൽ പറയത്തക്ക മാറ്റങ്ങളൊന്നും എന്നിൽ സംഭവിച്ചിട്ടില്ല. അമ്പത് കഴിഞ്ഞാലും അത് തോന്നിക്കാത്ത ചില സ്ത്രീകളുണ്ട്. ആ കൂട്ടത്തിൽ ഞാനും ഉൾപ്പെടുമെന്ന് തോന്നുന്നു. ഞാൻ പ്രസവിച്ചിരുന്നെങ്കിൽ എന്റെ ശരീരഘടന ഇതേ രീതിയിൽ തുടരുമായിരുന്നോ? ആവോ?

അതെ, ആദ്യരാത്രിയിൽ അൻവർ എന്നെ വളരെ അടുത്തുനിന്ന് ഉറ്റുനോക്കി; ആദ്യമായി കാണുന്നതുപോലെ! ഒരു പ്രതിമയെയോ എണ്ണ ഛായാചിത്രത്തെയോ നോക്കിക്കാണുന്നതുപോലെ. അവന്റെ മുഖത്ത് സന്തോഷം തിരതല്ലുകയാണ്.

അതുകണ്ടപ്പോൾ എന്റെ സൗന്ദര്യം അവനെ ശരിക്കും ആകർഷിച്ചതായി ഞാൻ മനസിലാക്കി. അതെന്നിൽ പൊങ്ങച്ചമൊന്നും വളർത്തിയില്ല. കാരണം. അപ്പോൾ അതിനായിരുന്നില്ല പ്രാധാന്യം. അവന്റെ സന്തോഷം എന്നിൽ പ്രതിസ്പന്ദിച്ചതേയില്ല. ഒരുപക്ഷേ, അവൻ എംകോം പാസായപ്പോഴും, ഡോക്ടറേറ്റ് ലഭിച്ചപ്പോഴുമൊക്കെ അതേ തരത്തിലുള്ള സന്തോഷാതിരേകത്താലോ, ഉത്സാഹത്താലോ ഭ്രമിച്ചിട്ടുണ്ടാകാം.

ആ നിമിഷത്തിൽ ഞാൻ വാക്കുകളെയും ഇഷ്ടപ്പെട്ടില്ല. എങ്കിലും, അവൻ സംസാരിക്കുകയാണെങ്കിൽ അതെന്തായിരിക്കും എന്ന കൗതുകം എന്നിലുണ്ടായിരുന്നു. അതിലേറെ, അവനെന്നെ ഏതു രീതിയിലാണ് സ്പർശിക്കുന്നത്, ഏതു രീതിയിലാണ് സ്വീകരിക്കുന്നത് എന്ന ജിജ്ഞാസയും.

അൻവർ പൊടുന്നനെ എന്റെ ചുമലിൽ കൈവച്ചുകൊണ്ടു പറഞ്ഞു: "നീ എത്രമാത്രം സുന്ദരിയാണ് സൽമ!"

ഞാൻ പ്രതീക്ഷിച്ച അതേ വാക്ക്. പക്ഷേ ആശിച്ച വാക്കല്ല. അവൻ എന്റെ സൗന്ദര്യമാണ് കണ്ടത്. അതിലവൻ ശ്രദ്ധിക്കണമെന്നോ, എന്റെ സൗന്ദര്യത്തെ പുകഴ്ത്തണമെന്നോ ഞാൻ ആഗ്രഹിച്ചിരുന്നില്ല. അത് മറ്റുള്ളവരുടെയും ശ്രദ്ധയിൽപ്പെടുന്ന കാര്യമാണ്.

അൻവർ മറ്റെന്തിനെക്കുറിച്ചെങ്കിലും സംസാരിക്കണമെന്നായിരുന്നു

ഞാനാഗ്രഹിച്ചത് എന്റെ മെയ്യഴകിനെക്കുറിച്ച് പറഞ്ഞതിനുപകരം ജീവിത സംബന്ധിയായ വല്ലതും പറഞ്ഞിരുന്നെങ്കിൽ ഞാൻ കൂടുതൽ പുളകിതയായേനെ.

അവന്റെ സ്ഥാനത്ത് ഞാനായിരുന്നെങ്കിൽ, സൽമയെ മാറോടണച്ചുകൊണ്ട് ഞാൻ പറയുമായിരുന്നു.

“സൽമാ... ഇത് നമ്മുടെ ജീവിതത്തിലെ അത്യന്തം മധുരമായ മുഹൂർത്തമാണ്” അവളതുകേട്ട് പുഞ്ചിരി തൂകുമായിരുന്നു. അപ്പോൾ അവളുടെ മുഖം കൈയിലെടുത്ത് എന്റെ മാറിൽ പൂഴ്ത്തുമായിരുന്നു.

ഇല്ല. അവന്റെ സ്ഥാനത്ത് ഞാനായിരുന്നെങ്കിൽ ഒന്നും സംസാരിക്കുകയേ ചെയ്യുമായിരുന്നില്ല.

“നീ എത്രമാത്രം സുന്ദരിയാണ് സൽമ” എന്ന് അൻവർ പറഞ്ഞപ്പോൾ ഞാനൊന്നു മന്ദഹസിച്ചു. എന്തുകൊണ്ടോ ആ മന്ദഹാസം അധികനേരം നിലനിർത്താൻ എനിക്കു കഴിഞ്ഞില്ല. ഞാൻ അവന്റെ മുഖത്തേക്ക് ഒന്നു നോക്കിയപ്പോൾ എന്താണെന്നറിഞ്ഞില്ല, അവന്റെ നോട്ടം ഞൊടിയിട മറ്റൊരിടത്തേക്കു തിരിഞ്ഞു. ഞാനത് പ്രതീക്ഷിച്ചിരുന്നില്ല. എനിക്കു പേടിയായി. അവന്റെ മുഖഭാവത്തിൽ നേരിയൊരു ഗാംഭീര്യം കലർന്നതായും അവനത് ശ്രമപ്പെട്ട് മായ്ച്ച് കളഞ്ഞതായും എനിക്കു തോന്നി.

വീണ്ടും അവന്റെ മുഖത്ത് പുഞ്ചിരി പ്രത്യക്ഷപ്പെട്ടു. അപ്പോൾ അവൻ അര പ്രാണനായതുപോലെയും, അവന്റെ മനോഹരമായ കണ്ണുകളുടെ കാന്തി മങ്ങിപ്പോയതുപോലെയും, ആ മുഖത്തെ അരുണിമ വറ്റിപ്പോയതുപോലെയും എനിക്കു തോന്നി.

ഞാൻ വല്ലതും സംസാരിക്കണമോ? സംസാരിക്കണമെന്ന് ഇവൻ പ്രതീക്ഷിച്ചിരിക്കുമോ? ഇവന്റെ പ്രശംസയ്ക്ക് ഞാനെന്ത് മറുപടി പറയും? എനിക്കു വാക്കുകളില്ലായിരുന്നു. വാക്പടുവായ അൻവറും സംസാരിക്കുന്ന ലക്ഷണമൊന്നും കണ്ടില്ല. വല്ലതും പറയുവാൻവേണ്ടി എന്റെ ഹൃദയം തുടിച്ചുകൊണ്ടിരുന്നു. അപ്പോൾ അവൻതന്നെ പ്രശ്നം പരിഹരിച്ചു.

“വിളക്ക് അണയ്ക്കട്ടെ?”

ഞാൻ ഒന്നും മിണ്ടിയില്ല. അവൻ വെളിച്ചമണച്ചു. എന്നെ അവൻ കട്ടിലിലേക്ക് വലിക്കുകയാണ്. എന്റെ കണ്ണുകൾ നിറഞ്ഞു. അതാര് കാണാൻ? എങ്ങനെ കാണാൻ?

മൂന്ന്

കൊഴിഞ്ഞുപോയ നാൽപ്പത്തഞ്ച് വർഷങ്ങളെയോർത്ത് അൻവർ തെല്ല് അസ്വസ്ഥനായി. ആ നാൽപ്പത്തഞ്ചു വർഷങ്ങൾ അയാൾ ബാല്യം, യൗവനം മുതലായ ഘട്ടങ്ങളായി തരംതിരിക്കാൻ ശ്രമിക്കുകയാണ്. പക്ഷേ, ഒന്നും വ്യക്തമായി വേർതിരിക്കാൻ കഴിയുന്നില്ല. താനിപ്പോൾ

യുവാവല്ലെന്ന് വരുമോ? വാർധക്യത്തോട് അടുത്തിരിക്കുകയാണോ? ചിന്ത അയാളുടെ അസ്വസ്ഥതയെ കുറേക്കൂടി വർധിപ്പിച്ചു. അങ്ങനെയാണെങ്കിൽ തന്റെ താരുണ്യം അസ്തമിച്ചോ? ജമീല വല്ലതും വിചാരിക്കുമോ?

ജമീലയെ സന്ദർശിക്കുന്ന കാര്യത്തിൽ അയാൾക്ക് പേടിയുണ്ട്. എങ്കിലും, അവളെ കാണുവാൻതന്നെ അയാൾ തീരുമാനിച്ചു.

അബീദാമൻസിൽ.

കോളിങ് ബെല്ലിന്റെ ബട്ടണമർത്തിയപ്പോൾ വാതിൽ തുറന്നത് അവൾതന്നെ; ജമീല.

“ഓ... ഡോക്ടർ അൻവർ ഹുസൈൻ വരണം വരണം.”

എന്തൊരത്ഭുതകരമായ വശ്യതയാർന്ന പുഞ്ചിരി! മാദകത്വം തുളുമ്പുന്ന പൊട്ടിച്ചിരിയും.

ഹൊ... കണ്ണും ചെവിയുമുള്ള ഏതൊരുത്തനെയും ഇവൾ ഭ്രാന്ത് പിടിപ്പിക്കാതിരിക്കില്ല. തനിക്ക് എന്തുകൊണ്ടാണ് ഇവൾ വേണ്ടാതായത്? ഇല്ല. തനിക്കൊരിക്കലും ഇവളെ വേണ്ടാതായിട്ടില്ല. താനൊരു കിറുക്കൻതന്നെ. മാത്രമല്ല, എല്ലാവർക്കും കിറുക്കുതന്നെ. ആ സമാധാനത്തോടെ അയാൾ മന്ദഹസിച്ചു. ജമീല വീണ്ടും പറഞ്ഞു:

“ഡോക്ടർ അൻവർ ഹുസൈൻ, ഇന്നലെ നിങ്ങൾ ചെയ്ത പ്രഭാഷണമുണ്ടല്ലോ അത് വളരെ ഗംഭീരമായി. റൂറൽ ബാങ്കിങ് ഡെവലപ്പ്മെന്റ് ആന്റ് ദി അപ്പ് ലിഫ്റ്റ്മെന്റ് ഓഫ് ദി പെസന്റ്സ് അതായിരുന്നില്ലേ വിഷയം?”

ജമീല സ്വയം മറന്നപോലെ പൊട്ടിച്ചിരിച്ചു. അല്ല തന്റെ പ്രഭാഷണ വിഷയം അതായിരുന്നില്ലെന്ന് പറയാൻ അൻവർക്കു തോന്നി. പക്ഷേ, പറയാൻ കഴിഞ്ഞില്ല. കാരണം, ഇവൾക്കതറിയാനുള്ള താൽപ്പര്യമില്ലെന്നും, അഥവാ പറഞ്ഞാൽത്തന്നെ ഇവൾ കുറേക്കൂടി ചിരിക്കുകയേ ഉള്ളുവെന്നും അൻവർക്കു മനസിലായി. ആ ചിരിയുടെ അർഥം ‘എടോ വിഡ്ഢി അതാരെങ്കിലും ചോദിച്ചോ’ എന്നായിരിക്കും.

സൽമയുടെ അതേ പ്രായം. ഏറിയാൽ ഒന്നോ രണ്ടോ വയസ്സ് കൂടുതൽ കണ്ടേക്കും. സൽമയേക്കാൾ പൊക്കം അവളെപ്പോലെ കൊലുന്നനെയുള്ള ശരീരം. കഴിഞ്ഞ രണ്ടു കൊല്ലങ്ങൾക്കിടയിൽ ഒരു മാറ്റവുമില്ല. തന്റെ അഗ്നി ഇവളെങ്ങനെ കെടുത്തുന്നു! തന്റെ ഉഷ്ണത്തെ ഇവൾ എത്രമാത്രം തണുപ്പിക്കുന്നു.! ദീർഘമായ പന്ത്രണ്ടു കൊല്ലങ്ങൾ കഴിഞ്ഞിട്ടും റോസാപ്പൂ നിറമുള്ള, മൃദുലമായ അതേ മേനി, വിവാഹിതയായതോ, പ്രസവിച്ചതോ, വിവാഹമോചനം നേടിയതോ ഇവളിൽ ഒരു മാറ്റവും ഉണ്ടാക്കിയതായി തോന്നുന്നില്ല.

കവിളിലെ തുടിപ്പ് അൽപ്പം മങ്ങിയിട്ടുണ്ടാകും. എങ്കിലും, ആ സൗന്ദര്യം പണ്ടേപ്പോലെ തന്നെ. രണ്ടു വർഷം മുമ്പ് കണ്ടപ്പോഴും ഇവൾ ഇതേ വടിവിലായിരുന്നല്ലോ?

ജമീല വീണ്ടും മന്ദഹസിച്ചു. ആ മന്ദഹാസത്തിലൂടെതന്നെ അവൾ പറഞ്ഞു, “ഇരിക്കരുതോ!”

"സുഖംതന്നെയോ ജമീലാ?" അലിവൂറുന്ന അന്വേഷണം.

"ഓ... പേരെങ്കിലും ഓർക്കുന്നുണ്ടല്ലോ! താങ്ക്സ്!" അവൾ ചിരിച്ചു കൊണ്ടിരുന്നു.

കൃത്രിമമായ ആശ്ചര്യം നിഴലിക്കുന്നതും, വിടർന്നതും അഴകുള്ളതുമായ കണ്ണുകൾ. മറ്റാരോ പറയുന്നതുപോലുള്ള സംസാരം ഈ രീതി ഉപേക്ഷിക്കണമെന്ന് എത്രയോ തവണ പറഞ്ഞതാണ് പക്ഷേ പ്രയോജനമില്ല.

"കുഞ്ഞെവിടെ?" ഇപ്പോഴെങ്കിലും ഇവൾ യഥാർത്ഥ ജമീലയാകുമെന്ന പ്രതീക്ഷയോടെ ചോദിച്ചു. അത് ഫലിക്കുകയും ചെയ്തു. അവൾ ചിരിനിർത്തി.

"കുഞ്ഞിനെ... ഉമ്മ വിളിച്ചുകൊണ്ടുപോയി."

അങ്ങനെ വരാൻ ഇടയില്ല. ഇന്നലെ ഇവൾ കൂട്ടിക്കൊണ്ടുപോയി അവിടെ വിട്ടതായിരിക്കും. അയാൾ ഊഹിച്ചു. ഉമ്മ ഒരിടത്താണെങ്കിൽ വാപ്പ മറ്റൊരിടത്ത്. അതുകൊണ്ടും ചില സൗകര്യങ്ങളുണ്ടാകാം.

"സ്കൂളിൽ പോകാറില്ലേ?"

"ഇനിയും ചേർത്തിട്ടില്ല" അവൾ പറഞ്ഞു. അയാൾ അപ്പോഴും നിൽക്കുകയായിരുന്നു.

"എന്താ ഇരിക്കുന്നില്ലേ? അകത്തേക്കു വരാം."

ചിരിച്ചുകൊണ്ട് അവൾ അകത്തേക്ക് നടന്നു. അയാൾ അനുഗമിച്ചു.

"ഇരിക്കൂ..." അവൾ കട്ടിലിലേക്ക് വിരൽ ചൂണ്ടി. അയാൾ ഇരുന്നു. അവൾ കൂൾഡ്രിങ്ക്സ് ക്യാബിനെറ്റ് തുറക്കുകയാണ്.

"എന്തു കഴിക്കാനാണ് ഇഷ്ടം?"

"ജമീല വിഷമിക്കേണ്ട. ഞാൻ തന്നെ എടുക്കാം." വിസ്കിയിൽ വെള്ളം പകർന്നുകൊണ്ട് അയാൾ ചോദിച്ചു; "വാപ്പയ്ക്ക് സുഖം തന്നെയോ?"

"ഹാർട്ടിനാണോ?"

അയാൾ അവളുടെ മുഖത്തേക്ക് സൂക്ഷിച്ചുനോക്കി. അവിടെ യാതൊരു ഭാവവ്യത്യാസവുമില്ല.

"മൂന്നാമത്തെ അറ്റാക്കിന്റെ പ്രതീക്ഷയിലാണ് വാപ്പ" അവൾ ചിരിച്ചു.

ജമീലാ... നീ ഇങ്ങനെ എന്തിനും ചിരിക്കുന്നത് എന്തിനാണെന്ന് മുമ്പൊരിക്കൽ ചോദിച്ചതാണ്. ചിരിച്ചുകൊണ്ടുതന്നെ ഇവൾ പറഞ്ഞതെന്താണ്?

'മൈ നെർവ്സ് ആർ മെയ്ഡ് ഓഫ് ലാഫ്റ്റർ' എന്നോ മറ്റോ അല്ലേ?

മറ്റൊരിക്കൽ ഞെട്ടിപ്പിക്കുന്ന വിധം ഇവൾ പറഞ്ഞു. 'ഐ ആം ജെസ്റ്റ് നെൽവ്സ്, ചില ഇഴജന്തുക്കളില്ലേ? അവയെപ്പോലെ, നോ ബ്രെയിൻ, നോ ഹാർട്ട്, ആൾ നെർവ്സ്.'

"ഉമ്മ ഇപ്പോഴും ഇവിടെ വരാറില്ലേ?"

"വാപ്പ ഉള്ളപ്പോഴോ?... ഇല്ല, ഇഷ്ടമുള്ളപ്പോൾ അങ്ങോട്ടുപോയി

ഉമ്മയെ എനിക്ക് കാണാം. ഐ ആം എ ഫ്രീ ബേഡ്" അവളൊന്നു ചിരിച്ചു. എന്നിട്ടു തുടർന്നു പറഞ്ഞു. "കഴിഞ്ഞമാസം വാപ്പ സിങ്കപ്പൂർ സന്ദർശിച്ചിരുന്നു. ഇന്റിമേറ്റ് കൊണ്ടുവന്നിട്ടുണ്ട്. അതു മാത്രമേ ഉള്ളൂ. ബസാറിൽനിന്ന് വാങ്ങിയതാണെന്നു പറഞ്ഞാൽ മതി. മ്യാസ്റ്റിലിൽ ഇല്ല, കേട്ടോ" അവൾ ആർത്തു ചിരിച്ചു.

"ഉമ്മയ്ക്ക് സുഖമല്ലേ" അവൾ പറഞ്ഞത് ചെവിക്കൊള്ളാത്ത മട്ടിൽ അയാൾ ചോദിച്ചു.

"അസുഖമൊന്നും ഇല്ല."

"നിന്റെ ബ്രദറും സിസ്റ്ററും മറ്റും എങ്ങനെയുണ്ട്?"

എന്റെ ഉമ്മയ്ക്ക് മകനും മകളുമായി ഞാൻ മാത്രം" ഇതവൾ എത്രയോ തവണ പറഞ്ഞിട്ടുണ്ട്. അവൾ പതുക്കെ ചിരിച്ചു.

"അതെനിക്കറിയാം."

"ഓ... മറ്റുള്ളവരെപ്പറ്റിയാണോ? അവരൊക്കെ വിദേശങ്ങളിൽ എവിടെയോക്കൊയോ ആണ്."

ശരിക്ക് ഓർക്കുന്നില്ല. അതിനൊട്ട് ശ്രമിക്കാറുമില്ല. ഡ്രോയിങ് റൂമിൽ അവരുടെ ഫോട്ടോ തൂക്കി. അവയ്ക്കു മുകളിൽ ഓരോരുത്തരുടെയും താമസസ്ഥലത്തിന്റെ പേരെഴുതി ഒട്ടിച്ചാലോ എന്ന് വാപ്പയോട് ഞാൻ ചോദിച്ചിട്ടുണ്ട്. അവൾ ഒന്നുകൂടി ചിരിച്ചു.

"വാപ്പ എന്തു പറഞ്ഞു?"

"സ്റ്റുപ്പിഡ്! എന്നാണ് പറഞ്ഞത്" അവൾ ചിരി തുടർന്നുകൊണ്ടേയിരുന്നു.

"അവരാരും ഇവിടെ വരാറില്ലേ?"

"ഉണ്ട്. അവരിലാരെങ്കിലും ഇടയ്ക്കിടെ വന്നു പോകാറുണ്ട്. അവർ കൊണ്ടു വന്ന ടി വി റ്റു ഇൻ വൺ. അത്തർകുപ്പി തുടങ്ങിയവയുടെ ഒരു കൂമ്പാരമാണിവിടെ. പക്ഷേ, നോക്കാനും ഉപയോഗിക്കാനും ആളില്ലാതെ അവയും നശിക്കുകയാണ്. മനുഷ്യരെപ്പോലെ." ഇടയ്ക്കൊന്ന് ചിരിച്ചുകൊണ്ട് അവൾ തുടർന്നു. "കഴിഞ്ഞമാസമാണ് അമേരിക്കക്കാരൻ വന്നത്."

"ആര്... മജീദോ?"

"ഉം... അവന്റെ ഭാര്യയുമുണ്ടായിരുന്നു."

"കല്യാണം കഴിഞ്ഞോ?"

"കഴിഞ്ഞു. അമേരിക്കക്കാരി. അവളും ഡോക്ടറാണ്" ജമീല പ്രത്യേകരീതിയിൽ ഒന്നു ചിരിച്ചു.

"എന്തേ അങ്ങനെ ചിരിക്കാൻ?"

"മജീദിന്റെ ഭാര്യ പറഞ്ഞത് ഓർത്തുപോയി."

"എന്താണ് പറഞ്ഞത്?"

"എവരി ഗ്രാം ഓഫ് യു ഈസ് ഈക്വൽ ടു ഗോൾഡ്." അതായത് ഏകദേശം നാൽപ്പത്തഞ്ചുകിലോ സ്വർണം.

"അവൾ പറഞ്ഞത് ശരിയായിരിക്കാം."

വിസ്കി അകത്താക്കിക്കൊണ്ട് അൻവർ ചിരിച്ചു.

"അമേരിക്കയിലെ സ്വർണം ഏതുതരത്തിലുള്ളതാണെന്ന് എനിക്കു മറിയാം. അവിടെ ഏതിനും നാലുദിവസത്തേക്ക് സ്വർണമാകാൻ സ്വാധി ച്ചേക്കും. പക്ഷേ, ഈ രാജ്യത്ത് കല്ലും കല്ലാണ്; സ്വർണവും കല്ലു തന്നെ." അവൾ ചിരിച്ചു. അർഥം വെച്ചുള്ള ചിരി.

ജമീലയുടെ വാപ്പ വിദേശ സർവീസിലായിരുന്നു. അതിനാൽ വാപ്പ യുടെ കൂടെ ലോകം ചുറ്റിയവളാണ് അവൾ.

ആരെക്കുറിച്ചാണ് പറയുന്നത്? അൻവറിന് പിടികിട്ടിയില്ല. അത് സ്വാഗതമാണെന്ന് അയാൾക്ക് തോന്നി. അൻവർ വിസ്കി നുണഞ്ഞു കൊണ്ട് കട്ടിലിൽ ഇരുന്നു. ആ ഇരുപ്പിൽ അവളെ സൂക്ഷിച്ചുനോക്കി. അവൾ മറ്റെവിടെയോ ആയിരുന്നു.

"നിങ്ങൾ ഇവിടെ വന്നിട്ട് മൂന്ന് കൊല്ലം തികഞ്ഞില്ലേ?"

"ഇല്ല രണ്ടരക്കൊല്ലം."

"ആള് വളരെ സ്മാർട്ടാണല്ലോ?" അവൾ ചിരിച്ചു.

മൂന്ന് കൊല്ലമെന്ന് തെറ്റിച്ച് പറഞ്ഞത് മന:പൂർവമാണെന്ന് അയാൾക്കിപ്പോൾ ബോധ്യമായി.

"എന്നിൽ മാറ്റങ്ങളൊന്നും കാണുന്നില്ലേ"

അവൾ ചോദിച്ചു.

അവളെ സൂക്ഷിച്ചു നോക്കുന്നതായി നടിച്ചുകൊണ്ട് അൻവർ പറഞ്ഞു.

"ഇല്ല ഒന്നും കാണുന്നില്ലല്ലോ."

"സലീമിന് വയസ്സ് അഞ്ചായി."

"അത് നിന്നിൽ ഒരു മാറ്റവും വരുത്തിയിട്ടില്ല."

"അവന്റെ ഉമ്മ ഞാനല്ലല്ലോ."

"പിന്നെ...?"

"എന്റെ ഉമ്മ" അവൾ ചിരിച്ചുകൊണ്ടു പറഞ്ഞു.

"സൽമ എങ്ങനെയുണ്ട്?" അയാൾ ആരാഞ്ഞു.

"അതേപോലുണ്ട്."

"അവളുടെ ഇപ്പോഴത്തെ ഫോട്ടോ ഒന്നു കാണിക്കാമോ? മുമ്പത്തെ ഫോട്ടോ ഇപ്പോഴും എന്റെ കൈവശമുണ്ട്."

"തീർച്ചയായും."

"എന്റെ ഫോട്ടോ തരാം. അതൊന്ന് സൽമയ്ക്ക് കൊടുക്കണം."

നിമിഷനേരത്തേക്ക് അവൾ ചുണ്ടുകൾ അടച്ചുപൂട്ടി. എന്നിട്ട് ചുമ രുകളിൽ പ്രതിധ്വനി ഉണ്ടാക്കുംവിധം പൊട്ടിച്ചിരിച്ചു.

അൻവറിന്റെ ഹൃദയം പിടയ്ക്കുകയാണ്. ശ്വാസഗതി തടസ്സപ്പെട്ട ഒരു വല്ലാത്ത അനുഭവം. ഹോ... എന്തൊരു ചിരി! അത്ഭുതകരമായ ചിരി! ഇത് റൊക്കോഡ് ചെയ്യണം. ജമീലാ, നിന്റെ ചിരി ഒരു കാസറ്റു നിറയെ റെക്കോഡു ചെയ്തു തരൂ എന്നു പറയണം.

ഈ ചിരി ഒരിക്കലും മരിക്കരുത്. ചിന്തിച്ചുകൊണ്ട് വിസ്കി നുണ യുന്ന അൻവറിന്റെ ഹൃദയം ശാന്തമായി.

അവൾ അയാളെ ഒന്നുനോക്കി.

"നിങ്ങൾക്കിപ്പോൾ നാൽപ്പത്തഞ്ച് തികഞ്ഞു അല്ലേ?"

"ഉം..."

"മിനിഞ്ഞാന്നായിരുന്നു നിങ്ങളുടെ നാൽപ്പത്താറാം പിറന്നാൾ. പിറന്നാളാഘോഷം നിങ്ങൾ മിൽക്കിവെയിൽ വെച്ചാണ് അവസാനിപ്പിച്ചത്!"

"എന്തേ...? എത്ര കൃത്യമായാണ് ഇവൾ ഓർമിക്കുന്നത്. ഇവൾക്ക് അതീന്ദ്രിയ ശക്തിയുണ്ടോ? ഉണ്ടായിരിക്കണമെന്ന് പലപ്പോഴും അയാൾക്ക് തോന്നിയിരുന്നു. തന്റെ അറിവ് പ്രകടിപ്പിച്ചുകൊണ്ട് അവൾ അയാളെ എത്രയോ തവണ ഞെട്ടിപ്പിക്കുകയും പേടിപ്പെടുത്തുകയും ചെയ്തിട്ടുണ്ട്."

"അവസാനിപ്പിച്ചത് എന്നു പറഞ്ഞാൽ?" അൻവർ ചോദിച്ചു.

"ഫിനിഷ്ഡ്" എന്നു പറഞ്ഞത് തെറ്റായോ? സെലിബ്രേറ്റ് എന്നു പറയണമായിരുന്നോ? രണ്ടിനും ഒരേ അർഥമാണെന്നാണ് ഞാൻ കരുതുന്നത്. ഒരു സംഭവത്തിനുശേഷം, അതിന്റെ തുടക്കത്തെക്കുറിച്ച് പറഞ്ഞാലും, ഒടുക്കത്തെക്കുറിച്ച് പറഞ്ഞാലും പ്രകടമാകുന്ന അർഥം ഒന്നു തന്നെയാണ്. അവൾ ചിരിച്ചു.

അയാൾ മൗനം ഭജിച്ചു. അവളോട് വാദിക്കാൻ തന്റെ പഠിപ്പ് പോരെന്നും, അവളുടെ തർക്കസരണി സവിശേഷരീതിയിലുള്ള ഒന്നാണെന്നും തനിക്കത് അപരിചിതമാണെന്നും നേരത്തെതന്നെ അയാൾ മനസിലാക്കിയിട്ടുണ്ട്. അവൾ അങ്ങനെ സംസാരിക്കുമ്പോഴൊക്കെ തന്റെ എംകോം, എൽ എൽ ബി തുടങ്ങിയ ഡിഗ്രികൾ അൻവറുടെ ഓർമയിലെത്തും. ഓക്സ്ഫോഡിൽ പഠിച്ചവളാണ് ജമീല. ഒരു രസത്തിനു വേണ്ടി താൻ എഴുതിയിരുന്നെന്നും, പാസായിട്ടില്ലെന്നും അവൾ പറയുമായിരുന്നു. ഈ ഡിഗ്രികളൊക്കെ എന്താണ്, എന്തിനാണ് എന്ന ഭാവത്തിൽ ചിരിക്കുന്നവളാണ് ജമീല. അതുകൊണ്ടുതന്നെയാണ്, താൻ ഫെയിലായിരുന്നു എന്നതിനുപകരം പാസായിട്ടില്ല എന്നു പറയുന്നതും.

"നിങ്ങളെ കണ്ടാൽ ഇപ്പോഴൊരു പത്ത് വയസ്സ് കുറഞ്ഞതുപോലെ തോന്നുന്നു" ജമീല കുലുങ്ങിച്ചിരിച്ചുകൊണ്ടു പറഞ്ഞു. വള്ളിപോലുള്ള അവളുടെ ശരീരം അപ്പോൾ ആകർഷകമായി ഉലഞ്ഞാടി.

അയാൾ ഗ്ലാസിലുള്ള വിസ്കി മുഴുവൻ കുടിച്ചുതീർത്തു.

"വരൂ..." അവൾ എഴുന്നേറ്റ് മറ്റൊരു മുറിയുടെ വാതിൽ തുറന്നു.

അയാൾ അവളെ അനുഗമിച്ചു.

"ദിസ് ഈസ് മൈ യൂണിവേഴ്സ്, ദ സെയിം ഓൾ ദ ടൈം" തുടർന്ന് അവൾ പൊട്ടിച്ചിരിച്ചു.

കിടപ്പറയിൽ അത്തറിന്റെ ഹൃദ്യമായ സൗരഭ്യം. വലിയ കണ്ണാടിക്കു മുന്നിൽ ഈട്ടിത്തടികൊണ്ടുള്ള മേശ. മേശപ്പുറത്ത് ആനക്കൊമ്പിൽ തീർത്ത പുതിയൊരു രാധാകൃഷ്ണ വിഗ്രഹം.

മുമ്പിത് ഇവിടെ ഇല്ലായിരുന്നല്ലോ. ആരെങ്കിലും സമ്മാനിച്ചതാകുമോ?

അയാൾ ആലോചിക്കുകയായിരന്നു.

"അല്ല. ഞാനിത് വിലയ്ക്കു വാങ്ങിയതാണ്." അവൾ പറഞ്ഞു.

അയാൾ ഞെട്ടിപ്പോയി. എന്ത്! ഇവൾ തന്റെ ആലോചനകൾ വായിക്കുകയാണോ?

അവൾ ഉറക്കെ ചിരിച്ചു. ചിരിച്ചുകൊണ്ടുതന്നെ വീതികൂടിയ മെത്തയിലേക്ക് ചായുകയും ചെയ്തു. ആ ചിരി അതിന്റെ ശബ്ദരൂപത്തിൽ ശ്രവണേന്ദ്രിയത്തിലേക്ക് മാത്രമല്ല, എക്സ്റേ രശ്മികളെപ്പോലെ ശരീരത്തിലേക്കും തുളച്ചുകയറുന്നതായി അയാൾക്കു തോന്നി.

ചിരി നിന്നപ്പോൾ അതൊരു ശൂന്യനിമിഷമായി. സൗണ്ട് പ്രൂഫ് ചെയ്ത് ആ കിടപ്പുമുറയിൽ നിശ്ശബ്ദത മുറ്റിനിന്നു.

"ദിസ് ഈസ് മൈ യൂണിവേഴ്സ്. ഐ ഡാൻസ്. ഐ സിങ്, ഐ ലാഫ്, ഐ സ്ക്രീം, ഐ ഗോ മേഡ്, ഐ ഡൈ, ഐ കം ടു ലൈഫ് എഗൈൻ, ഐ ടേൺ ഇന്റു ആഷ് ആന്റ് ഐ സ്പ്രിങ് ഫ്രം ദ ആഷ് ലൈക്ക് ദ സലാമൻഡർ, ജെസ്റ്റ് ലൈക്ക് ദിസ്." കിടന്ന കിടപ്പിൽനിന്ന് അവൾ തന്റെ ഉടലാകെ കുലുക്കിക്കൊണ്ട് വീണ്ടും ചിരിച്ചു.

അയാൾ അവളെ ഒന്നു നോക്കി. അപ്പോൾ അയാളുടെ ഹൃദയത്തിൽ ദയയുടെ ഒരു കടൽതന്നെ ഓളം വെട്ടുകയായിരുന്നു.

അവളുടെ അരികിൽ ചെന്നിരുന്ന അയാളെ നിമിഷംകൊണ്ട് മെത്തയിലേക്കു തള്ളിവീഴ്ത്തിയ അവൾ അപ്പോഴും ചിരിക്കുകയാണ്.

യൂണിവേഴ്സ് എന്നത് മനുഷ്യന് ഒരിക്കലും ഭേദിക്കാൻ കഴിയാത്ത ഒന്നാണെന്ന് ജമീല കരുതുന്നുണ്ടാവാം. ഏതോ അദൃശ്യമായ ഒന്നിന് സങ്കൽപ്പിച്ചുകൊണ്ട് ഇത് തന്റെ യൂണിവേഴ്സാണെന്ന് അവൾ പറയുന്നതും അക്കാരണത്താലാവണമെന്ന് അൻവർ മനസിൽ കരുതി. അതിൽ എല്ലാമെല്ലാം ഇവളാണ്. എല്ലാം ഇവളുടെ ഇച്ഛാനുസാരിയാണ്. എല്ലാം ഇവൾക്ക് അധീനമാണ്.

അയാളുടെ ചിന്ത ഉയരെ പറക്കുകയായിരുന്നു. ഇത് സ്വപ്നമോ യാഥാർഥ്യമോ? സാനിറ്ററിയോ ഇൻസാനിറ്ററിയോ? ബാല്യമോ യൗവനമോ? അതോ വാർധക്യമോ? ഒരുപക്ഷേ, ഇതൊന്നുമാവില്ല. ക്ഷണികമായ ജീവിതം മാത്രമായിരിക്കാം. 'റൂറൽ ബാങ്കിങ് ആന്റ് അർബൻ ലൗവ് എന്നുപറഞ്ഞ് ജമീല ഇപ്പോഴും ചിരിക്കാറുണ്ട്.

സ്വതന്ത്രയാണെങ്കിലും ബന്ധനസ്ഥനാരാണ്? ബന്ധനസ്ഥനോ സ്വതന്ത്രനോ? ഏതാണ് സത്യം? ഏതാണ് മിഥ്യ?

എല്ലാം മിഥ്യയാണ്. അങ്ങ് നക്ഷത്രങ്ങൾക്കും മുകളിൽ തലയുയർത്തി എല്ലയിടവും വ്യാപിച്ചുകിടക്കുന്ന ആകാശവും സംഭവിച്ചതോ സംഭവിക്കാവുന്നതോ ആയ ഭൂകമ്പമുൾപ്പെടെ സർവവും മിഥ്യ.

സത്യമെന്താണ്? ഈ നിമിഷം ഈ നിമിഷം മാത്രമാണ് സത്യം. ഇത് മണ്ണാണ്, മണലാണ്. നല്ലൂരിലെ കടൽക്കരയാണ്. മണ്ണിന്റെ മൽസ്യത്തിന്റെ അഥവാ പച്ചപ്പുല്ലിന്റെ സുഖകരമായ ഗന്ധമാണ്. വെയിലേൽക്കുന്ന മണലിന്റെ ഊഷ്മളതയാണ്. അരുവിയിലെ വെള്ളത്തിന്റെ

കുളിർമയാണ്. നടന്നേടമൊക്കെ, തന്നെത്താൻ വീണുരുണ്ടേടമൊക്കെ സുന്ദരം, സുഖകരം.

സുഷുപ്തിയുടെ ആഴങ്ങളിലേക്ക് ആണ്ടുപോകവേ മനസ്സ് ഉണരുകയാണ്. ഇത് മനസാണോ മറ്റെന്തെങ്കിലുമാണോ? അയാൾ ആശ്ചര്യപ്പെട്ടു. സുഷുപ്തിയിൽ മുഴുകുന്നത് ദേഹവും, ഉണരുന്നത് ആത്മാവും അന്തരാത്മാവും ആയിരിക്കാമെന്ന് അയാൾ നിരൂപിച്ചു.

ഇടത്തെ കൈത്തലം മലർന്നിട്ടാണുള്ളത്. പക്ഷേ, അതെവിടെയാണെന്ന് മനസിലാവുന്നില്ല. പട്ടുപോലെ മാർദവമുള്ള എന്തിനെയോ ആണ് വലതുകൈ സ്പർശിക്കുന്നത്. എന്താണെന്ന് വ്യക്തമല്ല. എന്തുമാകട്ടെ. എല്ലാറ്റിനും ഒരേ സ്പർശനാനുഭവമാണ്.

അപ്പോൾ, യാദൃച്ഛികമായി അയാളുടെ ഹൃദയം എന്തിനോവേണ്ടി ദാഹിച്ചു.

മീനാക്ഷി! മീനാക്ഷി! മീനാക്ഷി!

സംസ്കൃതകവികൾ തങ്ങളുടെ കാവ്യങ്ങളിൽ വർണിച്ചിട്ടുള്ള സൗന്ദര്യത്തിന്റെ പ്രതീകം! എത്ര കണ്ടാലും മതിവരാത്ത അവയവഭംഗി, മറ്റേതൊരു ദിവ്യസംഗീതത്തിൽനിന്നും ലഭ്യമല്ലാത്ത സ്വരമാധുരി. പുഞ്ചിരിക്കുമ്പോൾ അവളൊരു പനിനീർമുകുളമാണ്. ചിരിക്കുമ്പോൾ ചെന്താമരപ്പൂവും! സൗന്ദര്യത്തിന് ഭ്രാന്ത് പിടിപ്പിക്കാനുള്ള കഴിവുണ്ടെങ്കിൽ അത് അവളിലുണ്ടായിരുന്നു. അവളുടെ മുമ്പിൽ താൻ ഒന്നുമായിരുന്നില്ല. അവളിൽ താൻ അവളായി മാറുമായിരുന്നു. ചുറ്റുമുള്ളതിനെയെല്ലാം താനാക്കിമാറ്റാനുള്ള ഐന്ദ്രജാലിക ശക്തിയുള്ളവൾ. അവളുടെ കൺകോണിലും, മൃദുലമായ വിരൽത്തുമ്പിലും, കൈതപ്പൂമേനിയിലെ ഓരോ മുനയിലും ചൈതന്യം നിറഞ്ഞു തുളുമ്പിയിരുന്നു.

അന്നത്തെ ആ അനുഭവങ്ങൾ ഉണർവിന്റെ ഒരു ഭാഗമായിരുന്നു. ഇന്നോ? ഇന്നവ സത്യമോ? മിഥ്യയോ?

സാധ്യമായിരുന്നെങ്കിൽ, മീനാക്ഷിയോടൊപ്പം ബംഗാൾ ഉൾക്കടലിന്റെ അഗാധതയിലേക്ക് ഊളിയിടാനും അൻവർ സന്നദ്ധനായിരുന്നു. അതിന് സാധ്യമായില്ല. സാധ്യമാകാത്തതിനു കാരണം അവളല്ല. താൻ തന്നെയാണെന്ന് അൻവർ കരുതുന്നു.

അവൾ തനിച്ചുപോയി. ആ മരണവാർത്ത അയാൾക്ക് വിശ്വസിക്കാൻ കഴിഞ്ഞില്ല. അന്നും ഇന്നും അഥവാ, വിശ്വസിക്കാൻ അയാളുടെ മനസ്സ് കൂട്ടാക്കുന്നില്ല. വീണ്ടും ചെന്ന് കടൽപ്പുറത്തും, വെയിൽക്കടകളുടെ ചുവട്ടിലും ഹോട്ടലുകൾക്ക് മുകളിലെ പൂന്തോട്ടങ്ങളിലും അന്വേഷിച്ചാലോ?

അവളെ ഒരിക്കൽക്കൂടി കണ്ടെത്താൻ കഴിയുമോ? മീനാക്ഷി എന്നത് എവിടെയെങ്കിലും ഉണ്ടായിരിക്കുമോ?... തീർച്ചയായും അന്വേഷിക്കണം.

മനസേ പശ്ചാത്തപിക്കൂ.

ഇനിയുള്ള ജീവിതമെങ്കിലും, അത്യന്തം തൃപ്തികരമായി, ഉന്മേഷ

പൂർണമായി ആസ്വദിക്കുകതന്നെ. വലതുകൈ എവിടെയാണുള്ളതെന്ന് മനസിലാവുന്നുണ്ട്. തോളിൽ ഉരുമ്മുന്നത് എന്താണെന്നറിയുന്നുണ്ട്. ചൂട് നഷ്ടപ്പെട്ട ഉച്ഛ്വാസം മുഖത്ത് തട്ടുന്നതും അറിയുന്നുണ്ട്.

സ്പർശനാനുഭവത്താൽ ശരീരം ഒന്നുകൂടി ഉണർന്നു. അപ്പോഴത്തെ ചിന്താപരമായ ഉണർച്ച പൊടുന്നനെ നിലയ്ക്കുകയാണ്. ആലോചനകൾ അസ്തമിക്കുകയാണ്. അയാൾ അവളെ ശ്രദ്ധിച്ചു.

യാതൊരു ആവരണവുമില്ലാതെ, ഒരു സ്വർണപ്പാവ കണക്കെ അവൾ ശാന്തമായി ഉറങ്ങുകയാണ്. 'രഹസ്യമായത് ഒന്നുമില്ല, ഉള്ളത് ഇത്രമാത്രം.' എന്നു വിളിച്ചു പറയുന്നതുപോലെ, അവൾക്ക് തന്റെ യൂണിവേഴ്സൽ ഇല്ലാതായിട്ടും ഉള്ളതായി തോന്നിക്കുന്നു.

ആ നിമിഷം അയാൾക്ക് പുതിയൊരു പ്രശ്നത്തെ അഭിമുഖീകരിക്കേണ്ടി വന്നു. താൻ ഉണ്ടോ? ഇല്ലയോ? ഉണ്ടെങ്കിൽ... എവിടെ? എവിടെ? എവിടെ? വീണ്ടും വീണ്ടും ഒരേ ചോദ്യം. അത് എല്ലാ ദിക്കിൽനിന്നും ഉയർന്നുകൊണ്ടിരുന്നു. സൗണ്ട് പ്രൂഫ് ചെയ്ത മുറിയിലെ നിശ്ശബ്ദതയിൽ ആ ചോദ്യം കുറേക്കൂടി കരുത്താർജിക്കുകയാണ്.

നാല്

ഞാൻ അൻവറുടെ കാര്യത്തിൽ എന്തോർത്ത   ാണ് അഭിമാനിക്കേണ്ടത്? അവന്റെ അഴകോ? അതോ ഉദ്യോഗമോ? ഏതാണ് പരിഗണിക്കേണ്ടത്?

ഭാര്യാഭർത്താക്കന്മാർ അഭിമാനംകൊള്ളുന്നത് എന്തിന്റെ പേരിലാണ്? സൗന്ദര്യത്തിന്റെ പേരിലാണോ? അതിലുപരി സമൂഹത്തിലുള്ള സ്ഥാനമാനങ്ങളുടെ പേരിലോ?

അല്ലെങ്കിൽ ഇവയിലൊന്നും പെടാത്ത മറ്റുവല്ലതുമുണ്ടോ? തീർച്ചയായും ഉണ്ടായിരിക്കണം.

അഭിമാനിക്കത്തക്കവണ്ണം ഒന്നുമില്ലെങ്കിലും ഒരു കുഴപ്പവുമില്ലാതെ ഭാര്യാഭർത്തക്കന്മാരായി കഴിയുന്നവരുണ്ടോ. ആ സ്ഥിതിക്ക് ഭാര്യാഭർതൃബന്ധം അഥവാ സംബന്ധം എന്നുപറഞ്ഞാൽ എന്താണ്? അത് സാമ്പത്തിക ശാസ്ത്രത്തിലൂടെയും കാമശാസ്ത്രത്തിലൂടെയും മുന്നോട്ട് നീങ്ങുന്ന ഒരുതരം കരാറല്ലേ? അതിന് ഒരർഥവുമില്ല. തങ്ങളുടെ ചില ആവശ്യങ്ങൾ പരസ്പരം നിറവേറ്റുകയോ മറ്റു ചിലത് ഒഴിവാക്കുകയോ ചെയ്യാനുതകുന്ന ഒരു ഉടമ്പടി മാത്രമാണത്.

അൻവറിനെക്കുറിച്ചോർക്കുമ്പോഴെല്ലാം ഇതേ തരത്തിലാണ് ഞാൻ ചിന്തിക്കാറുള്ളത്.

സ്നേഹം വെറുപ്പായിരിക്കുമോ? എനിക്കങ്ങനെ തോന്നുന്നു. സ്നേഹത്തിന്റെ മറ്റൊരു മുഖമായിരിക്കാം വെറുപ്പ്. കാരണം, അപരിചിതരെ ആരും വെറുക്കാറില്ലല്ലോ? വെറുപ്പിനിരയാവുന്നതാകട്ടെ, പരിചിതരും!

സ്നേഹിക്കപ്പെടാത്ത വ്യക്തി വെറുപ്പിന് പാത്രമാവുമോ? വെറുപ്പിന്റെ തീയിൽ ദഹിക്കുന്നത് സ്നേഹിക്കപ്പെട്ട വ്യക്തി തന്നെയാണ്. ഏറ്റവും പരിചിതനായ വ്യക്തിയാണ് പിന്നീട് അപരിചിതനതായി മാറുന്നത്. പരിചയം ഗാഢമാവുന്നതോടെ ആ വ്യക്തിയുടെ നേരെയുള്ള നമ്മുടെ വിവേചനാശക്തി നശിക്കുകയാണ്. അതോടെ ആ വ്യക്തിയെ സംബന്ധിച്ച് നാം അന്ധമായ തീരുമാനങ്ങളും എടുത്തെന്നു വരും. മക്കളോട് മാതാപിതാക്കളും, ഭാര്യയോട് ഭർത്താവും ഭർത്താവിനോട് ഭാര്യയും ഈ തെറ്റ് ആവർത്തിച്ചുകൊണ്ടിരിക്കുന്നു.

ഇത് വിരോധാഭാസമാണെന്ന് തോന്നാം. പക്ഷേ, വിരോധാഭാസത്തിനും അർഥമില്ലേ? ഇല്ലെന്നു പറഞ്ഞാൽ ഞാൻ സമ്മതിക്കില്ല. ജീവിതത്തിന്റെ അടിത്തറതന്നെ തികഞ്ഞ വിരോധാഭാസങ്ങളാണ്. ക്ഷണികമായത് അനശ്വരമാണെന്ന് കരുതുകയും, നശ്വരമായതിനുവേണ്ടി നാം ജീവിതം മുഴുവൻ പാടുപെടുകയും ചെയ്യുന്നു.

മരണം അനിവാര്യമാണെന്നറിഞ്ഞിട്ടും മരണമില്ലാത്തവരെപ്പോലെ നാം പെരുമാറുന്നു. ഇങ്ങനെ ഒന്നല്ല, രണ്ടല്ല നൂറുകണക്കിൽ.

ഒരുപക്ഷേ, അത് മാത്രമല്ല ജീവിതം? ജീവിതം ഒരു വിരോധാഭാസമാണ്. പാരഡോക്സാണ്.

എംകോ, എൽ എൽ ബി പൂർത്തിയാക്കിയ അൻവർ ഐ എ എസിനു തോറ്റു. അതിനുശേഷം ഏതോ ഒരു വിചിത്ര വിഷയത്തിൽ പി എച്ച് ഡി എടുക്കുകയും ഒരു കോളേജിൽ ലക്ചറൽ ആവുകയും ചെയ്തു. വിവഹത്തെത്തുടർന്ന് എന്റെ വാപ്പയുടെ സ്വാധീനശക്തി ഉപയോഗിച്ച് ബാങ്കിൽ ഉദ്യോഗസ്ഥനുമായി.

ഒരാൾ സ്വയം തന്നെ ഏതുതരത്തിൽ കാണുന്നുവോ അതുപോലെ ആയിരിക്കുമോ മറ്റുള്ളവരും അയാളെ കാണുന്നത്? അൻവറിനെക്കുറിച്ചോർക്കുമ്പോൾ ഈ ചോദ്യം എന്നിലുണ്ടാകാറുണ്ട്. കാരണം പലതാണ്. അത്യാന്താധുനിക രീതിയിൽ കോട്ടും സൂട്ടും ബൂട്ടും ടൈയുമൊക്കെ ധരിച്ച്, ധാടിയും മോടിയും പ്രകടപ്പിക്കുന്ന നിലയിലല്ലാതെ അൻവറിന്റെ സഹപ്രവർത്തകർ അവനെ ഒരിക്കൽപ്പോലും കണ്ടിരിക്കാനിടയില്ല. അൻവറെന്നു കേൾക്കുമ്പോൾ അവരുടെ മനസിൽ രൂപം കൊള്ളുന്ന ചിത്രവും, എന്റെ മനസിലുദിക്കുന്ന ചിത്രവും, അൻവർ തന്റെ മനസിൽ തന്നെക്കുറിച്ച് സൂക്ഷിക്കുന്ന ചിത്രവും വളരെ വ്യത്യസ്തമാണെന്നു തീർച്ച. ഞാൻ മനസിലാക്കിയ അൻവറല്ല അവന്റെ സഹപ്രവർത്തകർ അറിയുന്ന അൻവർ. അത് തീർത്തും മറ്റൊരൻവറാണ്. ഞങ്ങളുടെ അയൽക്കാരും സുഹൃത്തുക്കളുമായ ഡോക്ടർ മഹേശ്, അദ്ദേഹത്തിന്റെ ഭാര്യ ശീലാ രാകേശ് തുടങ്ങിയവർ അറിയുന്ന അൻവറാകട്ടെ വേറൊരാളും.

ഇനിയും ഒട്ടേറെ അൻവർമാർ ഉണ്ടായിരിക്കുമെന്ന് എന്നോളം ബുദ്ധിയുള്ള ഏതോരാൾക്കും ഉറപ്പിച്ച് പറയാൻ കഴിയും. എംകോം പരീക്ഷയിൽ ഫസ്റ്റ് ക്ലാസ് നേടിയ തന്റെ ബുദ്ധിവൈഭവത്തെപ്പറ്റി, ക്ലേശകര

മായ ഒരു വിഷയം തെരഞ്ഞെടുത്ത് ഡോക്ടറേറ്റ് കരസ്ഥമാക്കിയതിനെപ്പറ്റി എല്ലായ്പ്പോഴും അവൻ വീമ്പ് പറയുമായിരുന്നു. രാജ്യത്ത് ഒട്ടാകെ ഈ വിഷയത്തിൽ പി എച്ച് ഡി നേടിയവർ രണ്ടോ മൂന്നോ പേർ മാത്രമാണെന്നും അതിന്റെ പേരിലാണ് ബാങ്ക് നേരിട്ട് വിളിച്ച് ഈ ഉദ്യോഗം തന്നതെന്നും അവൻ കൊട്ടിഘോഷിക്കാറുണ്ട്.

സന്ദർഭം ലഭിച്ചാലും ഇല്ലെങ്കിലും ഇതവന് പറഞ്ഞേ തീരൂ. അതേപ്പറ്റി എത്ര പറഞ്ഞാലും മതിവരാത്ത അവന്, ഇപ്പോഴും ചെറിയ ഒരവസരം കിട്ടിയാൽ സംസാരവിഷയം അതു തന്നെയായിരിക്കും. സ്വൽപ്പം സാവകാശംകൂടി ഉണ്ടെങ്കിൽ, സ്വന്തം ഭാര്യയുടെ സൗന്ദര്യത്തെക്കുറിച്ച് പ്രശംസിക്കാനും അവൻ മറക്കില്ല. അവളുടെ വശ്യമായ മുഖത്തെപ്പറ്റി... നീണ്ട മുടിയുടെ അഴകിനെപ്പറ്റി... സ്വരമാധുര്യത്തെപ്പറ്റി... വർണ്ണന അങ്ങനെ നീണ്ടുപോകും. ആദ്യരാത്രിയിലെ ആസ്വാദനം ഏതേതു തരത്തിലാണെന്നുകൂടി അൻവർ തന്റെ സഹപ്രവർത്തകരോട് വിശദമായി, രസകരമായി പറഞ്ഞതും ഞാനറിഞ്ഞു. എന്റെ സഹപ്രവർത്തകയായ ചന്ദ്രകാന്തിയാണ് ആ വിവരം എനിക്ക് തന്നത്. അതൊക്കെ മറ്റുള്ളവരോട് പറയാമോ? എനിക്കാശ്ചര്യം തോന്നി.

മനുഷ്യമനസിന്റെ വൈവിധ്യത്തെക്കുറിച്ച് ഞാനത്ഭുതപ്പെട്ടതും അപ്പോഴായിരുന്നു... അൻവറിന്റെ വാചാലതയെ ഉള്ളുകൊണ്ട് വെറുക്കാൻ തുടങ്ങിയ എനിക്ക്, അത് ഏതു തരത്തിലുള്ള വാചാലതയാണെന്ന് അനുമാനിക്കാൻ കഴിഞ്ഞില്ല. പക്ഷേ, അൻവർ അന്നു തന്റെ സുഹൃത്തുക്കളോട് വിവരിച്ചതുപോലുള്ള ഒന്നുംതന്നെ നടന്നിരുന്നില്ല എന്നത് എല്ലാറ്റിനേക്കാളും വിചിത്രമായ കാര്യമാണ്.

വിവാഹം കഴിഞ്ഞ ഉടനെ ഞങ്ങൾ കാശ്മീരിലേക്കു പോയിരുന്നു. എന്തിനാണ് പോയത്? എനിക്ക് നിശ്ചയമില്ല. എന്നാൽ അൻവറിന് നിശ്ചയമുണ്ടായിരുന്നോ? ഇല്ലെന്നാണ് തോന്നിയത്.

ഞാൻ ജനിച്ചത് നിശ്ചയമായും സന്തോഷിക്കാനല്ലെന്നു വേണം കരുതാൻ. ഞങ്ങൾ തിന്നു, കുടിച്ചു, അങ്ങിങ്ങായി സ്വൽപ്പം ചുറ്റിയടിച്ചു; അത്രതന്നെ. ഒന്നും ശരിക്ക് കണ്ടതായി ഓർക്കുന്നില്ല. ഒന്നും കാണുകയുണ്ടായില്ല എന്നു പറയുന്നതായിരിക്കും ശരി... ഓർമയിൽ ഒന്നുമാത്രം. ഒരു കുരുന്നു യുവാവും അയാളുടെ ഭാര്യയും, മൂന്നോ നാല് വയസ്സ് പ്രായമുള്ള അവരുടെ കുഞ്ഞും ഒരു ബോട്ടിൽ കളിച്ചും ചിരിച്ചും ഉല്ലസിച്ചിരുന്ന കാഴ്ചയായിരുന്നു അത്. ഈ ലോകത്തിൽ, തങ്ങൾ മൂന്നു പേർ മാത്രമേ ഉള്ളൂ എന്നപോലെയോ, ലോകം മറന്ന പോലെയോ ആയിരുന്നു അവരുടെ അപ്പോഴത്തെ ഭാവം.

കാശ്മീരിൽനിന്ന് തിരിച്ചെത്തിയശേഷം, അൻവറിനു പറഞ്ഞുകൊണ്ടിരിക്കാൻ മറ്റൊരു വിഷയംകൂടി കിട്ടി... കാശ്മീർ എത്രമാത്രം സുന്ദരമാണ് ഞങ്ങൾ ഏതെല്ലാം രീതിയിലാണ് അവിടെ വിഹരിച്ചത്. എങ്ങനെയെല്ലാമാണ് ആനന്ദിച്ചത് എന്നും മറ്റും പൊടിപ്പും തൊങ്ങലും ചേർത്ത് അവൻ വർണിച്ചുകൊണ്ടിരുന്നു.

പക്ഷേ, അൻവർ പറഞ്ഞതെല്ലാം കള്ളമാണ്. അങ്ങനെയൊന്നും നടന്നിട്ടില്ല എന്നതാണ് സത്യം. കാശ്മീർ അത്ര സുന്ദരവുമായിരുന്നില്ല. എങ്കിലും, കേൾവിക്കാർ വിശ്വസിക്കുന്ന മട്ടിൽ പറഞ്ഞു ഫലിപ്പിക്കാനുള്ള കല അൻവറിന് ജന്മസിദ്ധമാണ്. കേൾക്കുന്നവർ, എല്ലാം വിശ്വസിക്കണമെന്നില്ല. അത്തരക്കാരും ഉണ്ടായിരിക്കുമെന്നു തോന്നുന്നു. ഇങ്ങനെ വാക്കുകൾകൊണ്ട് കൊട്ടാരം പണിയുന്ന, പദങ്ങളെ നൂറ്റ് പട്ടു നെയ്യുന്ന കൗശലത്തിന്റെ പേരിലാണോ ഞാൻ അൻവറിനെക്കുറിച്ചഭിമാനിക്കേണ്ടത്?

അൻവർ സംസാരിക്കുമ്പോൾ വാക്കുകളുമായി താദാത്മ്യപ്പെടുന്നതും അവന്റെ ഇടതൂർന്ന പുരികങ്ങൾക്കു കീഴെയുള്ള കറുത്ത കണ്ണുകളുടെ തിളക്കവും തുടിക്കുന്ന കവിളുകളും, ഉൽക്കണ്ഠ കലർന്ന കണ്ഠവും കാണേണ്ടതുതന്നെ. അപ്പോൾ, ഇത് വല്ല കാമവികാരവുമാണോ എന്നു ഞാൻ സംശയിക്കാറുണ്ട്. അൻവറിനെ അത്യന്തം കർത്തവ്യശാലിയും, ചൈതന്യവാനായും ആ രണ്ടവസരങ്ങളിൽ മാത്രമേ ഞാൻ കണ്ടിട്ടുള്ളൂ. എന്നാൽ, അവ രണ്ടിലും എന്തോ കാപട്യമോ അഭിനയമോ ഹിപ്പോക്രസിയോ ഒളിഞ്ഞിരിപ്പുണ്ടെന്ന് എന്നേ ഞാൻ അറിഞ്ഞിരിക്കുന്നു! ഒരുവൾ സന്തോഷവതിയായിരിക്കണമോ എങ്കിൽ, അവൾക്ക് തന്റെ ഭർത്താവിനെപ്പറ്റി ഒരറിവും ഉണ്ടാകരുത്. അറിയാനായി അവൾ തുനിയുന്നതും അബദ്ധമാണ്. തനിക്ക് എന്താണോ തടഞ്ഞത് അതിനെ ഭർത്താവായി കരുതുക. തടയാത്തതിനെക്കുറിച്ച് മനസിലാക്കാൻ ശ്രമിക്കുകയോ, അത് വേണമെന്നാഗ്രഹിക്കുകയോ ചെയ്യരുത്. അങ്ങനെയുള്ളവരാണ് സന്തോഷവതികളായ ഭാര്യമാർ.

അൻവർ എന്നെ സ്പർശിച്ചപ്പോഴൊക്കെ, മഞ്ഞുകട്ടയായി മാറിയ അനുഭവമാണ്. എനിക്കുണ്ടായിട്ടുള്ളത്. എങ്കിലും, എന്റെ സമർഥമായ അഭിനയത്താൻ അതവന് മനസിലായിട്ടുണ്ടാവില്ല. അങ്ങനെ അഭിനയിച്ചില്ലെങ്കിലും കുഴപ്പമൊന്നുമില്ലെന്ന് പിന്നീട് എനിക്ക് മനസിലായി. അന്യസ്ത്രീകളെ കാണുമ്പോൾ വികാരവിവശരാകുന്നവർക്ക് ഭാര്യ ഏതു സ്ഥിതിയിലായാലും, സംഗതി നടക്കുമെന്ന് ബോധ്യമായി.

ആ ഒരു കാര്യത്തിനു മാത്രമേ ഈ വാക്ക് ബാധകമാവുകയുള്ളു. അസാധരണമായ ദൈവഭക്തി പ്രകടിപ്പിക്കുന്ന അൻവർക്ക് അതും ഒരു വികാരം മാത്രമാണ്; വിശ്വാസമല്ല, ഇത് എന്റെ വെറുമൊരു തോന്നൽ; വാസ്തവം അതാണ്.

കെട്ടിനിൽക്കുന്ന വെള്ളംപോലുള്ള എന്റെ ജീവിതത്തിൽ മറ്റൊരധ്യായത്തിന്റെ തുടക്കം കുറിച്ചത് അയൽവീട്ടിൽ മഹേശ് വന്നതിനു ശേഷമാണ്. സ്നേഹത്തിന്റെയും വെറുപ്പിന്റെയും അർഥമെന്തെന്ന് ആരും പറയാതെ ഞാൻ മനസിലാക്കിയതും, എനിക്ക് മനസിലായതും അപ്പോൾ മാത്രമാണ്.

അഞ്ച്

ഭർത്താവും ഭാര്യയും നിത്യേന ഒരുമിച്ച് പുറപ്പെടുന്നു; കാറുണ്ട്. ഭാര്യയെ കോളേജ് ഗേറ്റിൽ ഇറക്കി അൻവർ മുമ്പോട്ട് പോകുന്നു.

നടക്കാനിറങ്ങുന്നതും ഒരുമിച്ചുതന്നെ. റോഡിലോ, കടകളിലോ മറ്റെവിടെയെങ്കിലുമോ സൽമയെ ഒരിക്കലും തനിച്ച് കണ്ടെന്നു വരില്ല. ഭാര്യയും ഭർത്താവും അത്രത്തോളം ഒട്ടിപ്പിടിച്ചാണ് ജീവിക്കുന്നത്. അവർക്കിടയിൽ യാതൊരു ഭിന്നതയുമില്ല. എല്ലാവിധത്തിലും അനുരൂപമായ ജോഡി. കാഴ്ചക്കാർ അഭിനന്ദിക്കുകതന്നെ ചെയ്യും.

അൻവർ കൽക്കത്തയിൽനിന്ന് തിരിച്ചെത്തിയശേഷം, വയറ്റിന് സുഖമില്ലെന്നും വിശപ്പ് തീരെ ഇല്ലെന്നും ഭക്ഷണം മാറിക്കഴിച്ചതാവാം കാരണമെന്നും പറഞ്ഞു തുടങ്ങി. അയാളുടെ ശരീരശക്തി ക്ഷയിച്ചതുപോലെയായി. പിന്നീട് പനി പിടിച്ച് കിടക്കയിലായി.

രോഗം വന്നാൽ ഡോക്ടറെ തേടി ദൂരെ പോകേണ്ട പ്രയാസങ്ങളൊന്നുമില്ല. വിളിപ്പാടകലെയാണ് ഡോക്ടർ മഹേശിന്റെ വീട്. എന്നു വച്ച് വിളിക്കുകയോ ഒച്ച വയ്ക്കുകയോ വേണ്ട. മഹേശിന്റെയും അൻവറിന്റെയും വീടുകളിൽ ഫോണുണ്ട്. മഹേശിന്റെ വീട് സ്വന്തമാണ്. അൻവറിന്റേത് ബാങ്ക്വക ക്വാർട്ടേഴ്സും.

ഫോൺ ചെയ്ത ഉടൻ ഡോക്ടർ എത്തി. കൂടെ ഭാര്യ ശീലയുമുണ്ടായിരുന്നു.

ഡോക്ടർ മഹേശ് അൻവറെ പരിശോധിച്ചു. എന്നിട്ടു പറഞ്ഞു. “ഒരുതരം വൈറൽ ഫീവറാണ്; സാരമില്ല. ഗുളികകൾക്ക് എഴുതാം.”

“ടൈഫോയിഡ് ആയിരിക്കുമെന്നാണ് കരുതിയത്” അൻവർ പറഞ്ഞു.

“ഓ... നിങ്ങൾ എപ്പോഴും വലിയ വലിയ രോഗങ്ങളെക്കുറിച്ചാണല്ലോ ചിന്തിക്കുന്നത്. ജലദോഷം, ഫ്ളൂ മുതലായവയൊന്നും നിങ്ങൾ കണക്കിലെടുത്തിട്ടില്ലെന്നു തോന്നുന്നു...” മഹേശ് ചിരിച്ചുകൊണ്ട് പറഞ്ഞു.

“ബിഗ് പീപ്പിൾ തിങ്ക് ബിഗ്!” വ്യംഗ്യഭാവത്തിൽ പുഞ്ചിരിച്ചുകൊണ്ട് അൻവർ അഭിപ്രായപ്പെട്ടു.

“പക്ഷേ, അൻവർ... ഒരു കാര്യം മാരകമായ എല്ലാ വ്യാധികളുടെയും മറ്റ് വലിയ രോഗങ്ങളുടെയും പിന്നിൽ പ്രവർത്തിക്കുന്നത് വളരെ സൂക്ഷ്മമായ വൈറസാണ് കേട്ടോ.” മഹേശ് അൽപ്പം ഗൗരവത്തിലാണ് പറഞ്ഞത്.

ശീല ഇരുകൈത്തലംകൊണ്ടും തന്റെ നഗ്നമായ തോളിൽ പിടിച്ച് ആകർഷകമായ വടിവിൽ ഇരിക്കുകയാണ്. അവൾ ചോദിച്ചു: “എങ്ങനെയുണ്ട് കൽക്കത്ത?”

മാറിൽ പിണച്ചുവെച്ച ആ കോമള കരങ്ങളെ അൻവർ സൂത്രത്തിലൊന്ന് കടാക്ഷിക്കാൻ മറന്നില്ല. എന്നിട്ട് മഹേശിന്റെ മുഖത്ത് നോക്കി പറഞ്ഞു.

"വളരെ വളരെ സുന്ദരം. സൽമയെയും കൊണ്ടുപോകണമായിരുന്നു. അവിടെ എത്തിയപ്പോഴല്ലേ അത് തോന്നിയത്, കഷ്ടമായി. ഫൈവ് സ്റ്റാർ ഹോട്ടൽ 'മിൽക്കിവെ'യുടെ പതിനാറാം നിലയിലാണ് ഞാൻ താമസിച്ചത്. അതിന് ഏർപ്പാട് ചെയ്തത് ബാങ്കായിരുന്നു."

അടുക്കളയിലേക്ക് തിരിച്ച സൽമയുടെ മുഖത്ത് പുഞ്ചിരി. അതിലെന്ത് പുതുമ? വളരെ അപൂർവമായിട്ടേ ആ പുഞ്ചിരി മായാറുള്ളൂ. 'ഐ തിങ്ക് യു വേർ ബോൺ വിത്ത് എ സ്മൈൽ'. ഡോക്ടർ മഹേശ് ഒരുതവണ നേരിട്ട് അവളോട് പറഞ്ഞിരുന്നു.

അൻവറിന്റെ അസുഖം അപ്പോൾത്തന്നെ ഭേദമായി എന്ന് സൽമയ്ക്ക് തോന്നി. മെത്തയിൽ എഴുന്നേറ്റിരുന്ന അയാൾ കൽക്കത്തെയെക്കുറിച്ച് സംസാരിക്കാൻ തുടങ്ങി. ഏകദേശം മൂന്ന് കൊല്ലംമുമ്പ് കേട്ട അതേ വാക്കുകൾ. അതിൽനിന്ന് വ്യത്യസ്തമായി ഒന്നും കണ്ടെത്താൻ സൽമയ്ക്ക് കഴിഞ്ഞില്ല. പക്ഷേ, മഹേശും ഭാര്യയും അവന്റെ വർണനകളും വിവരണങ്ങളും അതീവതാൽപ്പര്യത്തോടെ ഇത്തവണയും ശ്രദ്ധിച്ചുകൊണ്ടിരുന്നു. തുടർന്ന് ചോദ്യോത്തരങ്ങളുടെ ബഹളംതന്നെ.

വർണനയുടെ കാര്യത്തിൽ അൻവറിന്റെ അടവുകളെ മുട്ടുകുത്തിക്കാൻ പോന്നവയാണ് മഹേശിന്റെ അടവുകൾ. താൻ കൽക്കത്തെയിൽ നിന്നു വാങ്ങിയ ഇൻട്രിമേറ്റിനെപ്പറ്റി അൻവർ പറഞ്ഞു. "ഒരൊറ്റക്കുപ്പി മാത്രമേ അവന്റെ പക്കലുണ്ടായിരുന്നുള്ളൂ. അല്ലെങ്കിൽ... നിങ്ങൾക്കു കൂടി ഒന്നു വാങ്ങിയേനെ."

പിശുക്കനായ അൻവർ അത്രയേറെ വിലപിടിച്ച ഇൻട്രിമേറ്റ് എന്തിനുവാങ്ങി? സൽമ ആശ്ചര്യപ്പെട്ടു.

"അതുസാരമില്ല ഹേ" മഹേശ് പറഞ്ഞു. "അങ്ങനെ നൂറുകണക്കിന് കുപ്പികൾ കാലിയാക്കിയവരാണ് ഞങ്ങൾ. ഇവളുണ്ടല്ലോ നൈറോബിയിൽവെച്ച് ചിലപ്പോൾ ഇൻട്രിമേറ്റിൽ കുളിക്കുകകൂടി ചെയ്തിട്ടുണ്ട്." അയാൾ പൊട്ടിച്ചിരിച്ചു.

കൂടെ ശീലയും ഒന്നു പുഞ്ചിരിച്ചു. വശ്യമായ ചിരി. അവൾ കവിളിലെ നുണക്കുഴി വിരിയിക്കുകയായിരുന്നു.

കൊല്ലങ്ങളോളം ഡയറ്റിങ് അനുഷ്ഠിച്ചതുകൊണ്ടുണ്ടായ കൃത്രിമ നുണക്കുഴികൾ! ചുണ്ടനക്കിയാൽ മതി; അവ പ്രത്യക്ഷപ്പെടുകയായി.

മഹേശിന് പ്രിയപ്പെട്ട വിഷയം തന്റെ കെനിയാ വാസമാണ്. അയാൾ അതേപ്പറ്റി സംസാരിക്കാൻ തുടങ്ങി.

എം ബി ബി എസ് പൂർത്തിയാക്കിയ മഹേശിന്, ബോംബെയിലെ തരംതാണ ഒരു പ്രൈവറ്റ് ക്ലിനിക്കിലാണ് ജോലി ലഭിച്ചത്. മാസശമ്പളം ഇരുന്നൂറ്റമ്പത് രൂപ. ആയിടയ്ക്ക് കെനിയയിലുണ്ടായിരുന്ന ഒരു ബന്ധുവിന്റെ സഹായത്തോടെ നൈറോബിയിൽ എത്താൻ കഴിഞ്ഞു. അവിടെ വലിയൊരു ആസ്പത്രിയിൽ ജോലി സമ്പാദിച്ച മഹേശ് അഞ്ചാറ് കൊല്ലം കൊണ്ട് ധാരാളം പണം വാരിക്കൂട്ടി. ആ സന്ദർഭത്തിൽ, മഹേശിന്റെ ഭാര്യ ശീലയുടെ അച്ഛൻ മരിച്ചു. അതുകാരണം, ജുഹുവിലുള്ള വീട് ഒഴിഞ്ഞു കിടപ്പായി.

ഇഷ്ടമില്ലെങ്കിലും, നൈറോബി വിട്ട് ബോംബെയിലെത്തിയ മഹേശ് വീട്ടിന് മുമ്പിൽ ഒരു നെയിം ബോർഡ് സ്ഥാപിച്ചു. ഒരുതരം മാർവാഡിയായ മഹേശ്, ഡോക്ടറായതുകൊണ്ട് പണത്തിന്റെ കാര്യത്തിൽ ഒരു കുറവും വന്നില്ല. ഡോക്ടർ എന്നതിനുപുറമേ മഹേശ് സമർഥനായ ഒരു നടൻ കൂടിയാണെന്നാണ് സൽമ കരുതുന്നത്.

ഡോക്ടർ മഹേശ് രോഗികളോട് സംസാരിക്കുന്ന രീതിക്ക് ചില പ്രത്യേകതകളുണ്ട്. രോഗം ഭേദമാക്കുന്നതിനേക്കാൾ രോഗിയെ സന്തോഷിപ്പിക്കുക. എന്നതാവണം അയാളുടെ ഫിലോസഫി. സൽമയ്ക്ക് ഇതറിയാം.

അഞ്ചു വർഷത്തിലേറെ നൈറോബിയിൽ കഴിച്ചുകൂട്ടിയ മഹേശ് ഇംഗ്ലണ്ട്, അമേരിക്ക, ജപ്പാൻ തുടങ്ങിയ രാജ്യങ്ങളിലും സഞ്ചരിച്ചിട്ടുണ്ട്. അക്കാലത്തെ രസകരങ്ങളായ ഓർമകളും അനുഭവങ്ങളുമാണ് മഹേശിന്റെ പ്രധാന സംഭാഷണ വിഷയങ്ങൾ, ഭാര്യയോടൊപ്പം താൻ ബഹാമാസ്ദ്വീപ് സന്ദർശിച്ചതും, അവിടെവച്ച് പ്രസിദ്ധയായ ഒരു ഹോളിവുഡ് സിനിമാതാരവുമായി പരിചയപ്പെട്ടതും, അവൾ തന്റെ സൗന്ദര്യം കണ്ട് മോഹിച്ചതും, ശീലയുടെ കണ്ണ് വെട്ടിച്ച് താൻ അവളോടൊപ്പം ക്രീഡിച്ചതുമൊക്കെ മഹേശ് അൻവറോട് ഒറ്റയ്ക്കുള്ള അവസരത്തിൽ പറഞ്ഞിരുന്നു. മാത്രമല്ല, അൻവറിനെ സിനിമയ്ക്ക് കൊണ്ടുപോയി ആ ഹോളിവുഡ് താരത്തെ വെള്ളിത്തിരയിൽ കാണിച്ചുകൊടുക്കുകയും കണക്കിലേറെ കൊതിപ്പിക്കുകയും ചെയ്തു. മഹേശ് പറഞ്ഞതിന്റെ സത്യാസത്യങ്ങളെക്കുറിച്ച് അൻവറിന് ഒരു പിടിയുമില്ല. എങ്കിലും, അയാൾ കേട്ടതെല്ലാം മനഃപൂർവം വിശ്വസിച്ചിരിക്കുകയാണ് കാരണം, അങ്ങനെ വിശ്വസിക്കുന്നതിൽ ഒരു പ്രത്യേക സുഖവും ഹരവും ഉണ്ട്.

മഹേശിനാകട്ടെ, കുറ്റബോധത്തിന്റെ കണികപോലുമില്ല. അതുകൊണ്ട് 'ഇതാണ് ജീവിതം, ഇങ്ങനെയുള്ളതാണ് ശരിയായ ജീവിതം, ഇതുതന്നെ ശരിയായ, സുഖവും. ജീവിതത്തിൽ ഇതിൽപ്പരം 'എക്സൈറ്റിങ് ഫാക്ടർ' വേറെ ഇല്ലെന്ന തരത്തിലും ഭാവത്തിലുമാണ് അയാൾ സംസാരിക്കുന്നത്.

സൽമയും ശീലയും അരികിലില്ലാത്ത സന്ദർഭങ്ങളിൽ അൻവറും മഹേശും തങ്ങളുടെ ജീവിതത്തിലെ എല്ലാക്കാര്യങ്ങളും തുറന്നു പറയാറുണ്ട്. താൻ കോളേജ് വിദ്യാർഥിയായിരുന്ന കാലത്ത് തന്റെ സൗന്ദര്യത്തിൽ ഭ്രമിച്ച അമ്പത് പെൺകുട്ടികളെയെങ്കിലും അനുഭവിച്ചിട്ടുണ്ടെന്ന് അൻവർ പറയും. അപ്പോൾ, താനൊരു നൂറ്റമ്പത് പേരെയെങ്കിലും പ്രാപിച്ചിട്ടുണ്ടെന്ന് മഹേശും പ്രഖ്യാപിക്കും. പക്ഷേ, തന്റെ കാമുകികളായിരുന്നവർ ആരൊക്കെയാണെന്ന് അൻവർ വ്യക്തമായി പറയുകയോ ചൂണ്ടിക്കാണിക്കുകയോ ചെയ്യാറില്ല. മഹേശാണെങ്കിൽ, ബോളിവുഡ് താരത്തിന്റെയും, നൈറോബിയിലെ മറ്റനേകം സുന്ദരികളുടെയും പേരെടുത്ത് പറയാറുണ്ട്. എന്നാൽ, അവരാരെന്ന് അൻവറിനൊട്ട് അറിയുകപോലുമില്ല.

അൻവർ പറയുന്നതെല്ലാം മഹേശ് തന്റെ ഭാര്യയെ ധരിപ്പിക്കുക പതിവാണ്. അതിൽ ഏറിയപങ്കും ശീല സൽമയുടെ ചെവിയിലെത്തിക്കുമെന്നുള്ളതും തീർച്ച. അതുപോലെ, മഹേശ് പറഞ്ഞതെല്ലാം അൻവർ സൽമയോടും പറയും. ചിലപ്പോൾ കുറെ കൂട്ടിച്ചേർത്തെന്നും വരും. പക്ഷേ, അതിൽനിന്ന് ഒരക്ഷരംപോലും സൽമ മറ്റാരോടും പറയാറില്ല. സൽമ നിലചേർന്ന പടർന്ന വള്ളിപോലെയാണെങ്കിൽ ശീല പാറിപ്പറക്കുന്ന പക്ഷിപോലെയാണ്. ഭർത്താവിനെക്കുറിച്ച് താനെന്ത് മനസിലാക്കിയോ അതൊക്കെ സൽമ എവിടെയെങ്കിലും കുഴിച്ചുമൂടും. പിന്നീട് ഒന്നുമറിയാത്തവളെപ്പോലെ നടിക്കുകയും ചെയ്യും.

അങ്ങനെ നടിക്കാൻ അവൾ ബാധ്യസ്ഥയുമാണ്. ഭർത്താവിനെപ്പറ്റി തനിക്കെല്ലാം അറിയാമെന്നും അത് തനിക്ക് ബാധകമേ അല്ലെന്നും ഭാവിക്കുന്നവളാണ് ശീല. അതേ ഭാവത്തിലാണ് അവൾ ഭർത്താവിനോട് പെരുമാറുന്നതും. അതുകൊണ്ടുതന്നെ തികഞ്ഞ രമ്യതയിലാണ് മഹേശിന്റെയും ശീലയുടെയും ജീവിതം. അവർക്കിടയിൽ സന്തോഷമുണ്ട്. ത്രില്ലുണ്ട്. രാജാ–റാണിമാരെപ്പോലെയാണ് അവരുടെ നീക്കം. മണ്ണിനോട് മല്ലിടുന്ന പണിയാളരോ. ബോംബെ നഗരത്തിലെ പ്രമാണിമാരോ ആരുമായ്ക്കോട്ടേ സുഖമായി ജീവിക്കുന്നവരെല്ലാം അങ്ങനെയാണ്. എങ്കിലും അവൾക്കതുപോലെ കഴിയാൻ വയ്യ.

ശീലയ്ക്കും സൽമയ്ക്കും തമ്മിൽ ഒരു സാദൃശ്യവുമില്ല. ഭർത്താവ് പാടാൻ പറഞ്ഞാൽ പാടുകയും ആടാൻ പറഞ്ഞാൽ ആടുകയും ചെയ്യുന്നവളാണ് ശീല. അതുകൊണ്ട് അവൾ ഭർത്താവിനെ പാട്ടിലാക്കുന്നു. തന്റെ ഭർത്താവ് തനിക്കൊരു ദേവനും ഭർത്താവിന് താൻ അപ്സരയും എന്ന മട്ടിലാണ് അവളുടെ വാക്കും പെരുമാറ്റവും. നാലുപേരുടെ മുമ്പിൽവെച്ചും ഭർത്താവുമായി കിന്നാരം നടത്തുന്ന രീതിയാണ് ശീലയുടേത്. ബോംബെ നഗരത്തിലെ ഒരു കോൺവെന്റിലാണ് അവൾ പഠിച്ചത്. അവൾക്ക് എം എ ഡിഗ്രിയുണ്ട്. ഫോർവേഡ് ആയിരിക്കുന്നവരിലും ഫോർവേഡാണവൾ. മഹേശ് ഒരിക്കൽ ഹോളിവുഡിലെ ഒരു പെണ്ണുമായി രമിച്ച കഥ അൻവൻ അവളോട് പറഞ്ഞു.

അത്തരം കാര്യങ്ങളെക്കുറിച്ച് വെട്ടിത്തുറന്ന് പറയാൻ കഴിയുന്നവരാണ് അൻവറും ശീലയും. അതിൽ ഒരു തെറ്റും അൻവർ കാണുന്നില്ല. ശീലയെ കണ്ടുകൊണ്ടിരിക്കുമ്പോൾ അവർ ലോകത്തെ മറക്കും; ശീലയേക്കാൾ പതിന്മടങ്ങ് സുന്ദരിയായ തന്റെ ഭാര്യയെ മറക്കും. ശീല കേവലമൊരു പെണ്ണ് മാത്രമല്ല; സ്ത്രീ എന്നതിന്റെ കലാരൂപമാണ്, സെക്സപ്പീലിന്റെ സജീവ വിഗ്രഹമാണ്. അവൾ നിൽക്കുന്നതും നടക്കുന്നതും സംസാരിക്കുന്നതും ചിരിക്കുന്നതുമൊക്കെ അവളുടേത് മാത്രമായ ശൈലിയിലാണ്. അവ ഓരോന്നും സാധകം ചെയ്ത് അവൾ പരിപൂർണതയിലേക്ക് എത്തിച്ചിരിക്കുന്നു എന്നു പറയാം.

അവൾ തന്റെ കുറുനിരകളെ മാടിയൊതുക്കുന്ന രീതിപോലും മറ്റുള്ളവരുടെ മനം മയക്കാൻ പോന്ന ഒരു കലയത്രെ. തന്റെ ഭാര്യയുടെ

ഈ കഴിവിനെക്കുറിച്ച് മഹേശിന് മതിപ്പാണുതാനും. ഭാര്യ എന്ന കാകാരിയാണ് തന്റെ ഭാര്യ എന്നതിൽ അയാൾക്ക് അഭിമാനമുണ്ട്.

സ്ത്രീ, സ്ത്രീയായി ജീവിക്കുക; ഭാര്യ ഭാര്യയായി ജീവിക്കുക. അതും ഒരു കല തന്നെ. കാണികളുടെ മനസിൽ മോഹമുദിപ്പിക്കുന്ന വളാകണം തന്റെ ഭാര്യ എന്നാണ് അയാൾ ആഗ്രഹിക്കുന്നത്. ആ ആഗ്രഹം സഫലീകരിക്കാൻ പോന്നവളാണ് ശീല എന്നയാൾ വിശ്വസിക്കുകയും ചെയ്യുന്നു. ഫാഷൻ പരേഡുകളിലും പരസ്യങ്ങളിലും വെള്ളിത്തിരയിലും പ്രത്യക്ഷപ്പെടുന്ന സ്ത്രീകളെക്കണ്ട് പുരുഷൻ ഭ്രമിക്കുന്നു. അതുപോലെ, പുരുഷന്മാരെ ഭ്രമിപ്പിക്കുന്നതിലും ശീല വിജയിച്ചിരിക്കുകയാണ്.

എങ്കിലും, ശീലയുടെ ചാരിത്ര്യത്തിന് ഭംഗമൊന്നും വന്നിട്ടില്ല. ഒരിക്കൽ സ്വയംമറന്ന അൻവർ അവളെ കെട്ടിപ്പുണരാൻ ശ്രമിച്ചിരുന്നു. അതിനു തക്ക ശിക്ഷ അയാൾക്കു ലഭിക്കുകയും ചെയ്തു. അന്ന് ശീല അവന്റെ മുഖത്ത് നോക്കി പറഞ്ഞു: "ഡോൺട് ബി എ ഫൂൾ! യു മസ്റ്റ് നോ ഹൗ ടു കൺട്രോൾ യുവർ ഇമോഷൻ." ഒടുവിൽ അൻവറിന് മാപ്പു കൂടി പറയേണ്ടി വന്നു. "എന്തും ചെയ്യാം പക്ഷേ, പശ്ചാത്തപിക്കാൻ ഇടയാകുന്നത് ഒരിക്കലും ചെയ്തു പോകരുത്" ശീല അവനെ ഉപദേശിക്കുകയും ചെയ്തു.

മഹേശ് സ്നേഹിക്കുന്നതായി ഈ ഭൂമിയിലുള്ളത് ആകെ മൂന്ന് വസ്തുക്കൾ മാത്രം. ഒന്ന് പണം, രണ്ട് ശീല, മൂന്ന് മകൻ ശൈലേശ്. ശീലയുടെ കാര്യവും മറിച്ചല്ല. അവളുടെ സ്നേഹപ്രപഞ്ചവും ഈ മൂന്നണ്ണത്തിൽ ഒതുങ്ങി നിൽക്കുന്നു. പക്ഷേ, ശീലക്കൊരു ഫാൻസിയുണ്ട്. അതാണ് പിങ്കു. പൂച്ചയോളം വലിപ്പമുള്ള ഒരു നായ. പിങ്കു ചത്താൽ മറ്റൊന്ന്. അതും ചത്താൽ വേറൊന്ന്. എന്തായാലും അത്തരമൊരു നായ അവൾക്ക് കൂടിയേ കഴിയൂ. ഉള്ളതു ചത്താൽ അവൾ കരയുകയുമൊന്നുമില്ല. അതിന്റെ കുറവ് മറ്റൊന്നിനെക്കൊണ്ട് നികത്തണമെന്നു മാത്രം. നികത്താതിരുന്നാലോ? ചോദ്യം ഉത്ഭവിക്കുന്നതേയില്ല. ശീല ഉറങ്ങണമെങ്കിൽ മറ്റൊന്ന് വരണം. വീട്ടിലെത്തുന്നതിനുമുമ്പ് പേരെന്തായാലും, എത്തിക്കഴിഞ്ഞാൽ പേര് പിങ്കു തന്നെ. അത് നിർബന്ധമാണ്. നായ മരിക്കുമെങ്കിലും, ശീലയുടെ പിങ്കുവിന് മരണമില്ല. എന്നാൽ, അവൾ ഏറ്റവുമധികം സ്നേഹിക്കുന്നത് ആരെയാണ്? അത് തന്നെത്തന്നെ. ശീല എന്ന സെക്സ് സിംബലിനെ. താൻ എത്രയധികം സെക്സിയാകുന്നുവോ അത്രയും സന്തോഷമാണവൾക്ക്.

ശീല കോളേജിൽ പഠിക്കുന്ന കാല്. അന്ന് സ്വന്തം സ്നേഹിതന്മാരിൽ ആരെങ്കിലും, 'നീ ഇന്നു വളരെ സെക്സിയായിട്ടുണ്ടല്ലോ' എന്നു പറഞ്ഞെന്നിരിക്കട്ടെ. ഉടനെ ശീല അവളെ ചുംബിച്ചുകളയുമായിരുന്നു. ഇന്നോ? ഇന്നും അങ്ങനെതന്നെ. അവൾ വിവാഹിതയായിട്ട് വർഷം എട്ടു കഴിഞ്ഞു. എന്നിട്ടും അവൾക്ക് സൗന്ദര്യത്തോടുള്ള കമ്പം തീർന്നിട്ടില്ല. അതിന് കൊഴുപ്പ് കൂട്ടാനായി എത്രനേരമെങ്കിലും അവൾ കണ്ണാടിക്കു

മുമ്പിൽ ചെലവഴിക്കുക പതിവാണ്. വെറും നാൽപ്പത്തഞ്ചു കിലോഗ്രാമാണ് അവളുടെ തൂക്കം. ഈർക്കില പോലുള്ള ശരീരം. എന്നിട്ടും ശീല അത്ര ആകർഷണീയയായി കാണുന്നത് അവളുടെ മനോബലത്താലാണെന്ന് പറഞ്ഞാൽ തെറ്റില്ല. അസ്ഥികൾ എഴുന്നുനിൽക്കുന്ന കവിളുകൾ. ഉലയാൻ മാത്രം മാംസപേശികളില്ലാത്ത അരക്കെട്ടും മെലിഞ്ഞ കൈകളും. കണ്ണുകൾക്ക് ചുറ്റും തവിട്ടുനിറം. ഏതോ മന്ത്രശക്തികൊണ്ടെന്നപോലെ ഉയർത്തി നിർത്തിയ മാറിടം. രക്തരാഹിത്യത്തെ മായ്ക്കാൻ ലിപ്സ്റ്റിക് തേച്ച അധരങ്ങൾ. ശീലയുടെ സ്ഥിതി ഇങ്ങനെയാണെങ്കിലും, അവളിൽ ഭ്രമിക്കാത്ത ഒരൊറ്റ പുരുഷനുമില്ല.

മുമ്പൊക്കെ അവൾ ഡയറ്റ് പാലിക്കാറുണ്ടായിരുന്നു. ഇപ്പോൾ എന്തു തിന്നാലും അവളുടെ ദേഹപ്രകൃതിക്ക് മാറ്റമൊന്നും ഉണ്ടാകാറില്ല. താൻ അമേരിക്കൻ ഡാംസെൽപോലെയാണെന്ന് അവൾ പറയാറുണ്ട്. സ്വഭിമാനം മഹേശ് പറയുന്നതും അതുതന്നെ. നായ ചത്ത ദിവസം അവൾ തെല്ലു മെലിഞ്ഞെന്നു വരും. പക്ഷേ, പിറ്റേന്ന് പൂർവസ്ഥിയിയെ പ്രാപിക്കുകയും ചെയ്യും.

സൽമയുടെ ശാരീരിക സൗന്ദര്യവുമായി താരതമ്യപ്പെടുത്തിയാൽ ശീലയുടേത് സൗന്ദര്യമേ അല്ല.

പക്ഷേ, കണ്ണിൽ കാണുന്നത് മാത്രമല്ല പെണ്ണ്. വിലകൂടിയ ഉടയാടകളോ ആഭരണങ്ങളോ അല്ല, അസ്ഥിയും മാംസവും തോളും തുടകളുമല്ല, അവൾ ശക്തിയാണ് എന്നു പറയുന്നതും ശരിയല്ല. ശക്തിയുടെ ഉറവിടമായ സൂര്യനുമല്ല. ഷീ ഈസ് നോട്ട് പവർ. അവൾ ഒരു നദിയാണ്. ഷീ ഈസ് എ ഫോർസ്.

സൽമയെ കെട്ടിപ്പിടിച്ച് കിടക്കുമ്പോൾ സ്ത്രീ എന്ന നദി അൻവറിന്റെ മനസിലൂടെ ഒഴുകുന്നു, ജമീല... മീനാക്ഷി... ശീല... റീത്ത... ഊർമ്മിള... ജെസ്സി...

ആ പ്രവാഹത്തിൽ അയാളുടെ മനസ്സ് ഒരു കരിയിലപോലെ ഒഴുകുകയാണ്. അപ്പോൾ അയാൾ, എന്താണ് എന്ന് എങ്ങനെ തീരുമാനിക്കും? ആരാണ് അത് തീരുമാനിക്കാൻ? ആരാണ് അയാളെ കണ്ടിട്ടുള്ളത്?

ആറ്

വാപ്പയുടെ മരണത്തിന് മുമ്പ് തന്റെ വിവാഹം നടന്നു. അങ്ങനെ സംഭവിച്ചില്ലായിരുന്നെങ്കിൽ താൻ വിവാഹിതയാവുമായിരുന്നോ? ഇല്ലെന്നാണ് സൽമ കരുതുന്നത്.

സൽമയുടെ വാപ്പ നാസിമുദ്ദീൻ, വക്കീലായിരുന്നു. വലിയൊരു സുഹൃദ് സംഘമൊഴികെ പറയത്തക്ക സമ്പാദ്യങ്ങളൊന്നും അദ്ദേഹത്തിനുണ്ടായിരുന്നില്ല. ഒരു വീടുപോലും ആർക്കുവേണ്ടിയാണ് വീട്? അദ്ദേഹം ചോദിക്കുമായിരുന്നു. കൂടപ്പിറപ്പുകളില്ലാത്ത സൽമ വിവാഹി

തയായിപ്പോയാൽ നമുക്ക് പിന്നെന്തുവേണം? അദ്ദേഹം പത്നിയോട് പറയാറുണ്ട്.

സ്ത്രീധനമായി അദ്ദേഹം അൻവർക്ക് കൊടുത്തത് സ്റ്റാൻഡേഡ് കാറാണ്. അതുവേണം, ഇതുവേണം എന്നൊന്നും അൻവർ ആവശ്യപ്പെട്ടതുമില്ല. സൽമയ്ക്ക് ഉടപ്പിറപ്പുകളില്ലാത്ത കാരണം ശ്വശുരന്റെ സമ്പാദ്യമെല്ലാം ഒരുനാൾ തന്റേതാകുമെന്ന് അയാൾ വിശ്വസിച്ചു. പക്ഷേ, ആ വിശ്വാസം നഷ്ടപ്പെട്ടത് ശ്വശുരന്റെ മരണശേഷമാണ്.

ഭർത്താവിന്റെ അഭാവത്തിൽ നഫീസ രണ്ടുമാസം മാത്രമേ മകളുടെ വീട്ടിൽ താമസിച്ചുള്ളൂ. അതിനുമുമ്പും മരുമകനെ അവർക്ക് കണ്ടുകൂടായിരുന്നു. അയാളെ ആശ്രയിച്ചു കഴിയാനും അവർ ഇഷ്ടപ്പെട്ടില്ല.

നഫീസയുടെ വക പൂനെയിൽ ഒന്നുരണ്ടേക്കർ സ്ഥലമുണ്ട്. അതിൽ, അവരുടെ സഹോദരിയും ഭർത്താവും കൃഷിചെയ്തു വരികയായിരുന്നു.

അത് വിറ്റ് ബോംബെയിൽ ഒരു വീടുപണിയാൻ അൻവർ ആലോചിച്ചതാണ്. അഞ്ചാറുലക്ഷം രൂപ നിർമ്മാണച്ചെലവ് വരുന്ന പ്ലാൻകൂടി തയാറാക്കിയതായിരുന്നു.

ഇക്കാര്യം പുറത്തുവിടുന്നതുവരെ അൻവർ അമ്മായിയോട് അത്യന്തം 'സ്നേഹാദരപൂർവ' മാണ് പെരുമാറിയത്. എന്നാൽ, സ്വത്ത് വിൽക്കാൻ അമ്മായിക്ക് സമ്മതമില്ല. ഇതറിഞ്ഞതോടെ നഫീസയ്ക്ക് ചവറിന്റെ വിലപോലും അൻവർ കല്പിച്ചില്ല. മരുമകനെന്ന മഹാരാജാവിന്റെ മനസിലിരിപ്പ് അയാളുടെ ഭാര്യയേക്കാളും നന്നായി മനസിലാക്കിയിരിക്കുന്നത് നഫീസയാണഅ. 'ഈ മരിക്കാൻ കാലത്ത് എനിക്കവന്റെ ചോറ് വേണ്ടെന്നും ജനിച്ചുവളർന്ന മണ്ണിൽത്തന്നെ എനിക്ക് മരിക്കണ'മെന്നും പറഞ്ഞാണ് അവർ പൂനെയിലേക്ക് വണ്ടികയറിയത്. നഫീസയുടെ ചേച്ചിയാണ് ഫാത്തിമ. രണ്ടുപേരും നല്ല യോജിപ്പിലുമാണ്. തനിക്കു സ്വന്തമായി നിലമുള്ളതുകൊണ്ട് ചേച്ചിയുടെ കുടുംബത്തിന് താനൊരു ഭാരമാവുകയില്ലെന്ന വിശ്വാസവും അവർക്കുണ്ടായിരുന്നു.

"എന്റെ മരണശേഷം ആ നിലം നിന്റേതായിരിക്കും. അതിനുവേണ്ട വ്യവസ്ഥയും ചെയ്യാം. പക്ഷേ, അത് നിന്റേതകായിത്തന്നെ നിലനിർത്തണം. അത് വിൽക്കുന്ന കാര്യത്തിൽ ഇപ്പോഴും എനിക്ക് വിരോധമൊന്നുമില്ല എങ്കിലും അത് വിറ്റു പണിയുന്ന വീട് നിന്റെ പേരിലായിരിക്കണം, അതേ വേണ്ടൂ. നഫീസ മകളോട് പറഞ്ഞു."

"ആരുടെ പേരിലായാലും ഉമ്മയ്ക്കെന്താ?"

"നിനക്കൊന്നുമറിയില്ല സൽമ. നിയൊരു വെറും പാവമാ. ഈ ആണുങ്ങളുണ്ടല്ലോ അവരെ വിശ്വസിക്കാൻ കൊള്ളില്ല. ഒരുത്തിയെ കൈയൊഴിച്ച് മറ്റൊരുത്തിയെ കെട്ടാൻ അവർക്കൊരു മടിയുമില്ല. അങ്ങനെ വല്ലതും സംഭവിച്ചാൽ നിനക്കെന്താണൊരു ഗതി?" ഉമ്മ ചോദിച്ചു.

ഉമ്മ പറഞ്ഞതിലും കാര്യമില്ലേ? തന്നോടുള്ള അൻവറിന്റെ സ്നേഹപ്രകടനം അളവറ്റതാണ്. എങ്കിലും അവന് അപ്രിയമായേക്കാവുന്ന

വല്ലതും താൻ ചെയ്തുപോയാൽ അവന്റെ മട്ടെന്തായിരിക്കും? അങ്ങനെയൊരു പേടി തീർച്ചയായും അവൾക്കുണ്ടായിരുന്നു. വിവാഹം കഴിഞ്ഞിട്ട് അന്നേക്ക് രണ്ടു വർഷം തികയുന്നേയുള്ളൂ. അൻവറിന്റെ സ്നേഹത്തിനും ലാളനയ്ക്കും ഒരു കുറവുമുണ്ടായിരുന്നില്ല... പക്ഷേ, ആ സ്നേഹത്തിനും ദേഷ്യത്തിനും എന്തുണ്ട് വ്യത്യാസം? ഒരു വ്യത്യാസവുമുണ്ടായിരുന്നില്ല. അതൊരു വാസ്തവം. നിമിഷംകൊണ്ട് ഒന്ന് മറ്റൊന്നായി പരിണമിക്കുമെന്നതിന് പല നിർദ്ദേശങ്ങളും അവളുടെ മുന്നിലുണ്ട്.

"ഞാൻ ഗതിയില്ലാത്തവളാവില്ല ഉമ്മാ. എനിക്കൊരു ജോലിയില്ലേ?"

"ഉണ്ണാനും ഉടുക്കാനും അതുകൊണ്ട് തികയുമായിരിക്കും... എന്നാൽ, നാളെ കുഞ്ഞുങ്ങളുണ്ടാവും. വല്ല കാരണത്താലും നിനക്ക് ഇവിടെനിന്ന് മാറേണ്ടി വന്നാലോ? അങ്ങനെ സംഭവിക്കുമെന്നല്ല; സംഭവിച്ചാൽ...?" ഉമ്മ ചോദിച്ചു.

ഉമ്മ തുടർന്നു: "ധാരാളം ചീത്തത്തരങ്ങൾ നടക്കുന്നതാണ് ഈ ദുനിയാവ്. ഇവിടെ രണ്ടും മൂന്നും പെണ്ണുകെട്ടാത്തവർ എത്ര കാണും? ഗ്രാമത്തിലെ നിലവും വിറ്റ് വഴിയാധാരമാകാൻ ഞാൻ ഒരുക്കമല്ല. ഇത് എന്റെ കാര്യം മാത്രമല്ല, നിന്റേതുകൂടിയാണ്."

ഒരുദിവസം നഫീസ കേൾക്കെത്തന്നെ അൻവർ പറഞ്ഞു: "നിന്റെ ഉമ്മ ചാകുമ്പോൾ ആ സ്വത്തുംകൊണ്ട് പോകുമോ?"

പിറ്റേന്ന് ഉമ്മ വീട്ടിൽനിന്ന് ഇറങ്ങിപ്പോയി പൂനെയിലേക്ക്.

"ഇനിയൊരിക്കലും നീ അങ്ങോട്ട് പോകരുത്. അവർ ഇവിടെ വരാനും പാടില്ല" അൻവർ പറഞ്ഞു.

"അവർ എന്റെ ഉമ്മയാണ്."

"അവൻ നിന്റെ ഉമ്മയാണെങ്കിലേയ്... എന്നോട് ഭേദഭാവം കാട്ടുന്നതെന്തിനാ? അവർ എന്തുകൊണ്ട് നിന്നെ കാണുന്നതുപോലെ എന്നെയും കാണുന്നില്ല?"

അതാണ് സൽമയ്ക്കും മനസിലാകാത്തത്.

ഒരു കാരണം അൻവർ തന്നെ കണ്ടെത്തി.

"നീ ഇതുവരെയും പ്രസവിക്കാത്തവളല്ലേ? അതുകൊണ്ട്. ഞാൻ വേറെ പെണ്ണുകെട്ടിയേക്കുമോ എന്ന് നിന്റെ ഉമ്മയുടെ വക്രബുദ്ധി ശങ്കിക്കുന്നുണ്ടാകണം."

സൽമ ഒന്നും മിണ്ടിയില്ല.

ഉമ്മ ഇറങ്ങിപ്പോയിട്ട് കൊല്ലം ഒന്ന് കഴിഞ്ഞു. എന്നിട്ടും അവരെ ഒരു നോക്കു കാണാൻ സൽമയ്ക്ക് കഴിഞ്ഞില്ല. അൻവറിന്റെ ഹൃദയം കല്ലുപോലെ ഉറച്ചിരിക്കുകയാണ്.

സൽമയുടെ കണ്ണീരു കണ്ടിട്ടോ എന്തോ ഒരുദിവസം അൻവർ പറഞ്ഞു: "അത്ര കൂടിയേ കഴിയൂ എങ്കിൽ പുന്നാരമോളെ ഇവിടെ വന്ന് കണ്ടു പൊയ്ക്കോട്ടെ. നീ ഒരിക്കലും അങ്ങോട്ട് പോകരുത്."

നൊന്നു പെറ്റതല്ലേ. നഫീസ മകളെ കാണാൻ വന്നു. പക്ഷേ, ഉമ്മയ്ക്കും മകൾ ഒരുമിച്ചിരിക്കാനോ, രഹസ്യമായി ഒരു വാക്കു പറ

യാനോ പഴുതൊന്നും കിട്ടിയില്ല. രാവിലെ മകളും ഭർത്താവും ഒരുമിച്ച് ജോലിസ്ഥലത്തേക്ക് പുറപ്പെടുന്നു. ഉച്ചഭക്ഷണത്തിന് വീട്ടിലെത്തുന്ന അവർ തിരിച്ചു പോകുന്നത് ഒരുമിച്ച്. വൈകുന്നേരം വീട്ടിൽ തിരിച്ചുവരുന്നതോ? അതും ഒരുമിച്ചുതന്നെ.

തനിച്ച് ഒരിടത്ത് പോകാനും അയാൾ സൽമയെ അനുവദിച്ചിരുന്നില്ല. വീട്ടിലാണെങ്കിൽ അവളുടെ ശബ്ദം കേൾക്കാവുന്നത്ര അരികിലായിരിക്കും അയാൾ. രാത്രി മുഴുവൻ ഉമ്മയുമായി സംസാരിക്കണമെന്ന് സൽമ ആഗ്രഹിച്ചു. നഫീസയുടെ ആഗ്രഹവും അതായിരുന്നു. എന്നാൽ, തന്റെ മെത്തയിലല്ലാതെ മറ്റൊരിടത്ത് കിടക്കാനും അൻവർ അവളെ സമ്മതിച്ചില്ല. നഫീസ നാലു ദിവസത്തോളം ആ യാതന അനുഭവിച്ചു. തന്റെ മകളെ കണ്ണുനിറയെ കാണാനെങ്കിലും ഒത്തല്ലോ എന്ന കൃതാർഥതയോടെയാണ് അവർ വീണ്ടും പൂനെയ്ക്ക് പോയത്.

പോകാൻ നേരത്ത് നഫീസ സൽമയുടെ ചെവിയിൽ പറഞ്ഞു. "സ്വത്ത് ഞാൻ നിന്റെ പേർക്ക് എഴുതിയിട്ടുണ്ട് വിവരം അവനോട് പറഞ്ഞേക്ക്. അവനത് സന്തോഷമായേക്കും. പക്ഷേ, ഒന്നുണ്ട്. എന്റെ മരണശേഷമേ സ്വത്ത് നിന്റേതാവുകയുള്ളൂ. എന്റെ ആരോഗ്യം കാണുമ്പോൾ അവന്റെ കരൾ കത്തുന്നുണ്ടാവും. കത്തട്ടെ, സാരമില്ല. ഞാൻ മരിച്ചുകഴിഞ്ഞാൽ നിനക്കത് കിട്ടുമെന്ന് ഉറപ്പുണ്ട്. അതുകൊണ്ടെങ്കിലും അവൻ നിന്നോട് നല്ല നിലയ്ക്ക് പെരുമാറട്ടെ. ഞാനത് വിറ്റു തിന്നുമെന്ന് പേടിക്കുകയും വേണ്ട."

ഉമ്മ അൻവറെ ഇഷ്ടപ്പെട്ടില്ലെന്നു മാത്രമല്ല വെറുക്കുകയും ചെയ്തിരുന്നു. അതിനു പ്രത്യേക കാരണങ്ങളുമുണ്ടായിരിക്കാം. അൻവറെ സംബന്ധിച്ച് വല്ല വിശേഷസംഗതികളും ഉമ്മ മനസിലാക്കിയിരിക്കുമോ? ഉണ്ടാവാമെന്നാണ് സൽമ കരുതുന്നത്.

ഒരിക്കൽ നഫീസ പറഞ്ഞു: ''കെട്ടിയത് ഇത്തരത്തിലുള്ള ഒരുത്തനെ ആയിപ്പോയല്ലോ മോളെ. നിന്റെ ബാപ്പ അള്ളാവിനെപ്പോലെയായിരുന്നു. ഇവനാകട്ടെ ഒരു തനി... വേണ്ട ഞാൻ പറയുന്നില്ല."

ഉമ്മ പറയാൻ ഭാവിച്ചത് എന്തായിരുന്നെന്ന് സൽമയ്ക്കറിയാം... 'ചെകുത്താൻ' ഇത്തരമൊരു മനുഷ്യനെയാണല്ലോ താൻ കെട്ടിപ്പോയതെന്ന് സൽമയ്ക്കും തോന്നാതിരുന്നില്ല. വിവാഹിതയായിട്ട് മൂന്നു മാസം കഴിഞ്ഞപ്പോഴാണ് അൻവറിന്റെ അനുജന്റെ പെണ്ണ് കെട്ട് നടന്നത്. അന്നാദ്യമായി അൻവറുടെ സ്വദേശമായ നല്ലൂരിലേക്ക് പോവുകയാണ്. അത് തെങ്ങിൻതോപ്പും കരിമ്പിൻതോട്ടങ്ങളുമുള്ള മനോഹരമായ കടപ്പുറമാണെന്നും മറ്റും അൻവർ വർണിക്കാറുള്ളത് സൽമ ഓർത്തു.

അതുകൊണ്ട് അങ്ങോട്ട് പോകാനുള്ള ഉത്സാഹത്തള്ളിച്ചയോടെ അവൾ ഒരുങ്ങുകയായിരുന്നു.

"പക്ഷേ, നിനക്ക് ഇതേ വേഷത്തിൽ പോകാൻ പറ്റില്ല." അൻവർ പറഞ്ഞു.

"പിന്നെ ഏതു വേഷത്തിലാ" പറഞ്ഞത് മനസിലാവാതെ സൽമ ആശ്ചര്യത്തോടെ ചോദിച്ചു.

"മൂടുപടം ഇടണം."

"എന്തിനാ? കാാരക്കുത്തേറ്റതുപോലെയായി അവളുടെ മുഖഭാവം."

"അതു ബോംബെ പട്ടണമൊന്നുമല്ല. ശുദ്ധ നാട്ടിൻപുറം. മൂടുപടമില്ലാതെ ഒരൊറ്റ സ്ത്രീയും അവിടെ പുറത്തിറങ്ങില്ല."

"ഇല്ല ഞാൻ മൂടുപടമിടില്ല. വഷള്." സൽമ പറഞ്ഞു.

"പിന്നെന്തു ചെയ്യും? കല്യാണത്തിന് പോകാതെ പറ്റുമോ?"

"നിങ്ങൾ പോയാൽ മതി."

"അതുപറ്റില്ല. നീയും വന്നേതീരൂ."

"തീർച്ചയായും വരാം. പക്ഷേ, മൂടുപടം ഇടാൻ എന്നെക്കൊണ്ടാവില്ല."

"ഭ്രാന്തു പറയരുത്."

"അങ്ങനെയാണെങ്കിൽ ഇവിടങ്ങളിലും അതിട്ടുകൊണ്ട് നടക്കാമല്ലോ?"

"ഇവിടെ ഈ വേഷം അവിടെ ആ വേഷം."

"വേഷം കെട്ടാഞ്ഞാൽ?"

"അതു മതസമ്പ്രദായത്തെ ധിക്കരിക്കലാവും. അവരൊക്കെ ബഹളവും കൂട്ടും. നിന്നെ ഒരു വിചിത്ര ജീവിയായിട്ടേ അവർ കണക്കാക്കുകയുള്ളൂ. ആ സ്ഥിതിയിൽ നമുക്കവിടെ ഒരു വീട്ടിലും കയറാൻ പറ്റില്ല."

"അത് മതസമ്പ്രദായമാണോ? അല്ലേയല്ല. അതൊരുതരം മൂഢവിശ്വാസമാണ്. അന്ധമായ അനുകരണം."

"അങ്ങനെ പറയാൻ നിനക്കെന്തധികാരം? വിശ്വാസികളെല്ലാം അത്തരം സമ്പ്രദായങ്ങളെ അനുസരിക്കുന്നു. അതിലും നന്മകളുണ്ട്."

"അതിലെന്ത് നന്മകളാണുള്ളത്. ഉണ്ടെങ്കിൽ അതെല്ലായിടത്തും അനുസരിക്കേണ്ടേ? അങ്ങനെയാണെങ്കിൽ എന്തിന് സ്ത്രീകൾ മാത്രം മൂടുപടമണിയണം? പുരുഷന്മാർക്കും അതാവാമല്ലോ?"

സൽമയ്ക്ക് എന്തു ചെയ്യാൻ കഴിയും? മൂടുപടമിട്ട് കാറിൽ കയറുമ്പോൾ അവൾക്ക് ആത്മഹത്യ ചെയ്യാൻ തോന്നി. ആ കാറിൽ കഴിച്ചുകൂട്ടിയ രണ്ടുമണിക്കൂർ സമയമത്രയും അവളുടെ ഹൃദയം വേദനകൊണ്ട് പുളയുകയായിരുന്നു. ഇതൊന്തൊരു ശിക്ഷ? എന്തിനുവേണ്ടിയുള്ള ശിക്ഷ? ആരാണിത് നടപ്പിലാക്കിയത്? എന്ന്? എന്തിന്? ഇത്തരം നൂറുനൂറ് ചോദ്യങ്ങളും സംശയങ്ങളും സൽമയുടെ മനസിൽ മൗനമായി ജനിക്കുകയും മരിക്കുകയും ചെയ്തുകൊണ്ടിരുന്നു.

ഇതിനൊക്കെ എത്രമാത്രം അബദ്ധജഡിലവും വഞ്ചനാപരവുമായ ഉത്തരങ്ങളാണ് ഈ മനുഷ്യൻ ഒരുക്കിവെച്ചിരിക്കുന്നത്!

കാറിൽനിന്നിറങ്ങി നടന്ന പത്ത് ചുവടുകൾ സൽമയുടെ ജീവിതത്തിലെ മറക്കാനാവാത്ത സംഭവമായിരുന്നു. ലോകംമുഴുവൻ തന്നെ തുറിച്ചുനോക്കുകയാണ്. പക്ഷേ, ലോകം തന്നെ കാണുന്നില്ല. അതൊരുതരം ചിത്ര പീഡനമാണെന്ന് അവളുടെ ഹൃദയം വീണ്ടും വീണ്ടും വിളിച്ചു പറഞ്ഞു. വീട്ടിലെത്തിയാൽ ഇതെന്തിന് അഴിച്ചുമാറ്റണം? അതിനകത്തും മൂടുപടം ധരിക്കണോ!

എല്ലാ പ്രക്ഷോഭങ്ങളുടെയും ക്രോധത്തിന്റെയും പ്രതിഷേധത്തിന്റെയും സ്വരം നിരാശയിൽ എരിഞ്ഞമർന്നു. താൻ എത്രത്തോളം നിസ്സഹായയും പരതന്ത്രയുമാണെന്ന് സൽമയ്ക്ക് ബോധ്യമായി.

താൻ ആ ചിത്ര പീഡനം അനുഭവിക്കണമായിരുന്നോ? നാളുകൾ കഴിഞ്ഞപ്പോൾ അവൾക്ക് അങ്ങനെ തോന്നി. അതൊരു നേരമ്പോക്കായി കരുതാമായിരുന്നു. പ്രച്ഛന്നവേഷ മൽസരമാണെന്ന് കരുതി ചിരിക്കാമായിരുന്നു. വേദനകളെ ഒതുക്കി സന്തോഷം നടിക്കാമായിരുന്നു. സന്ദർഭങ്ങളനുസരിച്ച് പെരുമാറണമെന്ന് പലപ്പോഴും സങ്കല്പിക്കാറുണ്ട്. പക്ഷേ, യാഥാർത്ഥ്യങ്ങളുമായി ഏറ്റുമുട്ടുമ്പോൾ ഭാവനാത്മകമായ പദ്ധതികളെ സ്വയം തകിടം മറിക്കുകയാണ്.

വാപ്പ എന്തുകൊണ്ടോ അൻവറിനെ കൂടുതൽ ഇഷ്ടപ്പെട്ടിരുന്നു. അൻവറിന്റെ അതിവിനയവും, മാധുര്യമൂറുന്ന സംസാരവും മറ്റും അദ്ദേഹത്തെ വളരെയധികം ആകർഷിച്ചിരിക്കണം. എങ്കിലും അതിലൊളിഞ്ഞിരുന്ന നാട്യം മനസിലാക്കിയിരിക്കില്ല.

വാപ്പ അതു മനസിലാക്കിയിരുന്നെങ്കിൽ ഒരുപക്ഷേ, താൻ അവിവാഹിതയായി കഴിയേണ്ടി വന്നേനെ. അതായിരിക്കില്ലേ ഭേദമെന്ന് സൽമ ചിന്തിക്കാതിരുന്നില്ല.

ഒരു സ്ത്രീ തന്റെ ഭർത്താവ് എന്ന വ്യക്തിയെ എപ്പോഴാണ് മനസിലാക്കുന്നത്? വിവാഹത്തിന് മുമ്പ് സംസാരിക്കാനോ, ഒന്നിച്ച് ചുറ്റിത്തിരിയാനോ ശാരീരിക വേഴ്ചയിലേർപ്പെടാനോ സൗകര്യം ലഭിക്കുന്നില്ല. അഥവാ, അങ്ങനെ ലഭിച്ചാൽപ്പോലും അവന്റെ വ്യക്തിത്വത്തെ പൂർണമായി മനസിലാക്കാൻ അവൾക്ക് കഴിയുമോ? തീർച്ചയായും ഇല്ല. വിവാഹമെന്ന കരാറിൽ ബന്ധിതയായശേഷമേ അവൻ ഏതുതരക്കാരനാണെന്ന് മനസിലാക്കുന്നുള്ളൂ. ഇത് തികച്ചുമൊരു നിസ്സഹായാവസ്ഥയാണ്. വിവാഹം കഴിയാതെ വ്യക്തിയെ മനസിലാക്കാൻ സാധ്യമല്ല. വിവാഹശേഷം മനസിലാക്കിയതുകൊണ്ട് പ്രയോജനവുമില്ല.

പരിചിതമായത് അപരിചിതമായിക്കൊണ്ടിരിക്കുന്നു. ഇതെന്തൊരു പ്രതിഭാസം? സൽമ ആശ്ചര്യപ്പെട്ടു. വ്യക്തികളുടെ പരസ്പര ബന്ധത്തിൽ അങ്ങനെയൊരു വൈചിത്ര്യമുള്ളതായി ഇപ്പോൾ അവൾ അറിഞ്ഞിരിക്കുന്നു.

പക്ഷേ, ആ അറിവ് ഒരു വിധത്തിലും സൽമയ്ക്ക് ഉപയോഗപ്പെട്ടില്ല.

ഏഴ്

അൻവറും ഡോക്ടർ മഹേശും ശീലയും വെടിപറഞ്ഞിരിക്കുമ്പോൾ ഞാൻ അവർക്കിടയിൽ ഒരു പാവപോലെ മൗനമായി കഴിയുകയാണ് പതിവ്.

ആദ്യമൊക്കെ "എന്താ സുഖമില്ലേ" എന്ന് ശീല ചോദിക്കുമായിരുന്നു. എന്റെ സ്വഭാവം അതാണെന്ന് ക്രമേണ അവൾക്കും മനസിലായി.

എന്നാൽ, വിവാഹത്തിനു മുമ്പ് ഞാൻ അങ്ങനെയായിരുന്നില്ല.

വിവാഹം ഏതു വിധത്തിലാണ് മനുഷ്യന്റെ വ്യക്തിത്വത്തെ മാറ്റിമറിക്കുന്നത്? എന്റെ അനുഭവം അതെന്നെ പഠിപ്പിച്ചു.

അൻവറും കൂട്ടരും ചിലപ്പോൾ മുൻവിധിയോടെ ചില അഭിപ്രായ പ്രകടനങ്ങൾ നടത്താറുണ്ട്. ആ അഭിപ്രായങ്ങൾ എത്രമാത്രം കലുഷിതമാണ്! അതോർക്കാൻ വയ്യ. അവരൊക്കെ അഭ്യസ്തവിദ്യരാണ്. ശരി തന്നെ. പക്ഷേ, അക്കൂട്ടരെ ഏതു തരക്കാരായിട്ടാണ് പരിഗണിക്കേണ്ടത്? എന്തായാലും, അവരെ നിരക്ഷരകക്ഷികളായോ, സംസ്കാരശൂന്യരായോ കണക്കാക്കാൻ എനിക്ക് പ്രയാസം തോന്നിയിട്ടുണ്ട്.

തങ്ങൾ മാന്യരാണെന്ന പൊങ്ങച്ചമാണവർക്ക്. സമൂഹത്തിന്റെ മാളികപ്പുറത്തിരുന്ന് സംസാരിക്കുന്ന അവരുടെ കാഴ്ചപ്പാടിൽ തങ്ങളേക്കാൾ ഉയർന്നവരില്ല. തങ്ങൾ ആഢ്യരാണെന്ന സങ്കൽപ്പവും അവരിൽ വേരൂന്നിയിട്ടുണ്ട്. അക്കാരണത്താൽ അവർ മറ്റുള്ളവരെ കുറ്റം പറയുന്നു. അതു കേൾക്കുമ്പോൾ എനിക്കു കലികയറും.

തങ്ങൾ ഉയർന്ന ഐ ക്യു ഉള്ളവരാണെന്നു കാണിക്കാൻ അവർക്ക് ധൃതിയാണ്. ആ ധൃതിയിൽ അവരുടെ വാക്കും നോക്കും നിൽപ്പും ശബ്ദവുമെല്ലാം. കൃത്രിമമായി മാറുന്നു. അവർക്കിടയിൽ പുതുതായി മറ്റൊരാൾ അകപ്പെട്ടു എന്നു കരുതുക. എത്രതന്നെ യോഗ്യനായാലും അമ്പരന്നതുതന്നെ. അതിനായി അവർ പലപല സൂത്രങ്ങളും പ്രയോഗിച്ചെന്നു വരും. അയ്യോ മനുഷ്യാ, നിന്റെ മനുഷ്യത്വം എന്തിനിങ്ങനെ കളഞ്ഞു കുളിക്കുന്നു! എന്റെ ഹൃദയത്തിൽ പ്രക്ഷോഭത്തിന്റെ തീ എരിയുകയാവും. പക്ഷേ, അത് ചാരംകൊണ്ട് മൂടിയ കനലാണ്. മൗനത്തിനു പിന്നിലെ ധ്വനിയാണ്. എന്തിനേയും മാറ്റാൻ കഴിഞ്ഞേക്കും. എന്നാൽ, ബുദ്ധിമാന്മാരാണെന്ന് സ്വയം അഭിമാനിക്കുന്നവരുടെ മുൻവിധികളെ ഒരിക്കലും മാറ്റാൻ സാധ്യമല്ല. അതുകൊണ്ട് ആ കനലിനെ ചാരംകൊണ്ട് മൂടുകയാണ്; മൗനത്തിന് പുഞ്ചിരിയുടെ മേലങ്കി ചാർത്തുകയാണ്.

അങ്ങനെ ജീവിതസംബന്ധിയായ ആശ്ചര്യങ്ങളും പ്രതീക്ഷകളും സന്തോഷവും അസ്തമിച്ചു വരികയാണ്.

എല്ലാം മനസിലാക്കിയ എന്റെ മനസ്സ് ഫോസ്റ്റസ് ആവുന്നു. ജീവിതത്തിലെ എല്ലാ ആഗ്രഹങ്ങളും നശിച്ചുകഴിഞ്ഞു. ഇനി എന്താണവശേഷിക്കുന്നത്? അവശേഷിക്കുന്നത് ഫോസ്റ്റസ് മെഫിസ്റ്റോഫിലിസ് ബന്ധം മാത്രമായിരിക്കുമോ? ഞാൻ അമ്പരക്കുകയാണ്. ആ മെഫിസ്റ്റോഫിലിസിനെ അൻവറിന്റെ മുഖത്ത് മാത്രമല്ല, അൻവറിനെ പ്രതിനിധീകരിക്കുന്ന സമൂഹത്തിന്റെ മുഖത്താകെ കാണാൻ കഴിയുന്നു. അതു കാരണം, ഞാൻ ഭ്രാന്തിയായതുപോലെ എനിക്ക് തോന്നുകയാണ്.

എങ്ങോട്ടെങ്കിലും ഓടിപ്പോകണമെന്ന് ഞാനാഗ്രഹിച്ചു.

ഒരാൾക്ക് മറ്റൊരാളെക്കുറിച്ചുള്ള അറിവിന് ഒരു പരിധിയുണ്ട്. എങ്കിലേ മറ്റുള്ളവർക്കിടയിൽ അയാൾക്ക് സമാധാനത്തോടെ ജീവിക്കാൻ സാധിക്കൂ എന്ന് തോന്നുന്നു.

മഹേശ് വെറും ഭംഗിവാക്കുകൊണ്ട് രക്ഷപ്പെടുത്തിയ രോഗികളുടെ

എണ്ണം വളരെ വലുതാണ്. തന്റെ കൈകൊണ്ട് നശിച്ചവരെപ്പറ്റി അയാൾ ഒന്നും പറയാറില്ല. ചികിത്സാരംഗത്ത് മഹേശിന്റെ കഴിവുകളെക്കുറിച്ച് എനിക്ക് ഏറെ സംശയങ്ങളുണ്ട്. കെനിയയിൽവെച്ച് അയാൾ പറഞ്ഞത് രോഗവും കൊടുത്തത് മരുന്നുമായിരുന്നു എന്നത് ഒരു വസ്തുതയാണ്. പക്ഷേ, തനിക്ക് പൈതൃകമായി ലഭിച്ച മാർവാഡികളുടെ വാഗ്ജാലം അദ്ദേഹം ശരിക്ക് ഉപയോഗപ്പെടുത്തിയിട്ടുണ്ട്. ഇന്നും അങ്ങനെ തന്നെ. ആ വഴിക്ക് പലരോഗങ്ങളും സുഖപ്പെടുത്താൻ അദ്ദേഹത്തിന് കഴി ഞ്ഞേക്കും. ഇനി സുഖപ്പെട്ടില്ലെങ്കിലും കാശ് പിടുങ്ങുന്ന കാര്യത്തിൽ അയാളൊരു സമർഥൻ തന്നെ, തീർച്ച.

ഒരിക്കൽ ഞാനും സുഖമില്ലാതെ കിടപ്പിലായി. അപ്പോൾ ഡോക്ടർ മഹേശിനെയാണ് കൊണ്ടുവന്നത്. മഹേശ് എന്നെ പരിശോധിച്ചു. ഉടനെ നാലഞ്ചുതരത്തിലുള്ള മരുന്നുകൾക്കുള്ള കുറിപ്പ് അൻവറിനെ ഏൽപ്പിച്ചു. എന്നിട്ട് അദ്ദേഹം വിവരിച്ചു. "ഒന്ന് വിറ്റാമിൻ; മറ്റൊന്ന് വേദന സംഹാരി; വേറൊന്ന് പ്രതിരോധത്തിന്; മറ്റേത് ശക്തിവർധനയ്ക്ക്."

രണ്ടുദിവസം ഗുളികകൾ വിഴുങ്ങി. അതിൽപ്പിന്നെ എഴുന്നേറ്റു നിൽക്കുവാനുള്ള ശേഷിപോലും നഷ്ടപ്പെട്ടതായി എനിക്ക് തോന്നി. വരുന്നത് വരട്ടെ. ഗുളിക വിഴുങ്ങൽ ഞാൻ നിശ്ശേഷം നിർത്തി. മരുന്ന് കഴിക്കുന്നുണ്ടെന്ന് മഹേശിനോടും അൻവറോടും കള്ളം പറഞ്ഞു.

എന്റെ രോഗം ഭേദപ്പെട്ട് വരികയായിരുന്നു. ഒരുദിവസം വൈകിട്ട് മൂന്ന് മണിയോടെ മഹേശ് വന്നു. അൻവർ വീട്ടിലില്ല! കിടക്കവിട്ട് എഴു ന്നേറ്റു ഞാൻ വാതിൽ തുറന്നു. നിൽക്കാനോ ഇരിക്കാനോ കഴിയാത്ത എനിക്ക് വീണ്ടും കിടക്കേണ്ടി വന്നു.

"വാട്ട് ഈസ് ദ മാറ്റർ വിത്ത് യു? യു ലുക്ക് ഓഫുള്ളി വീക്ക്." മഹേശ് എന്റെ കണ്ണുകൾ വിടർത്തി പരിശോധിച്ചുകൊണ്ട് വീണ്ടും പറ ഞ്ഞു."യു ആർ എ ബീറ്റ് അനിമിക്" തുടർന്ന് നെറ്റിയിൽ കൈവെച്ചു കൊണ്ട് "ടെമ്പറേച്ചർ" ഉണ്ടോ എന്ന് ചോദിച്ചു.

"ഇല്ല" ഞാൻ പറഞ്ഞു.

അയാൾ കട്ടിലിനരികെ സ്റ്റൂളിലിരുന്ന് എന്റെ കൈയിലെ നാഡി പരിശോധിച്ചു. ആവശ്യപ്പെട്ട പ്രകാരം നാക്കും കാണിച്ചു. അയാൾ സ്റ്റെത സ്കോപ്പെടുത്ത് എന്റെ പുതപ്പ് നീക്കിക്കൊണ്ട് തികഞ്ഞ ഏകാ ഗ്രതയോടെ നെഞ്ചിടിപ്പ് നോക്കി. ഞാൻ ബ്രാ ധരിച്ചിരുന്നില്ല. അയഞ്ഞ ഒരു ഗൗൺ മാത്രമാണുള്ളത്. സ്റ്റെതസ്കോപ്പ് എന്റെ നെഞ്ചിൽ അമർന്നു കൊണ്ടിരുന്നു. ഞാൻ മിണ്ടാതെ കിടന്നു. വളരെ ശ്രദ്ധാപൂർവമാണ് അയാൾ പരിശോധന നിർവഹിച്ചത്.

"എവരി തിങ് ഈസ് ഓകെ. അതേ ഗുളികകൾതന്നെ കഴിച്ചാൽ മതി. രണ്ടു ദിവസംകൊണ്ട് എല്ലാം ശരിയാവും" ഡോക്ടർ മഹേശ് പറഞ്ഞു.

ഞാൻ ഒന്നും മിണ്ടാതെ തലയാട്ടുകമാത്രം ചെയ്തു.

ആ പരിശോധനയുടെ പ്രത്യേകത എനിക്കു തികച്ചും വ്യക്തമായി

രുന്നു. പുള്ളിക്ക് കാര്യമായ ഉദ്ദേശ്യമൊന്നും ഉണ്ടായിരുന്നില്ല. ഉണ്ടായാൽത്തന്നെയും അത് കാഴ്ചയിലുള്ള ആസ്വാദനം മാത്രമായിരിക്കണം. അത്തരം ആസ്വാദനം അത്ര അപകടകാരിയൊന്നുമല്ല. പുരുഷന്മാരിൽ ഏറിയപങ്കും അത്തരക്കാരാണെന്ന് എനിക്കറിയാം. മഹേശ് സമർഥനാണ്. മഹാവിരുതനാണെന്ന് പറഞ്ഞാലും തെറ്റില്ല. ശ്രദ്ധാപൂർവമായിരുന്നു അയാളുടെ ഓരോ അടിവെച്ചും.

ഭാര്യ സുന്ദരിയാണെങ്കിലും പരസ്ത്രീകളെ പുരുഷന്മാർ സൂക്ഷിച്ചു നോക്കുകയും ആസ്വദിക്കുകയും ചെയ്യും. സ്ത്രീ അണിഞ്ഞൊരുങ്ങുന്നതുതന്നെ അതുകൊണ്ടാണ്. തന്റെ ഭർത്താവിനേക്കാൾ അന്യപുരുഷന്മാർതന്നെ നോക്കണമെന്നായിരിക്കും. അപ്പോൾ അവളുടെ ആഗ്രഹം. അത്തരം വേഷത്തിൽ മാത്രമേ തങ്ങളുടെ ഭാര്യമാർ പുറത്തിറങ്ങാവൂ എന്ന് ചില ഭർത്താക്കന്മാർക്ക് നിർബന്ധവുമുണ്ട്.

വിചിത്രം തന്നെ! ചിലപ്പോൾ ഞാനും അവയവങ്ങളുടെ രൂപഭംഗി വെളിപ്പെടുത്താൻ പാകത്തിലുള്ള വേഷം കെട്ടാറുണ്ട്. എനിക്കത് ഇഷ്ടമില്ല. എങ്കിലും അതാണ് അൻവറിന്റെ ഇഷ്ടം. ആരെങ്കിലും എന്നെ ഒരു പ്രത്യേക രീതിയിൽ നോക്കുന്നത് അൻവറിനെ സംബന്ധിച്ചിടത്തോളം എത്ര സന്തോഷപ്രദമാണെന്നോ! പക്ഷേ, ആരെങ്കിലും എന്നെ ഒന്ന് സ്പർശിച്ചെന്നറിഞ്ഞാൽ അവന്റെ കഥ കഴിക്കാനും അൻവർ മടിക്കില്ല. അത് സാധിച്ചില്ലെങ്കിൽ, കുറഞ്ഞത് ആത്മഹത്യയെങ്കിലും ചെയ്യും.

അൻവറിന്റെ നിർബന്ധമനുസരിച്ച് ഞാൻ നല്ലൂരിൽ മൂടുപടമണിഞ്ഞു നടന്നു. ബോംബെയിലോ? അവിടെ ഞാൻ പൊക്കിളിനു താഴെ സാരിയുടുത്തു. തോളും, പിൻഭാഗവും പ്രദർശപ്പിക്കുന്ന ജാക്കറ്റണിഞ്ഞു. അങ്ങനെ സഞ്ചരിക്കാൻ ആവശ്യപ്പെട്ടതും അൻവർ തന്നെ. മനുഷ്യൻ വിരുദ്ധഭാവങ്ങളുടെ ഒരു ഭാണ്ഡമത്രെ!

ഇങ്ങനെ ശരീരഭാഗങ്ങൾ തുറന്ന് കാണിക്കാനുള്ള ആഗ്രഹമോ വ്യഗ്രതയോ എനിക്കില്ല. എന്നാൽ പലർക്കും അതുണ്ടെന്നറിയാം. ഞാൻ അൻവറിന്റെ ഇംഗിതം നിറവേറ്റി എന്നു മാത്രം. ഈയിടെയായി ഏതു തരത്തിലുള്ള വസ്ത്രമാണ് ഞാൻ ധരിച്ചത് എന്ന കാര്യംകൂടി ഓർമിക്കാറില്ല. എന്റെ ദേഹംപോലും എനിക്ക് പ്രധാനമല്ല എന്നിരിക്കെ, ഉടുപ്പിന് എന്ത് പ്രാധാന്യമാണുള്ളത്?

മഹേശ് എന്നെ ആ വിധത്തിൽ പരിശോധിക്കവേ, അയാളുടെ മനസിലിരിപ്പ് എന്തെന്ന് വ്യക്തമായി അറിയില്ലായിരുന്നു.

എന്തായാലും എനിക്കൊന്നുമില്ല. കാരണം, അയാളെ തെല്ലുപോലും ഞാൻ പേടിക്കുന്നില്ല എന്നത് തന്നെ. അൻവറിനെപ്പോലെയല്ല മഹേശ്. മഹേശ് എന്താഗ്രഹിച്ചാലും ഞാൻ പ്രേരിപ്പിച്ചാലേ അയാൾ അതിനൊരുങ്ങുകയുള്ളൂ. അല്ലാതെ അയാൾ സ്വയം അതിന് മുതിരുകയില്ല; തീർച്ച. അതെനിക്ക് നന്നായറിയാം. എന്റെ പ്രേരണമൂലം വല്ലതും നടന്നാൽ അത് തന്റെ ഭാര്യ ശീലയോട് പറഞ്ഞ് വമ്പനാകാനും അയാൾ ഒരുങ്ങിയേക്കും. അത്തരം തുറന്ന മന:സ്ഥിതിക്കാരനാണ് മഹേശ്. ശീലയുടെ

സ്വഭാവവും അതുതന്നെ.

അതുപോലെ തുറന്ന മനഃസ്ഥിതിക്കാരിയാകണം എന്ന മോഹം എനിക്കുമുണ്ടാകാറുണ്ട്. പക്ഷേ, അതിന് എന്തോ ഒരു തടസം. പേടിയല്ല; ഒരു വല്ലായ്മ. എന്തായിരിക്കും ആ മോഹത്തിന്റെ പിന്നിലുള്ളത്? കാമമല്ല, അത് ഉറപ്പാണ്. ജൈവികമായ ഒരു ഉൾത്തുടിപ്പായിരിക്കുമോ? ആയിരിക്കാം. വാപ്പയുടെയോ ഉമ്മയുടെയോ ഒപ്പമുള്ളപ്പോൾ ഏതോ അജ്ഞാത ദുഃഖംമൂലം എന്റെ ഹൃദയം ത്രസിക്കാറുണ്ട്. അവരൊന്ന് എന്നെ ആശ്ലേഷിച്ചെങ്കിൽ! ഞാനാശിച്ചുപോകും. വാത്സല്യപൂർവം പോറ്റി വളർത്തിയ എന്റെ വാപ്പ എന്നെ ആശ്ലേഷിച്ച ഓർമയേ എനിക്കില്ല. ഏതാണ്ട് പത്തു വയസിനുശേഷം ഉമ്മയും എന്നെ ആശ്ലേഷിച്ചിട്ടുണ്ടാവില്ല.

എന്നാൽ, അൻവർ എന്നെ ആയിരംതവണ ആശ്ലേഷിച്ചിട്ടുണ്ടാവാം. അത് ആശ്ലേഷമേ അല്ലെന്നു തോന്നുന്നു.

വലിയ പാറക്കെട്ടുകൾ കാണുമ്പോൾ അവയെ വരിഞ്ഞു മുറുക്കണമെന്ന് ചില സന്ദർഭങ്ങളിൽ തോന്നിപ്പോയിട്ടുണ്ട്. ആശ്ലേഷിക്കാനുള്ള ആഗ്രഹത്തിന്റെ തീവ്രതയിൽ ചിലപ്പോൾ എന്റെ കണ്ണ് നിറഞ്ഞുപോകും. തലയിണയെ തഴുകി ഞെരിക്കുന്ന ഞാൻ, മറ്റു ചിലപ്പോൾ അതിനെ ഒരു കുഞ്ഞിനെയെന്നപോലെ മാറോടണയ്ക്കാറുമുണ്ട്.

എങ്കിലും ഞാൻ ദുഃഖിതയല്ല; ദുഃഖത്തെ ഞാൻ ദൂരെ മാറ്റിയിരിക്കയാണ്.

എന്റെ ഒരു കൂട്ടുകാരി ഒരിക്കൽ ചോദിച്ചു: "മനസിൽ എന്തെല്ലാം തോന്നാറുണ്ട്. അവയിൽ പലതും ശാരീരികമായി നിറവേറാൻ സാധിക്കുമോ? ശാരീരികമായ ഇടപാടിൽ മാത്രമാണോ പവിത്രമല്ലാതാകുന്നത്. മാനസികമായ ചെയ്തികളിൽ അതില്ലെന്നാണോ മനസിലാക്കേണ്ടത്?

എനിക്ക് ഉത്തരം പറയാൻ കഴിഞ്ഞില്ല. 'പവിത്ര, പവിത്രമല്ലാത്തത് ഈ രണ്ടു വാക്കുകളും കപടഹൃദയക്കാരുടെ സൃഷ്ടി'യാണെന്ന് അവൾതന്നെ ഉത്തരവും പറഞ്ഞു.

അൻവർ ഒരു തവണ ശീലയുടെ മേൽ കൈവെക്കാൻ മുതിർന്നു. അന്ന് അവനെ അവൾ ശാസിച്ച് നിലയ്ക്ക് നിർത്തിയിരുന്നുവത്രെ. അത് എന്നോടവൾ പറയുകയും ചെയ്തു.

ആ സംഗതി അവൾ തന്റെ ഭർത്താവിനെ അറിയിച്ചപ്പോൾ അയാൾ ചിരിച്ചുകൊണ്ട് പറഞ്ഞു: "നീ ചെയ്തത് ഉചിതമായി. സംസ്കാരമുള്ളതിനാൽ നീ ബഹളം വെച്ചില്ല. ആ മാതിരി സന്ദർഭങ്ങളിൽ പെണ്ണ് ഒച്ചപ്പാടുണ്ടാക്കരുത്."

തെറ്റ് ചൂണ്ടിക്കാണിച്ച് വിശേഷിച്ചൊന്നും സംഭവിക്കാത്തമട്ടിൽ നീങ്ങുക. അതാണ് വേണ്ടത്. ബഹളം കൂട്ടി അതിന് പ്രചരണം നൽകുന്ന സ്ത്രീകളും ഇല്ലാതില്ല. തങ്ങൾ വലിയ സുന്ദരികളാണെന്നും, ആണുങ്ങളുടെ മനം കവരുന്നവരാണെന്നും മറ്റുമാണ് അവരുടെ വിചാരം. അതിന് പറ്റിയ കള്ളക്കഥകളും അക്കൂട്ടർ കെട്ടിച്ചമയ്ക്കാറുണ്ട്. എന്താ

യാലും ഈ അൻവറിനെ ഒരു പാഠം പഠിപ്പിച്ചേ പറ്റൂ. “എന്തു പാഠം?” ഇടയിൽ ശീല ചോദിച്ചു. “അത് പിന്നെപ്പറയാം” മഹേശ് തുടർന്നു പറഞ്ഞു. “അവനൊരു പെണ്ണിന്റെ ഹൃദയമുള്ള മനുഷ്യനാണ്. നിനക്കതറിയാമല്ലോ. ഏതായാലും, എന്നും ഓർമിക്കത്തക്ക പാഠമായിരിക്കും ഞാനവനെ പഠിപ്പിക്കുന്നത്.”

ഒരുദിവസം അൻവർ ഡോക്ടർ മഹേശിന്റെ ക്ലിനിക്കിൽ ചെന്നു, അപ്പോൾ, മഹേശ് വളരെ രഹസ്യമായി അയാളോട് ചോദിച്ചു: “ഓപ്പറേഷൻ നടത്തുന്നത് കണ്ടിട്ടില്ലല്ലോ, അതെങ്ങനെയെന്നറിയാൻ താൽപ്പര്യമുണ്ടോ?”

“ഉണ്ടെന്നോ?” അൻവർ പറഞ്ഞു: “ഞാനിതുവരെ കണ്ടിട്ടേയില്ല; എന്ത് ഓപ്പറേഷനാണ്?”

“വരൂ കാട്ടിത്തരാം” മഹേശ് അൻവറെ അകത്തെ മുറിയിലേക്ക് നയിച്ചു. “കാണാൻ നല്ല രസമായിരിക്കും.” അതു പറഞ്ഞ മഹേശ്, ഒരു വെളുത്ത മേൽക്കുപ്പായം അൻവറെ അണിയിച്ചു. എന്നിട്ട്, മുഖത്ത് മാസ്കും കെട്ടി ഓപ്പറേഷൻ തിയേറ്ററിലേക്കു കൊണ്ടുപോയി. അവിടെ ഉയരം കുറഞ്ഞ ഒരു ടേബിളിൽ, ഏകദേശം ഇരുപത്തഞ്ച് വയസ്സ് പ്രായമുള്ള ഒരു യുവതി മലർന്നു കിടക്കുകയാണ്.

“എല്ലാം റെഡിയായോ?” മഹേശ് ചോദിച്ചു. നേഴ്സ് തലയാട്ടി.

ഡോക്ടർ മഹേശ് ആ യുവതിയുടെ മേലുണ്ടായിരുന്ന പുതപ്പ് മെല്ലെ നീക്കി. അരയ്ക്ക് താഴെ നഗ്നയാണ്.

ഗർഭഛിദ്രത്തിന്റെ രംഗം.

അവിടെ രക്തപ്രവാഹം!

അൻവറിന് തന്റെ ബോധം നഷ്ടമായതുപോലെ തോന്നി. അവന് ആ കാഴ്ച കാണാൻ വയ്യെന്നായി. മഹേശ് അൻവറിനെ ശ്രദ്ധിക്കുകയായിരുന്നു. അൻവർ മോഹാലസ്യപ്പെട്ടു വീണേക്കുമോ? മഹേശിന് സംശയമായി. “അവിടെ ഇരുന്നോളൂ” അടുത്ത മുറിയിലേക്കു ചൂണ്ടിക്കൊണ്ട് മഹേശ് പറഞ്ഞു, അൻവർ അതനുസരിച്ചു. അവന്റെ നെറ്റിത്തടത്തിൽ വിയർപ്പുകണങ്ങൾ വരിപിടിച്ചുനിന്നു. വറ്റിവരണ്ട തൊണ്ട. ശരീരം ചെറുതായി വിറയ്ക്കുന്നുമുണ്ട്.

ഓപ്പറേഷൻ പൂർത്തിയാക്കിയ മഹേശ്, അൻവറിനെ സമീപിക്കുമ്പോഴും അയാൾ തളർന്നു കിടക്കുകയാണ്. അൽപ്പം മുമ്പുണ്ടായ ഞെട്ടലിൽനിന്ന് അൻവർ മുക്തനായിട്ടില്ലെന്ന് മഹേശ് മനസിലാക്കി.

തന്റെ മുഖാവരണം മാറ്റിക്കൊണ്ട് മഹേശ് പറഞ്ഞു: “അബോർഷനാണ്. നാലുമാസമായിരുന്നു; ഭർത്താവ് ബഹറിനിലും.”

അൻവർ ഒന്നും മിണ്ടുന്നില്ല.

മഹേശ് തുടർന്നു: “ചുരുങ്ങിയത് നാലഞ്ചു കേസുകളെങ്കിലും നിത്യേനവരാറുണ്ട്. ഇത് കണ്ട് കണ്ട് തഴമ്പിച്ചുപോയ ഞാൻ രക്തവും ഒന്നും നോക്കാറില്ല.”

അൻവർ അപ്പോഴും മൗനം ഭജിച്ചതേയുള്ളൂ.

"കം കം; ഫോർഗെറ്റ് ഇറ്റ്" മഹേശ് ചിരിച്ചുകൊണ്ട് പറഞ്ഞു. അയാൾ ഫ്രിഡ്ജ് തുറന്ന് രണ്ടു പെഗ്ഗ് വിസ്കി പകർന്നു. ഒന്ന് അൻവറിന് നീട്ടി. മറ്റേത് കൈയിലെടുത്തുകൊണ്ട് തുടർന്നു. "അന്യസ്ത്രീകളുടെ ശരീരഭാഗങ്ങൾ കാണുമ്പോൾ നിനക്ക് വല്ലാത്ത കാമാവേശമാണ് അല്ലേ? അത് വെറും മൗഢ്യമാണ്. സ്വന്തം ഭാര്യ മാത്രം പോരേ. ഇപ്പോൾ നീ നേരിട്ടു കണ്ടില്ലേ? ശീലയും സൽമയുമെല്ലാം ഇതുപോലെ തന്നെ. നീ ശീലയെ കണ്ട് ഭ്രമിച്ചത് വിഡ്ഢിത്തമാണ്. ബലാൽസംഗം ഇന്ന് പതിവാണല്ലോ? ഒരുനിമിഷം ആലോചിക്കുമെങ്കിൽ അതിനൊരുമ്പെടുന്നവർ അതിൽനിന്ന് പിന്മാറുകതന്നെ ചെയ്യും."

അൻവർ തലകുനിച്ച് ഊമയെപ്പോലെ ഇരിക്കുകയാണ്. മന്ദഹസിച്ചുകൊണ്ട് മഹേശ് പറഞ്ഞു; "ഐ തിങ്ക് യു ഹാവ് ലേൺഡ് സംതിങ് ടുഡേ."

"അയാം സോറി എബൗട്ട് ദാറ്റ് ഇൻസിഡന്റ്." അൻവർ പെട്ടെന്ന് പറഞ്ഞ് നിർത്തിക്കളഞ്ഞു.

മഹേശ് തുടർന്നു: "സാരമില്ല, ഞാനേതായാലും അത് വലിയൊരപരാധമായി പരിഗണിച്ചിട്ടില്ല. പക്ഷേ; ഒരു കാര്യം, അൽപ്പം മുമ്പ് കണ്ടതോർക്കുന്നില്ലേ? നീ അപ്പോൾ ഒരു ഭ്രാന്തനായിരുന്നു. അത് നിത്യേന കാണുന്ന എനിക്കും ഒരു ഭ്രാന്തനാവാൻ കഴിയും. സൽമയും, അത്രയോ അതിലധികമോ സുന്ദരിയാണ്. അതുകൊണ്ട് നീ നിന്റെ സംവേദനാശക്തിയെ നവീകരിക്കുകയും ശുദ്ധീകരിക്കുകയും ചെയ്യേണ്ടിയിരിക്കുന്നു."

ശീല പറഞ്ഞത് മുഴുവൻ നേരായിരിക്കണം. എട്ടുദിവസത്തോളം അൻവർ എന്റെ ശരീരം തൊടാതെ മാറിക്കിടന്നത് ഞാനോർക്കുന്നു.

ഒരു രാത്രിയിൽ ഞാനുണർന്ന് കുളിമുറയിൽ പോയി തിരിച്ചെത്തിയപ്പോൾ, അൻവർ കിടക്കയിൽ വീണ് ഉരുളുന്നതാണ് കണ്ടത്. അതൊരു പ്രത്യേക രീതിയിലായിരുന്നു. മാത്രമല്ല, അവന്റെ മുഖം വികൃതമായും ഭീദിതമായ ഏതോ ഒരു ഭാവം മുഖത്ത് പ്രത്യക്ഷപ്പെട്ടതായും എനിക്ക് കാണാൻ കഴിഞ്ഞു...

അവനെ ഞാൻ പലതവണ ഉരുട്ടി വിളിച്ചു. പെട്ടെന്നവൻ "രക്തം, രക്തം..." എന്നു പറഞ്ഞുകൊണ്ട് എഴുന്നേറ്റിരിക്കുകയാണ്.

"വല്ല സ്വപ്നവും കണ്ടോ?" ഞാൻ ചോദിച്ചു. അവൻ കണ്ണു തിരുമ്മി. "വല്ലാത്തൊരു ദു:സ്വപ്നം." അവനെന്നെ കെട്ടിപ്പിടിച്ചു. ഞാൻ ട്യൂബ് ലൈറ്റ് അണച്ച് സീറോ വോൾട്ട് ലൈറ്റിട്ടു.

അൻവറിന്റെ വികൃതമായ മുഖം വീണ്ടും മുന്നിൽ കാണുന്നതുപോലെ; രക്തം രക്തം എന്ന വികലമായ സ്വരം ചെവിയിൽ മുഴങ്ങുന്നതുപോലെ; എന്റെ ശരീരം തണുത്ത് വിറങ്ങലിച്ചതുപോലെ എനിക്കു തോന്നി. ഞാൻ പല്ലു കടിച്ച് കണ്ണു പൂട്ടിക്കിടന്നു. അൻവർ എന്നെ കടന്നുപിടിക്കുന്നു.

ആത്മഹത്യയെക്കുറിച്ച് ഞാൻ അപ്പോൾ ചിന്തിച്ചു.

ഞാൻ കല്ലുപോലെ, മരംപോലെ, അഥവാ ശവംപോലെ അങ്ങനെ കിടന്നു; ഒന്നും സംഭവിക്കുന്നില്ല, ഇത് ഞാനല്ല എന്ന ഭാവത്തിൽ...

ഒരാളുടെ വ്യക്തിത്വം ഏതു രീതിയിലാണ് കരുപ്പിടിക്കുന്നത്, അതിൽ അയാളുടെ പാരമ്പര്യത്തിന്റെയും പരിസരത്തിന്റെയും സംഭാവനകൾ ഏത് തോതിലായിരിക്കും? ഈ ചോദ്യം എന്നെ പലപ്പോഴും അത്ഭുതപ്പെടുത്തിയിട്ടുണ്ട്. ഡോക്ടർ മഹേശിന്റെയും അൻവറിന്റെയും രാകേശിന്റെയും എന്റെയും ശീലയുടെയും മറ്റും വ്യക്തിത്വം വിവിധതരത്തിലായത് എന്തുകൊണ്ടാണ്? അത് മനസിലാക്കാൻ സാധിക്കുമോ? സാധിക്കുമെങ്കിൽ, മനുഷ്യന്റെ സ്വഭാവ വൈചിത്ര്യത്തെക്കുറിച്ച് പഠനം നടത്താമായിരുന്നു. മനുഷ്യരുടെ വ്യത്യസ്തമായ പെരുമാറ്റത്തിന്റെ കാരണം ചിലപ്പോൾ മനസിലാക്കാൻ പ്രയാസം. ഭ്രാന്ത്, ഭ്രമം, മർക്കടഗോഷ്ഠി തുടങ്ങിയ പല പേരും പറഞ്ഞ് ഒഴിഞ്ഞ് മാറുകയേ നിവർത്തിയുള്ളൂ.

രാകേശ് പറയാറുള്ളതുപോലെ, ഒരു വ്യക്തി താനെന്താണെന്ന് ഭാവിക്കുമോ, അതിനനുസരിച്ച് അയാൾ പെരുമാറുകയും, അതുതന്നെ ആയിത്തീരുകയും ചെയ്യുന്നു. അത് ശരിയായിരിക്കുമോ?

ഒരിക്കൽ മേഹശിനോട് അൻവർ പറഞ്ഞ കഥ വേറെയുണ്ട്. എന്നോടതും പറഞ്ഞത് ശീല തന്നെ.

വിവാഹത്തിന് മുമ്പ് അൻവർ ഒരുദിവസം വഴിയിൽ അതിസുന്ദരിയായ ഒരു തരുണിയെ കണ്ടുമുട്ടി.

'ഇവൾ തന്റെ ഭാര്യ'യാണെന്നായിരുന്നു അൻവറുടെ അപ്പോഴത്തെ ഭാവം. അത് മനസിലുറപ്പിക്കുകയും. അതേ ഭാവത്തിൽ അവളോട് സംസാരിക്കുകയും ചെയ്തു. അവളും അവനോട് വളരെ സ്നേഹവും അടുപ്പവും കാണിച്ചുവത്രെ. അൻവർ അവളെ തന്റെ മുറിയിൽ കൊണ്ടുപോയി ആ രാത്രി ഒന്നിച്ചു കഴിച്ചുകൂട്ടി. പിറ്റേന്ന് രാവിലെ അവൾ തിരിച്ചുപോയതോടെ ആ ബന്ധം അവസാനിച്ചുപോലും.

ഈ കഥ നേരാവുമോ? ചില പുരുഷന്മാർ, സ്ത്രീകളെ വശപ്പെടുത്തിയതായി വമ്പു പറയാറുണ്ട്. അത്തരം ധീരസാഹസിക കഥകളിൽപ്പെട്ട ഒന്നായിരിക്കുമോ ഇതും? അല്ലെങ്കിൽ, ഒരു വേശ്യയോടൊത്ത് അൻവർ സുഖിച്ചിരിക്കാം. അതിനായി താൻ അവളുടെ പിന്നാലെ നടന്നു എന്നതിന് പകരം, അവൾ തന്റെ പിന്നാലെ വന്നു എന്ന് ഹുങ്ക് പറഞ്ഞതായിരിക്കുമോ? ഇത് കെട്ടിച്ചമച്ച കഥയല്ലെന്ന് എങ്ങനെ കരുതാം?

ഇപ്പോൾ മറ്റൊരു സംഭവം ഓർമയിലെത്തുകയാണ്. ഒരു ദിവസം അൻവറും ഞാനും ടൗണിൽനിന്ന് തിരിച്ചു വരികയായിരുന്നു. വഴിക്കുവെച്ച് എന്റെ സഹപ്രവർത്തകനായ പ്രൊഫസർ ഹംസരാജമേത്തയെ കാണാനിടയായി. ഒപ്പം ഭാര്യയുമുണ്ടായിരുന്നു. സത്യത്തിൽ എന്റെ സൗന്ദര്യംപോലും ഇല്ലാത്തവളായിരുന്നു അദ്ദേഹത്തിന്റെ ഭാര്യ. എങ്കിലും, വീട്ടിലെത്തിയപ്പോൾ അൻവർ പറഞ്ഞതെന്തെന്നോ? അവളിൽ ടെറിബിൾ സെക്സപ്പീൽ ഉണ്ടെന്ന്! ശരിയായിരിക്കാം.

സെക്സപ്പീൽ എന്നത് സ്ത്രീയിലും പുരുഷനിലും വ്യത്യസ്തരീതിയിലായിരിക്കും പ്രവർത്തിക്കുന്നത്. ഈ സെക്സപ്പീൽ തന്നെയാണ് സൗന്ദര്യമെന്നും ചിലപ്പോൾ തോന്നാം. അങ്ങനെയല്ലെങ്കിൽ പല സുന്ദരന്മാരും വിരൂപികളായ സ്ത്രീകളിൽ അനുരക്തരാവുന്നതെങ്ങനെ? ഇത് പ്രകൃതിയുടെ ലീലകളായിരിക്കാം. അതല്ലെങ്കിൽ സുന്ദരികളല്ലാത്ത സ്ത്രീകൾക്ക് ഭർത്താക്കന്മാരെ കിട്ടുമായിരുന്നില്ല. അതുമൂലം സാമുദായികമായ കുഴപ്പങ്ങൾ പലതും നടക്കുമായിരുന്നു.

മേത്താ ദമ്പതികളെ കണ്ടുമുട്ടിയ ഞങ്ങൾ അവരോടൊപ്പം ഒരു ഹോട്ടലിൽ കയറി കാപ്പി കഴിച്ചു. അന്നു ഞങ്ങൾ പിരിയുന്നതുവരെ അൻവറുടെ നോട്ടം മേത്തയുടെ ഭാര്യയിൽത്തന്നെ തറച്ചുനിന്നു. അവൻ സംസാരിച്ചതെല്ലാം അവരോട് മാത്രമായിരുന്നു എന്നു പറഞ്ഞാൽ അതൊരു അതിശയോക്തിയാവില്ല. ഞാൻ തികഞ്ഞ മൗനത്തിലായിരുന്നു. അതൊരു തെറ്റായിരിക്കാം. അൻവറിന്റെ ഗോഷ്ഠികൾ കണ്ട് പ്രൊഫസർ മേത്തയ്ക്ക് അറപ്പ് തോന്നിയിരിക്കണം. അദ്ദേഹത്തിന്റെ ഭാര്യ നല്ല നയചാതുരിയോടെയാണ് പെരുമാറിയത്. യാതൊരു സങ്കോചവുമില്ലാതെ അൻവറിന്റെ മുഖത്ത് നോക്കിത്തന്നെ അവൾ സംസാരിച്ചു. അതും ചിരിച്ചു രസിച്ചുകൊണ്ട്. പക്ഷേ, അവരുടെ കണ്ണുകളിൽ 'അല്ലയോ പെൺകോന്താ നിന്നെ എനിക്കറിയാം' എന്ന വാക്യം എനിക്ക് വ്യക്തമായി വായിക്കാൻ കഴിഞ്ഞു.

ഞങ്ങൾ പിരിഞ്ഞപ്പോൾ ആ സ്ത്രീ കാർക്കിച്ചു തുപ്പിയിരുന്നുവോ ആവോ, തുപ്പിയിരിക്കും എന്നുതന്നെ ഞാൻ കരുതുന്നു. അന്നെനിക്കും നല്ല ചൂടു പിടിച്ചിരുന്നു. വീട്ടിലെത്തിയപ്പോൾ ഞാൻ അൻവറിനോട് പറഞ്ഞു:

"നിങ്ങൾ പ്രൊഫസർ മേത്തയോട് ശരിക്കൊന്നും സംസാരിച്ചില്ല സംസാരിച്ചതത്രയും അദ്ദേഹത്തിന്റെ ഭാര്യയോടായിരുന്നു അല്ലേ?"

"ഷീ വാസ് ടെറിബ്ലി അട്രാക്റ്റഡ് ടു മീ." "നോൺസൻസ്! നിങ്ങളാണ് അവരെ സംഭാഷണത്തിലേക്ക് വലിച്ചിഴച്ചത് മാത്രമല്ല, നിങ്ങൾ അവരെ കാണുന്നതുതന്നെ ഇതാദ്യമായിട്ടാണ് എന്നുവരികിലും, നിങ്ങളുടെ വാഗ്ജാലത്തിന്റെ മൂലധനം മുഴുവൻ ഇത്രപെട്ടെന്ന് പുറത്തിറക്കണമായിരുന്നോ?"

"ഇത് അസൂയയാണ്" അൻവർ പുഞ്ചിരിച്ചുകൊണ്ട് പറഞ്ഞു.

അൻവർ വളരെ അപൂർവമായേ എന്നോട് ദേഷ്യപ്പെടാറുള്ളൂ.

"എനിക്ക് അസൂയയൊന്നുമില്ല. എങ്കിലും നിങ്ങളുടെ പെരുമാറ്റം മോശമായിപ്പോയി."

അൻവർ പറഞ്ഞത് മറ്റൊന്നാണ്. "ഷീ ഹാസ് ടെറിബിൾ സെക്സപ്പീൽ."

"അവർ മറ്റൊരാളുടെ ഭാര്യയാണ്" ഞാൻ പറഞ്ഞു.

"സോ വാട്ട്?" അവൻ ചോദിച്ചു.

ഞാൻ എന്തുപറയാനാണ്?

എട്ട്

ഒരുനാൾ രാത്രി ഷോപ്പിങ് കഴിഞ്ഞ് കുറേത്തുണിത്തരങ്ങളുമായി അൻവറും സൽമയും വീട്ടിലേക്ക് മടങ്ങുകയായിരുന്നു.

ഒരു വളവിൽ എത്തിയപ്പോൾ, അവരുടെ നേരെ ഒരു ട്രക്ക് കുതിച്ചു വരുന്നതാണ് കണ്ടത്. ട്രക്ക് ഡ്രൈവർ മദ്യപിച്ചിരുന്നു. രക്ഷപ്പെടാനായി അൻവർക്ക് തന്റെ കാർ, റോഡരികിലെ ഓടയിലേക്ക് ഇറക്കേണ്ടി വന്നു. ഓടയിലേക്കിറങ്ങിയ കാർ തൊട്ടടുത്ത മതിലിൽ ഇടിച്ചുനിന്നു.

ബോധം തെളിഞ്ഞപ്പോഴാണ് തങ്ങൾ ആസ്പത്രിയിലാണെന്ന കാര്യം അവർ അറിയുന്നത്. ഇരുവർക്കും ഗുരുതരമായ പരിക്കുകളൊന്നും പറ്റിയില്ല. ബോധം നശിച്ചത് തലയ്ക്കേറ്റ ഇടികൊണ്ടായിരുന്നു. അൻവറിന് പറ്റിയ ഇടിക്ക് അൽപ്പം ശക്തി കൂടും.

ആദ്യമായി ബോധം തെളിഞ്ഞ സൽമയോട് ഡോക്ടർ പറഞ്ഞു. "ഭയപ്പെടാനൊന്നുമില്ല. അൻവറുടെ തലയ്ക്ക് ചെറിയ പരിക്കുണ്ട്. അത് സാരമില്ല."

സ്വന്തം കാര്യത്തിൽപ്പോലും ഭയമില്ലാത്ത സൽമ അക്കാര്യത്തിലും ഭയപ്പെട്ടില്ല. മരിക്കണം എന്നില്ല അഥവാ മരിച്ചാലും തരക്കേടൊന്നുമില്ല. അതാണവളുടെ മനോഭാവം. ജീവിതമെന്നാൽ എന്താണ്, എത്രത്തോളം പ്രാധാന്യമുള്ളതാണ് എന്നൊക്കെ, അതുവരെയുള്ള ജീവിതത്തിൽനിന്ന് അവൾ മനസിലാക്കിക്കഴിഞ്ഞു. ഇനി എന്തിനാണ് ജീവിക്കുന്നത്? എന്തിനായാലും ഇതുവരെ ജീവിച്ചു. ഈ ജീവിതത്തിന് ഒരർഥവും കാണുന്നില്ലല്ലോ? ഇതിന് വല്ല അർഥവുമുണ്ടോ? ചോദ്യങ്ങൾ അവളുടെ മുന്നിൽ അണിനിരന്നു. ആസ്പത്രിയിലെ ആ കിടപ്പിൽനിന്ന് അതിനുത്തരം കണ്ടെത്താൻ അവൾ ശ്രമിച്ചുകൊണ്ടിരുന്നു.

സുഖമെന്നോ ശുഭമെന്നോ വിശേഷിപ്പിക്കാവുന്ന യാതൊന്നും കണ്ടെത്താൻ അവൾക്ക് കഴിഞ്ഞില്ല.

മണിക്കൂറുകൾ കഴിഞ്ഞാണ് അൻവറിന് ബോധം വന്നത്. അയാൾ ആദ്യമായി കണ്ടത് സൽമയെയാണ്. അയാളുടെ മുഖത്ത് സന്തോഷം തിരതല്ലുകയായിരുന്നു.

"നിനക്ക് അപകടമൊന്നും പറ്റിയില്ലല്ലോ സൽമ?"

"ഇല്ല. കാലിനും കൈയ്ക്കും ചെറിയ പോറലുകളുണ്ട്. അത്രയേയുള്ളൂ."

"ആരാണ് ഇവിടെ എത്തിച്ചത്, എപ്പോഴാണ് എത്തിയത്?"

"അറിയില്ല എനിക്കും ബോധമില്ലായിരുന്നു. എന്നാൽ, ഇവിടെയെത്തി കുറേ സമയത്തിനകം എനിക്കു ബോധം വീണ്ടുകിട്ടി. ഇഞ്ചക്ട് ചെയ്തത് ഞാനറിഞ്ഞിരുന്നു. നിങ്ങളുടെ തലയ്ക്ക് ചെറിയൊരു മുറിവുണ്ട്. അതൊഴിച്ച് മറ്റു കുഴപ്പമൊന്നുമില്ലെന്നാണ് ഡോക്ടർ പറഞ്ഞത്."

അപ്പോഴേക്കും ഒരു ഡോക്ടറും നേഴ്സും അവിടെയെത്തി. "എങ്ങനെയുണ്ട്? ശരീരത്തിൽ വല്ല സ്ഥലത്തും അസാധാരണമായ വേദന

വല്ലതും തോന്നുന്നുണ്ടോ?" അൻവറെ സമീപിച്ച ഡോക്ടർ ചോദിച്ചു.

"ഇല്ല പക്ഷേ, എന്റെ തല മറ്റെവിടെയോ ആണെന്നു തോന്നുന്നു. തലയുടെ സ്ഥാനത്ത് ഒന്നുമില്ലെന്ന ഒരു തോന്നൽ."

"അത് ഇഞ്ചക്ഷന്റെ ശക്തികൊണ്ട് തോന്നുന്നതാണ്. അതേപ്പറ്റി ഒന്നും പരിഭ്രമിക്കാനില്ല. എല്ലാം വേഗം ഭേദമാകും." ഡോക്ടർ പറഞ്ഞു.

സൽമയുടെയും അൻവറിന്റെയും സഹപ്രവർത്തകരടക്കമുള്ള സുഹൃത്തുക്കളും മറ്റു വിവരങ്ങളന്വേഷിച്ച് വന്നുപൊയ്ക്കൊണ്ടിരുന്നു.

ഉമ്മയെ അറിയിക്കേണ്ടെന്ന് സൽമ തീരുമാനിച്ചു. അവർ വന്നിട്ട് എന്തുചെയ്യാനാണ്?

ഡോക്ടർ മഹേശും ശീലയും ഓടിയെത്തി.

സൽമയ്ക്ക് പിറ്റേന്നുതന്നെ ആസ്പത്രി വിടാമായിരുന്നു. അൻവറിന്റെ നിർബന്ധംമൂലം അതിന് സാധ്യമായില്ല. ധൃതി പിടിച്ച് ഡിസ്ചാർജ് ചെയ്യിച്ചാൽ, പിന്നീട് വല്ല കുഴവുമുണ്ടായാലോ? നാലഞ്ചു ദിവസം ഇവിടെ കഴിയുന്നതാണ് നല്ലതെന്ന് അയാൾ പറഞ്ഞു.

ആ ചുരുങ്ങിയ നാളുകൾക്കുള്ളിൽ, അവടെവെച്ച് പല പുതിയ പാഠങ്ങളും സൽമ പഠിച്ചു. മുമ്പൊരിക്കൽ ടൈഫോയിഡ് പിടിപെട്ടപ്പോൾ ഒരു മാസക്കാലം ആസ്പത്രിയിൽ കിടന്ന അനുഭവം അവൾക്കുണ്ട്. പക്ഷേ, ഇന്നത്തെ അനുഭവം മറ്റൊന്നാണ്. അത് ആസ്പത്രിയെ സംബന്ധിച്ചല്ല; അൻവറിനെക്കുറിച്ചുള്ളതാണ്.

ആദ്യത്തെ ഒന്നുരണ്ടുദിവസം അൻവർ ഏതോ പേടിയുടെ നിഴലിലായിരുന്നു എന്നുവേണം കരുതാൻ. പനിക്കുകയും ചെയ്തു. തലയുടെ എക്സ്റേ റിപ്പോർട്ടും വന്നിരുന്നില്ല. വന്നിരുന്നെങ്കിൽത്തന്നെ അത് സംബന്ധിച്ച് ഡോക്ടർമാർ സൽമയോടോ അൻവറിനോടോ ഒന്നും പറഞ്ഞതുമില്ല.

"ചീഫ് സർജൻ പുറത്തെങ്ങോ പോയതാണ്, അദ്ദേഹം വന്നാലേ പറയാനൊക്കൂ." എന്നാണ് അവർ പറഞ്ഞത്. "ഒരു തകരാറുമില്ല" എന്ന ജൂനിയർ ഡോക്ടർമാരുടെ വാക്കിൽ അൻവറിന് തീരെ വിശ്വാസമില്ലായിരുന്നു. മഹേശാകട്ടെ, അൻവറിന് ധൈര്യം പകരുകയായിരുന്നു. അതിന് അയാൾ ചെവി കൊടുക്കുകപോലും ചെയ്തില്ല. അയാളുടെ പനിയും വിട്ടില്ല.

ആ രണ്ടുനാളുകളിൽ സൽമയ്ക്ക് അൻവറെ തികിച്ചും മറ്റൊരു വ്യക്തിയായിട്ടാണ് കാണാൻ കഴിഞ്ഞത്. അയാളുടെ ഉന്നതബിരുദങ്ങളും പദവിയുമൊക്കെ അപ്പോൾ അപ്രത്യക്ഷമായതുപോലെ അവൾക്കു തോന്നി. മരണഭയം അയാളുടെ കണ്ണുകളിൽ നൃത്തം വെച്ചു. മരണത്തെ മനുഷ്യൻ ഇത്രയധികം പേടിക്കുമോ? പേടിക്കേണ്ടതുണ്ടോ? സൽമ ആശ്ചര്യപ്പെട്ടു.

ചിലപ്പോൾ തന്നെക്കാണവേ, നിർവചിക്കാനാവാത്ത ഒരു വേദനയോ മോഹമോ അയാളുടെ മുഖത്ത് സ്ഫുരിക്കുന്നതായും സൽമയ്ക്ക് തോന്നി.

അൻവറെ അത്രയധികം ഉൽക്കണ്ഠപ്പെടുത്തിയ പനിയും, തലയ്ക്കകത്തെ വേദനയും മൂന്നാം ദിവസം കുറയാൻ തുടങ്ങി...

സംശയങ്ങൾക്കെല്ലാം ചീഫ് സർജൻ വ്യക്തമായ മറുപടി പറയുകയും തലയ്ക്ക് ഒന്നും പറ്റിയിട്ടില്ലെന്ന് ഉറപ്പുകൊടുക്കുകയും ചെയ്തു. പിന്നീട്, അവർ പെട്ടെന്ന് സുഖം പ്രാപിച്ചു വന്നു.

അൻവറുടെ മുഖത്തുണ്ടായിരുന്ന ഭയത്തിന്റെ ലാഞ്ചനപോലും ഇല്ലാതായി. സൽമ അവിടെത്തന്നെ ഉണ്ടായിരിക്കണമെന്ന ആഗ്രഹവും ഇപ്പോൾ അയാൾക്കില്ലെന്നു വന്നു. സൽമയുടെ കൺമുൻപിൽ വെച്ച് അയാൾ നേഴ്സുമാരോട് കിന്നാരം പറഞ്ഞു തുടങ്ങി. അവർ തന്നോട് ഇഷ്ടം കാണിക്കുന്ന രീതി അയാൾക്ക് നന്നേ പിടിച്ചു. തന്റെ വ്യക്തിത്വത്തിന്റെ ആകർഷണശക്തിയെപ്പറ്റി. അയാളുടെ അഭിമാനം ദ്വിഗുണീഭവിക്കാൻ മറ്റെന്തു വേണം? നേഴ്സുമാർ തങ്ങളുടെ യാന്ത്രിക ജീവിതത്തിൽ ഇത്തരം ആൺകുരങ്ങന്മാരുടെ കോപ്രായങ്ങളെ ഹൃദയപൂർവം സ്വാഗതം ചെയ്യുക സാധാരണമാണ്. എന്നാൽ, മർക്കടന്മാരായ ഇത്തരക്കാരെക്കുറിച്ച് അവർ തങ്ങളുടെ മുറികളിലിരുന്ന് ചർച്ച നടത്താറുമുണ്ട്...

അത് തികച്ചും മറ്റൊരു തരത്തിലാവും. സൽമയ്ക്ക് ഇതറിയാമെങ്കിലും അൻവറുണ്ടോ ഇതറിയുന്നു?

"നാലഞ്ചു ദിവസമെങ്കിലും കൂടെ താമസിക്കണമെന്നു പറഞ്ഞത് അൻവറായിരുന്നില്ല; അവന്റെ പേടിയായിരുന്നു. അങ്ങനെ പറഞ്ഞത് തനിക്കുവേണ്ടിയല്ല, അവനുവേണ്ടി മാത്രമാണെന്ന് സൽമയ്ക്കും അറിയാം. അതോർത്തപ്പോൾ അവളുടെ മുഖത്ത് ഒരു പുഞ്ചിരി പരന്നു. ഓ... മനുഷ്യന്റെ സ്വാർഥത്തിന് എത്ര മുഖങ്ങൾ! അവൾ ആശ്ചര്യപ്പെട്ടു.

അഞ്ചാംദിവസം ഡിസ്ചാർജ് ചെയ്യിച്ച് ആസ്പത്രിവിട്ട സൽമ വീട്ടിലെത്തി. പിന്നീട്, തന്റെ ഭർത്താവിന് വേണ്ടുന്ന ഭക്ഷണസാധനങ്ങളുമായി അവൾ ആസ്പത്രിയിലേക്കു പൊയ്ക്കൊണ്ടിരുന്നു. സൽമ അവിടെ എത്തുമ്പോഴൊക്കെ അൻവർ നേഴ്സുമാരുടെ കൂടെ തിളങ്ങുന്നതാണ് കാണുക. നക്ഷത്രങ്ങളുടെ നടുവിലെ ചന്ദ്രനെപ്പോലെ.

ഒരാഴ്ച അങ്ങനെ കഴിഞ്ഞു. ഒരുദിവസം സൽമ ചോദിച്ചു. "ഈ നേഴ്സുമാർ ഇവിടെ വന്ന് നിങ്ങളെ ചുറ്റി നിൽക്കുന്നതിന്റെ ആവശ്യം?"

"ഇക്കാര്യത്തിൽ ഞാൻ നിസ്സഹായനാണ് സൽമ."

ഇതയാളുടെ സ്ഥിരം വായ്ത്താരിയാണ്. അതുകേൾക്കുമ്പോൾ, മഹാകവി ബൈറനെയാണ് സൽമയ്ക്ക് ഓർമ വരിക. സ്ത്രീകൾ വന്ന് ബൈറനെ പൊതിയുമായിരുന്നു. അത്തരത്തിലുള്ളതാണ് അദ്ദേഹത്തിന്റെ വ്യക്തിത്വത്തിൽ നിറഞ്ഞുനിന്ന സൗന്ദര്യം. സമൂഹം ബൈറന്റെ നേരെ പുരികം ചുളിച്ചു.

"ഞാൻ എന്തു ചെയ്യട്ടെ! അവർ വന്ന് എന്നെ പൊതിയുകയാണ്" അദ്ദേഹം പറയുമായിരുന്നു. ബൈറന്റെ കാര്യത്തിൽ അതാണ് വാസ്തവം.

അൻവർ പറയുന്നതും അങ്ങനെ തന്നെ. പക്ഷേ, അൻവറിന്റെ വ്യക്തിത്വത്തിൽ എന്തു സൗന്ദര്യമാണുള്ളത്?

രണ്ടുദിവസത്തിനുശേഷം അൻവറെയും ഡിസ്ചാർജ് ചെയ്തു. അതിലയാൾക്ക് താൽപ്പര്യം കാണില്ല. ആസ്പത്രി വിടേണ്ടെന്നായിരിക്കും അയാളുടെ ഹൃദയം പറഞ്ഞിരിക്കുക. ആ മുഖഭാവത്തിൽനിന്ന് സൽമ അത് മനസിലാക്കി.

"ഡോക്ടർ അൻവർ, യുവർ ബ്രെയിൻ ഈസ് ലിറ്റിൽ ഡാമേജ്ഡ്, ഉടനെ ഒരു ഓപ്പറേഷൻ വേണ്ടിവരും" എന്നോ മറ്റോ ചീഫ് സർജൻ ഇപ്പോൾ പറഞ്ഞെന്നിരിക്കട്ടെ. ഈ മനുഷ്യന്റെ മുഖം എങ്ങനെയിരിക്കും? സൽമയുടെ മുഖത്ത് പുഞ്ചിരി വിടർന്നു.

"മാൻ. യു ആർ എ ബണ്ടിൽ ഓഫ് പാരഡോക്സ്" അവളുടെ മനസ്സ് മന്ത്രിച്ചു.

മനുഷ്യസൃഷ്ടിതന്നെ അസംബന്ധവും അസംഗതവുമാണ്. പരസ്പരം പൊരുത്തമില്ലാത്ത ഘടകങ്ങളെക്കൊണ്ട് നിർമിച്ച എന്തോ ഒന്ന്! നൂറുകൂട്ടം ശാരീരിക രോഗങ്ങളും മനോരോഗങ്ങളും മനുഷ്യനെ പിടികൂടുന്നത് അതുകൊണ്ടാവാം. സൽമയ്ക്ക് തോന്നി.

അൻവർ ആസ്പത്രിയിൽനിന്ന് സുഖപ്പെട്ട് തിരിച്ചു വന്നതിന്റെ പേരിൽ മഹേശ് ഒരു ഡിന്നർ ഏർപ്പെടുത്തി. ആ രണ്ടു കുടുംബങ്ങളൊഴിച്ച് മറ്റാരുമില്ല.

"ഒരു സന്തോഷത്തിനു വേണ്ടി. അല്ലാതെ, ഇതൊരുത്സവമായി കൊണ്ടാടേണ്ട കാര്യമൊന്നുമില്ല. ഇതിന് നമ്മൾ മാത്രം മതി!" മഹേശ് പറഞ്ഞു.

സമയവും സന്ദർഭവും എന്തു തന്നെയാവട്ടെ, പല ഡിന്നറുകളും പാർട്ടികളും പര്യവസാനിക്കുന്നത് ലൈംഗികകാര്യങ്ങളെക്കുറിച്ചുള്ള സംസാരത്തിലായിരിക്കും, പോഷകാംശങ്ങളും മദ്യവും ഞരമ്പുകളിലേക്ക് കടക്കുമ്പോൾ മിക്ക പുരുഷന്മാർക്കും ഇതൊരു ഹരമാണ്.

അതേ ശൈലിയിൽത്തന്നെ അന്നത്തെ ഡിന്നറും അവസാനിച്ചു. രാത്രി ഏകദേശം പത്തുമണിയായി ശൈലേശും പിങ്കുവും ഉറങ്ങിക്കഴിഞ്ഞു. അപ്പോൾ സംഭാഷണം തുടങ്ങുകയായി. വിഷയം അതു തന്നെ.

താൻ ആസ്പത്രിയിൽ ആയിരുന്നപ്പോൾ ഒരു സ്റ്റാഫ് നേഴ്സും ഒരു ഓർഡർലിയും തമ്മിൽ നടത്തിയ പ്രണയസല്ലാപത്തെക്കുറിച്ച് അൻവർ പറഞ്ഞു.

"അതിലെന്തുണ്ട് പ്രത്യേകത?" മഹേശ് ചോദിച്ചു.

"അവർ വിവാഹിതയും ഒരു കുഞ്ഞിന്റെ ഉമ്മയുമാണ്."

"മിസ്റ്റർ അൻവർ, സ്ത്രീയെ കുലടയെന്നും പതിതയെന്നും മറ്റും വിളിക്കുന്നത് എപ്പോഴാണെന്നറിയാമോ? രണ്ടേ രണ്ട് സന്ദർഭങ്ങളിൽ മാത്രം. ഒന്ന്, വിവാഹത്തിന് മുമ്പേ ഗർഭിണിയായാൽ, രണ്ട്, അപവാദത്തിന് പാത്രമായാൽ."

"അപവാദം നുണയാണെങ്കിലോ?" അൻവർ ചോദിച്ചു. "നുണയോ നേരോ എന്തുമാകട്ടെ, അപവാദം പ്രചരിച്ചാൽ പ്രചരിച്ചത് തന്നെ. പിഴച്ചവളെന്ന് മുദ്രകുത്തുക മാത്രമല്ല, അത് നിലനിൽക്കുകയും ചെയ്യും." മഹേശ് ചിരിച്ചുകൊണ്ടു തുടർന്നു. "ആ രണ്ട് അപകടങ്ങളിലും കുടുങ്ങാത്ത സ്ത്രീകൾ എന്തുചെയ്താലും, എത്ര പേരുമായി വേഴ്ച നടത്തിയാലും സമൂഹത്തിന്റെ കണ്ണിൽ അവൾ മാന്യയാണ്. വാസ്തവത്തിൽ, 'പിഴച്ചവൾ' എന്നതിന് സാമൂഹികമായ അർഥമല്ലാത മറ്റൊർഥവുമില്ല. എല്ലാം രഹസ്യമായി നിലനിർത്തുക: അതേ വേണ്ടൂ എങ്കിൽ, ഏതു കുലടയും ലോകത്തിന്റെ മുന്നിൽ പവിത്ര തന്നെ. സംശയമില്ല. ആ നിലയ്ക്ക്, പാപബോധംപോലും സാമൂഹിക നയത്തിൽനിന്ന് ഉത്ഭവിക്കുന്ന ഒരുതരം മാനസിക സമ്മർദമാണ്."

പണ്ടത്തെ രാജാക്കന്മാർക്ക് അത്തരത്തിലുള്ള പാപബോധമൊന്നും ഉണ്ടായിരുന്നില്ല. സമുദായത്തിന്റെയും മതസമ്പ്രദായങ്ങളുടെയും പേരിൽ ഇന്നും ബഹുഭാര്യാത്വം തുടരുന്നുണ്ടല്ലോ. അവരേയും പാപബോധം അലട്ടുന്നില്ല. ബഹുഭർത്തൃത്വം നിലവിലുണ്ടായിരുന്ന കാലത്ത് സ്ത്രീക്കും ഇങ്ങനെയൊരു ബോധമില്ലായിരുന്നു. ലൈംഗികബന്ധങ്ങൾക്ക് വിലക്കുകളില്ലാത്ത പലരാജ്യങ്ങളുമുണ്ട്. അവിടങ്ങളിലും പാപബോധത്തിന് സ്ഥാനമില്ല. കള്ളം പറഞ്ഞാലോ പ്രവർത്തിച്ചാലോ പക്ഷേ, ഈ ബോധമുണ്ടായേക്കാം.

"ഏതു സ്ത്രീക്കും മനസിൽ ആരുമായും രമിക്കാം. എത്ര പേരോടൊത്തും സുഖിക്കാം. എന്നാൽ, മറ്റൊരാളുമായി ശാരീരിക വേഴ്ചയിലേർപ്പെട്ടാൽ അവളെ ചീത്തയായി മുദ്രകുത്തുകയായി. അതും തെളിവുകൾ കിട്ടിയാൽ മാത്രം. അത്തരം തെളിവുകളും ചിലപ്പോൾ കള്ളമാകാറുണ്ട്" ഇതും പറഞ്ഞ് മഹേശ് ചിരിച്ചു.

"എങ്ങനെ?" അൻവർ ചോദിച്ചു.

മഹേശ് തുടർന്നു: "ഒരൊറ്റ ഉദാഹരണംകൊണ്ട് വ്യക്തമാക്കാം. ഞാനൊരുതവണ നൈറോബഹിയിൽ ടാംജേനിയയുടെ തലസ്ഥാനമായ ദാർഎസലാമിലേക്ക് യാത്ര ചെയ്യുകയായിരുന്നു. കണക്റ്റിങ് ഫ്ളൈറ്റ് തെറ്റി. അതുകാരണം അന്നു രാത്രി അഡീസ് അബാബയിൽ തങ്ങേണ്ടിവന്നു. താസമസ്ഥലം കിട്ടണമല്ലോ. അതിനായി എയർലൈൻസിന്റെ ഓഫീസിലേക്ക് ചെന്നു. ഓഫീസ് മേധാവി പുറത്തെങ്ങോ ആയതിനാൽ, അയാളെയും പ്രതീക്ഷിച്ച് ഞാൻ അവിടെ ഇരിപ്പായി. എന്റെ അടുത്ത കസേരയിൽ ഒരു ഇന്ത്യാക്കാരിയും ഉണ്ടായിരുന്നു. പത്തിരുപത്തിരണ്ട് വയസ്സ് പ്രായമുള്ള ഒരു സുന്ദരി. അവൾ എന്നെ നോക്കി പുഞ്ചിരിച്ചു. എങ്ങോട്ടേക്കാണെന്ന എന്റെ ചോദ്യത്തിന് 'ദാർഎസലാമി'ലേക്കാണെന്ന് അവൾ ഉത്തരവും പറഞ്ഞു. ഞങ്ങൾ തുടരെ സംസാരിച്ചുകൊണ്ടിരുന്നു. അതുകൊണ്ട് പരിചയത്തിന് മുറുക്കം കൂടി. അവൾക്കും കണക്ടിങ് ഫ്ളൈറ്റ് തെറ്റിയിട്ടുണ്ടെന്നും, അന്നുരാത്രി തങ്ങേണ്ടത് അഡീസ് അബാ

ബയിൽ തന്നെയാണെന്നും ഞാൻ മനസിലാക്കി. "തനിച്ച് ഹോട്ടലിൽ താമസിക്കേണ്ടതോർത്ത് വിഷമിക്കുകയാണ്!" അവൾ പറഞ്ഞു. ഞാന വൾക്ക് ധൈര്യം പകർന്നു. ഒന്നും പേടിക്കേണ്ടതില്ലെന്ന് സമാധാനിപ്പി ക്കുകയും ചെയ്തു. "നമുക്ക് ഹോട്ടലിൽ മുറിയെടുക്കാം, എന്താ?" അവൾ ചോദിച്ചു.

"ഞാൻ സമ്മതം മൂളി. അപ്പോഴേക്കും എയർലൈൻസ് അധികാരി തിരിച്ചു വന്നു. ഞങ്ങളുടെ ആവശ്യം അദ്ദേഹത്തെ അറിയിച്ചപ്പോൾ അദ്ദേഹം ഹോട്ടൽ ഫിൽട്ടണിലേക്ക് ഫോൺ ചെയ്തു. ഞങ്ങൾക്ക് ഒരു ഡബിൾ റൂം ബുക്ക് ചെയ്തിട്ടുണ്ടെന്നും അങ്ങോട്ട് പൊയ്ക്കൊള്ളു എന്നും അദ്ദേഹം പറഞ്ഞു. ഞാൻ അവളുടെ മുഖം ശ്രദ്ധിക്കുകയായി രുന്നു. അവിടെ യാതൊരു ഭാവവ്യത്യാസവുമില്ല. അങ്ങനെ, ഞങ്ങൾ രണ്ടുപേരും അന്നു രാത്രി ഒരേ മുറിയിൽ കഴിച്ചുകൂട്ടി. അവൾ കുളിച്ച ശേഷം ഞാൻ കുളിച്ചു. ഒരുമിച്ചിരുന്ന് ഭക്ഷണം കഴിച്ചു. രണ്ടു ബെഡ്ഡു കളിലായി ഞങ്ങൾ കിടക്കുകയും ചെയ്തു. ഞങ്ങൾ പരസ്പരം സ്പർ ശിച്ചതുപോലുമില്ല." മഹേശ് തെല്ലിട നിർത്തി. എന്നിട്ട് തുടർന്നു. "അഡീസ് അബാബയിൽ വെച്ചായതുകൊണ്ട് അതങ്ങനെ നടന്നു. നമ്മുടെ നാട്ടിൽ വെച്ചായിരുന്നെങ്കിലോ? പിറ്റേന്ന് രാവിലെ ഹോട്ട ലിൽനിന്ന് പുറത്തിറങ്ങുന്ന രജനി പട്ടേലിനെയും എന്നേയും കണ്ട് ലോകം എന്തൊക്കെ പറയുമായിരുന്നില്ല? അവളെ പിഴച്ചവളാക്കില്ലേ?"

മഹേശ് പറഞ്ഞ കഥയുടെ സത്യാവസ്ഥയെക്കുറിച്ച് സൽമ ചിന്തി ച്ചു. അയാളും ഇന്ത്യാക്കാരിയായ ആ യുവതിയും ഒരു രാത്രി ഒന്നിച്ച് കഴിച്ചത് വാസ്തവമോ? ഒരുപക്ഷേ, അത് കെട്ടിച്ചമച്ചതായിരിക്കാം. വളരെ സമർഥമായതാണ് അയാളുടെ നാക്ക്.

അപ്പോൾ ശീല അൽപ്പം പതിഞ്ഞസ്വരത്തിൽ പറഞ്ഞു: "ഓഫീ സിൽ ജോലി ചെയ്യുന്ന സ്ത്രീക്ക്, തന്റെ തൊട്ടരികിലിരിക്കുന്ന സ്നേ ഹശീലനായ സഹപ്രവർത്തകനോട് പലതരത്തിലും പെരുമാറേണ്ടി വരിക സാധാരണമാണ്. എന്നാൽ, അത് തന്റെ ഭർത്താവിന്റെ മുമ്പിൽ വെച്ചാവുമ്പോൾ പെരുമാറ്റത്തിന്റെ രീതിക്ക് ഗൗരവം കൂടും. അതുപോലെ പുരുഷനും തന്റെ ഭാര്യയുടെ മുമ്പിൽ വെച്ച് സ്നേഹഭാവത്തിൽ കഴി യുന്ന സഹപ്രവർത്തകയോട് ഇതേ നയം അനുവർത്തിക്കുന്നു. അത്തരം സന്ദർഭങ്ങളിൽ പരിചയംപോലും നടക്കാത്തവരുണ്ട്. അന്യോന്യം സംസാരിക്കാത്തവരുണ്ട്. ഞാനിത് എത്രയോ കണ്ടിട്ടുള്ള താണ്. എന്താണ് ഇതിനൊക്കെ കാരണം? ഈ പ്രവണത നമ്മുടെ രാജ്യത്ത് മാത്രമാണുള്ളതെന്ന് തോന്നുന്നു."

"ബട്ട് വി ആർ ദ സെയിം ആൾ ടൈം" ഇത് പറഞ്ഞ അൻവർ സൽ മയെ തന്നിലേക്ക് അണച്ചുപിടിച്ചുകൊണ്ട് ഉറക്കെ ചിരിക്കാൻ തുടങ്ങി.

ഒൻപത്

ഈ ഭൂമിയിൽ ഒന്നുംതന്നെ നേരെ ഇല്ലെന്നോ? എല്ലാം വളഞ്ഞ് പുളഞ്ഞ് കിടക്കുകയാണെന്നോ? സൽമ സ്വയം ചോദിച്ചു.

എന്റെ സൗന്ദര്യത്തെക്കുറിച്ചും എന്നിൽനിന്ന് ലഭിക്കുന്ന ശാരീരിക സുഖത്തെക്കുറിച്ചും മറ്റും അവൻ എഴുന്നള്ളിക്കുന്ന പല്ലവി പഴയതുതന്നെ. അതിന് എന്നിൽ സ്വാധീനം ചെലുത്താനോ എന്നെ ഉണർത്താനോ കഴിഞ്ഞിട്ടില്ല.

ഒരു ദിവസം റോബർട്ട് ബ്രൗണിങ്ങിന്റെ കാവ്യത്തെയും ജീവിതത്തെയുംകുറിച്ച് ക്ലാസെടുക്കുകയായിരുന്നു. ബ്രൗണിങ്ങും എലിസബത്ത് ബ്യാറെറ്റും പരസ്പരം പ്രേമിച്ചു. പക്ഷേ, എലിസബത്തിന്റെ അച്ഛൻ വിവാഹത്തിന് സമ്മതിച്ചില്ല. സമ്മതം പ്രതീക്ഷിച്ച് രണ്ടുപേരും പതിമൂന്ന് കൊല്ലക്കാലം കാത്തുകഴിച്ചു. എന്നിട്ടും മൂഢനായ ആ അച്ഛൻ സമ്മതിച്ചില്ല. അക്കാരണത്താൽ, ബ്രൗണിങ്ങിന്റെ കൂടെ എലിസബത്ത് ഇംഗ്ലണ്ടിൽനിന്നും ഇറ്റലിയിലേക്ക് ഒളിച്ചോടി. അവിടെവച്ച് അവർ വിവാഹിതരാവുകയും ചെയ്തു. ഇത്രയും വിവരിച്ചശേഷം ഞാൻ പറഞ്ഞു. "അത്തരം മൂഢാത്മാക്കളായ പിതാക്കൾ ഇക്കാലത്തും കുറവല്ല. ഈ സമൂഹം നിലനിൽക്കുംവരെ അത്തരക്കാർ ഉണ്ടായിരിക്കുകയും ചെയ്യും."

ക്ലാസ് തീർത്ത് ഞാൻ ഡിപ്പാർട്ട്മെന്റിലേക്ക് തിരിക്കുകയായിരുന്നു. അപ്പോൾ ഒരു പെൺകുട്ടി എന്റെ അരികിലേക്കു വന്നു.

"മാഡം ഒരു കാര്യം പറഞ്ഞില്ല. ബ്രൗണിങ് ദമ്പതികൾ എത്രകാലമാണ് ദാമ്പത്യജീവിതം നയിച്ചിരുന്നത്?" പെൺകുട്ടി ചോദിച്ചു. ഗൗരവം കലർന്ന ചോദ്യം.

"പതിനാറു വർഷം" ഞാൻ പറഞ്ഞു. അതായത്, എലിസബത്ത് മരിക്കുംവരെ അവർ സംതൃപ്തമായ ദാമ്പത്യജീവിതം നയിച്ചിരുന്നു. അച്ഛന്റെ എതിർപ്പുകാരണം അവർക്ക് ഇറ്റലിയിൽത്തന്നെ താമസിക്കേണ്ടി വന്നു. പിന്നീടൊരിക്കലും എലിസബത്തിന് ഇംഗ്ലണ്ടിലേക്ക് തിരിച്ചുചെല്ലാൻ സാധിച്ചില്ല. എലിസബത്തിന്റെ മരണശേഷം ബ്രൗണിങ് ഇരുപത്തെട്ടുവർഷം ജീവിച്ചു. അദ്ദേഹം പുനർവിവാഹം ചെയ്തില്ല. പത്നിയുടെ മരണം അദ്ദേഹത്തിന്റെ കാവ്യരചനയെ ഒട്ടും തടസപ്പെടുത്തിയിട്ടില്ലെന്നു മാത്രമല്ല, അത് നിർവിഘ്നം തുടരുകയും ചെയ്തു. തന്റെ കാവ്യരചനയെ പൂർണതയിലേക്കെത്തിച്ചത് പ്രിയതമയെക്കുറിച്ചുള്ള ഓർമകളായിരുന്നുവെന്ന് ബ്രൗണിങ് തുറന്നു പറഞ്ഞിട്ടുണ്ടെന്നും ഞാൻ അവളോട് പറഞ്ഞു.

ആ പെൺകുട്ടി അത്യന്തം ജാഗ്രതയോടെയും ആശ്ചര്യത്തോടെയും എന്റെ വാക്കുകൾ ശ്രദ്ധിച്ചു.

ഒന്ന് പുഞ്ചിരിച്ചുകൊണ്ട് ഞാൻ അവളോട് ചോദിച്ചു: "യു സീം ടു ബി വെരി സീരിയസ് എബൗട്ട് ഇറ്റ് എനി റീസൺ?"

"യേസ് മാഡം, എന്റെ ഒരു സ്നേഹിത ഒരാളെ ലൗവ് മാര്യേജ്

ചെയ്തിരുന്നു. ഒരൊറ്റ കൊല്ലംകൊണ്ട് അവർ അകന്ന നിലയിലായി. അവൾക്ക് ഒരു കുഞ്ഞും പിറന്നു. അവരുടെ വിവാഹത്തിന് ചെറുക്കന്റെ അച്ഛനമ്മമാർ സമ്മതിച്ചിരുന്നില്ല."

"അവൾക്ക് അച്ഛനുമമ്മയുമില്ല. ഇപ്പോഴാകട്ടെ ആരുമില്ല."

അവൾ ഞാനായിരുന്നെങ്കിലോ? ഒരുനിമിഷം ഞാൻ ചിന്തിച്ചു.

"ആർക്കും ആരുമില്ലാതെ വരില്ല. ഏതൊരാൾക്കും ആരെങ്കിലുമൊരാൾ ഉണ്ടായിരിക്കും. ഏതെങ്കിലും ഒരു വഴിയും കണ്ടേക്കും." ഞാൻ പറഞ്ഞു.

"എങ്ങനെ മാഡം?"

കേവലം പതിനെട്ടോ പത്തൊൻപതോ വയസ്സ് പ്രായം വരുന്ന ഒരു പെൺകുട്ടിയുടെ ചോദ്യം! ഒരു കുഞ്ഞിന്റെ അമ്മയും ആരുമില്ലാത്ത സ്ഥിതിയിലുമുള്ള ഒരു യുവതിയുടെ ജീവിത സാധ്യതയെക്കുറിച്ച് എന്ത് പറയും? ഞാൻ അവളുടെ അധ്യാപികയാണ്. എനിക്കവളേക്കാൾ പന്ത്രണ്ടോ പതിമൂന്നോ വയസ് കൂടുതലുമാണ്. ആ നിലയ്ക്ക് എന്നിൽനിന്ന് തൃപ്തികരമായ ഒരു മറുപടി ലഭിക്കുമെന്ന പ്രതീക്ഷ അവളിൽ കിളിർത്തിരിക്കണം. എന്റെ അഭിപ്രായമോ ഉപദേശമോ അനുസരിച്ച് തന്റെ സ്നേഹിതയോട് പ്രവർത്തിക്കാൻ പറയണമെന്ന ഔത്സുക്യവും അവളിൽ വളർന്നിട്ടുണ്ടെന്ന് എനിക്കു തോന്നി.

അങ്ങനെ പറഞ്ഞ് വലിയൊരു ഊരാക്കുടുക്കിലാണല്ലോ പെട്ടത് എന്ന് ഞാൻ പരിതപിച്ചു.

"ശരി നിന്റെ സ്നേഹിതയെ എനിക്കൊന്നു കാണാൻ പറ്റുമോ?"

ഞാൻ ചോദിച്ചു.

"ഓ സൗകര്യപ്പെടും."

"എന്നാൽ, അവളെ കാണണം. ഒരുദിവസം എന്നെക്കൂടി കൊണ്ടുപോകൂ. എനിക്ക് ഒഴിവുള്ള ദിവസം ഞാൻ പറയാം."

"ശരി മാഡം."

പക്ഷേ, അടുത്ത അവസരത്തിലൊന്നും, പറ്റിയ ഒഴിവു കണ്ടെത്താൻ കഴിഞ്ഞില്ല. അൻവർ അറിയാതെ പോകാനും വയ്യ.

ഒരുദിവസം ആ പെൺകുട്ടി വന്നു പറഞ്ഞു.

"ഇനി നിങ്ങൾ എന്റെ സ്നേഹിതയെ കാണേണ്ടതില്ല മാഡം."

"എന്തുകൊണ്ട്?" ആശ്ചര്യപൂർവം ഞാൻ ചോദിച്ചു.

"മാഡം, അവൾ എവിടേക്കോ പോയി."

"എവിടേക്ക്?"

"ആർക്കും നിശ്ചയില്ല."

"കുഞ്ഞ്?"

"കുഞ്ഞിനേയും കൊണ്ടുപോയി."

അവളുടെ ജീവിത സാധ്യതകളിൽ അതും ഒന്നാണെന്ന് എനിക്കു തോന്നി. ജീവിതം ഇന്ന തരത്തിലേ ആകാവൂ എന്നു പറയുന്നവർ ആരാണ്? അതിന്റെ വ്യവസ്ഥ എന്താണ്? ആരാണ് അത് എഴുതിയത്?

ഈ സമൂഹത്തിന് നിയമങ്ങളെക്കുറിച്ച് ബഹളം വെക്കാനേ അറിയൂ. അല്ലാതെ വീടുണ്ടാക്കിക്കൊടുക്കാനോ, വിവാഹം നടത്തിക്കൊടുക്കാനോ, ദാമ്പത്യത്തെ നിലനിർത്താനായി വല്ലതും ചെയ്യാനോ അതിന് എന്ത് ബാധ്യതയാണുള്ളത്?

ഒരു ശനിയാഴ്ച നേരം ഉച്ചയായിരുന്നു. ഉദ്ദേശം പത്തിരുപത്തിരണ്ട് വയസുകാരിയായ ഒരു യുവസുന്ദരിയെയും കാറിൽ കയറ്റി അൻവർ വീട്ടിലേക്കു വന്നു. ഉയരം കുറഞ്ഞ് കൊഴുത്തുരുണ്ട ഒരുവൾ. എന്നേക്കാൾ സൗന്ദര്യമൊന്നുമില്ലെങ്കിലും, അവൾക്ക് നല്ല പ്രസരിപ്പുണ്ടായിരുന്നു.

"പേര് ജ്യോത്സ്ന. എന്റെ ഡിപ്പാർട്ട്മെന്റിൽ ജോലിചെയ്യുന്നു."അൻവർ അവളെ എനിക്കു പരിചയപ്പെടുത്തി. ഞങ്ങൾ അൽപ്പനേരം ഡ്രോയിങ് റൂമിലിരുന്ന് സംസാരിച്ചു. അൻവർ, ഭക്ഷണം കഴിച്ചിട്ടുണ്ടെന്ന് മനസിലാക്കിയ ഞാൻ ജ്യോത്സ്നയെ ഉണ്ണാൻ ക്ഷണിച്ചു.

"പൂണൂൽക്കാരിയാ. നമ്മുടെ ആഹാരമൊന്നും ഇവൾക്കു പറ്റില്ല." അൻവർ പറഞ്ഞു.

"അങ്ങനെയൊന്നുമില്ല കേട്ടോ. എനിക്കു പറ്റുന്നത് ഞാൻ കഴിക്കും. പക്ഷേ ഇപ്പോൾ വേണ്ട ഊണ് കഴിഞ്ഞു."

ബാങ്കിൽ ഭക്ഷണവുമുണ്ടോ? ചോദിക്കണമെന്നു തോന്നി. അപ്പോൾ, രണ്ടുപേരും ഒന്നിച്ച് ഹോട്ടലിൽനിന്ന് വിഭവസമൃദ്ധമായ ശാപ്പാട് കഴിച്ചിരിക്കണം ഞാൻ അനുമാനിച്ചു.

ഉണ്ണാനായി ഞാൻ അകത്തേക്കു ചെന്നു.

ഡ്രോയിങ് റൂമിൽനിന്ന് അൻവർ തുടരെത്തുടരെ സംസാരിക്കുകയാണ്. അത് ഒരുതരം സരസസല്ലാപമായി പുരോഗമിച്ചുകൊണ്ടിരുന്നു. വളരെ മന്ദഗതിയിലാണ് ഞാൻ ഊണ് കഴിച്ചത്. വീട്ടിൽ ഞാനെന്ന ഒരുത്തി ഉണ്ടെന്ന കാര്യംപോലും അവർ വിസ്മരിച്ചതായി എനിക്കു തോന്നി.

അകത്തുനിന്ന് തിരിച്ചെത്തിയ ഞാൻ അവരുടെ അരികിലേക്ക് ചെന്നു. ജ്യോത്സ്ന എന്നെ ശ്രദ്ധിച്ചുവെങ്കിലും അൻവറുടെ കണ്ണ് അവളിൽത്തന്നെ തറച്ചു നിൽക്കുകയാണ്. കുറച്ചുസമയം സോഫയിൽ ഇരുന്ന ഞാൻ ബോറടിച്ചു. ഒപ്പം ഈർഷ്യയും കൂടിയായപ്പോൾ വീണ്ടും അകത്തേക്കു തന്നെ നടന്നു. ഇതിനിടയിൽ ഒരു തലവേദനയും. കിടക്കയെ ശരണം പ്രാപിച്ച എനിക്ക് ഒരു സമാധാനവും കിട്ടിയില്ല. അൻവറിന്റെയും ജ്യോത്സ്നയുടെയും ചിരി ചെവിയിൽ തുളച്ചു കയറുകയാണ്.

വേദനാ സംഹാരിയായ അനാസിൻ ഗുളികയ്ക്കു പുറമേ ഒരു കാംബോസ് കൂടി ഞാൻ വിഴുങ്ങി.

ഉറങ്ങിയത് എപ്പോഴാണെന്നറിഞ്ഞില്ല. ഉണർന്നപ്പോൾ അൻവർ എന്റെ അരികിൽ ഉറങ്ങുന്നതാണ് കണ്ടത്.

ഞാൻ മെല്ലെ എഴുന്നേറ്റു. തലവേദനയ്ക്ക് കുറവൊന്നുമില്ല. ഒരു

കാപ്പിയുണ്ടാക്കി കഴിച്ചശേഷം ഡ്രോയിങ് റൂമിലിരുന്ന് പത്രത്തിൽ കണ്ണോടിക്കുകയാണ്.

ഡോക്ടർ അൻവർ ഹുസൈൻ എം കോം. എൽ എൽ ബി, പി എച്ച് ഡി ശാന്തമായുറങ്ങുന്നു. ഒരു കുഞ്ഞിനെപ്പോലെ!

അവിചാരിതമായി എന്റെ നോട്ടം സോഫയിൽ പതിഞ്ഞു.

ഉടഞ്ഞ കുപ്പിവളക്കഷണങ്ങൾ! ശ്രമപ്പെട്ട് എന്റെ കണ്ണുകളെ പത്രത്തിലേക്കുതന്നെ പിന്തിരിപ്പിച്ചു.

എന്താണ് വായിച്ചത്? വായിക്കുന്നത്? ഒന്നും തലയിൽ കയറിയില്ല.

എങ്കിലും വായന തുടർന്നുകൊണ്ടിരുന്നു. അപ്പോൾ ഒരു വാർത്ത എന്റെ ശ്രദ്ധയെ ആകർഷിക്കുക മാത്രമല്ല. പിടിച്ചു നിർത്തുകതന്നെ ചെയ്തു.

ഒരാൾ തന്റെ ഭാര്യയെ കശാപ്പ് ചെയ്തിരിക്കുന്നു. കൊലയാണെന്നു തെളിയാതിരിക്കാൻ വേണ്ട സർവവിധ മുൻകരുതലുകളും എടുത്താണ് അവൻ കൃത്യം നിർവഹിച്ചത്.

ഒരുനാൾ രാത്രി അവൻ അവളെ നിർബന്ധിച്ച് വിസ്കി കുടിപ്പിച്ചു. മയങ്ങിപ്പോയ അവളെ വിസ്കിയിൽ ഉറക്കഗുളിക ചേർത്ത് വീണ്ടും കുടിപ്പിച്ചു. തുടർന്ന് അവളെ കാറിന്റെ പിൻസീറ്റിൽ കൊണ്ടിട്ട് പട്ടണത്തിൽനിന്ന് മറ്റൊരിടത്തേക്ക് പുറപ്പെട്ടു. ഏകദേശം അൻപത് കിലോമീറ്റർ പിന്നിട്ടപ്പോഴേക്കും അവൾ മരിച്ചു. വീണ്ടും ഒരു അൻപത് കിലോമീറ്റർ കൂടി ചെന്ന ശേഷം കാർ വിജനമായ ഒരിടത്ത് ഒരു പാലത്തിന്മേൽ നിർത്തി. എന്നിട്ട് ജഡം, ഒഴുകുന്ന പുഴയിലേക്ക് വലിച്ചെറിയുകയും ചെയ്തു.

വീട്ടിൽ തിരിച്ചെത്തിയ അയാൾ എവിടെയും ഒരു കുഴപ്പവുമില്ലെന്ന് ഉറപ്പു വരുത്തിയശേഷം കാറുമായി നേരെ പോയത് പൊലീസ് സ്റ്റേഷനിലേക്കാണ്. ജോലിസ്ഥലത്തുനിന്ന് വൈകുന്നേരം വീട്ടിൽ തിരിച്ചെത്തിയ തന്റെ ഭാര്യ, ഏകദേശം ഏഴുമണിക്ക് ഒരു സ്നേഹിതയുടെ വീട്ടിൽ പോയെന്നും, ഇതുവരേക്കും തിരിച്ചെത്താത്ത അവളെ കാണാനില്ലെന്നും പൊലീസിൽ പരാതി ബോധിപ്പിച്ചു.

കൊല നടത്തുന്നതിന് ആ ചുറ്റുപാടിലെ ചില സൗകര്യങ്ങൾ അയാൾക്ക് സഹായകമായിരുന്നു. അതൊരു ചെറിയ പട്ടണമാണ്. അതിന് പുറത്ത് ഒറ്റപ്പെട്ടു നിൽക്കുന്നതായിരുന്നു വീട്.

ഒരു കൺസ്ട്രക്ഷൻ കമ്പനിയിൽ ജോലിയുള്ള അയാൾ എഞ്ചിനീയറാണ്, ഭാര്യ ബാങ്കിലെ റിസപ്ഷനിസ്റ്റും.

ഒരൊറ്റ തെളിവും കിട്ടാൻ പാടില്ലെന്ന് അയാൾ പ്ലാനിട്ടതാണ്. പക്ഷേ, നാലഞ്ചു തെളിവുകളെങ്കിലും അവിടെ അവശേഷിച്ചു. പൊലീസ് സ്റ്റേഷനിൽ പരാതി രേഖപ്പെടുത്തിയത് വിവരംകെട്ട ഒരു കോൺസ്റ്റബിളായിരുന്നു. അയാൾ ഒരു ചോദ്യം ചോദിച്ചു.

“നിങ്ങളുടെ ഭാര്യ പോയത് സ്നേഹിതയുടെ വീട്ടിലേക്കാണല്ലോ. അവിടെ നിങ്ങൾ അന്വേഷിച്ചോ?”

"ഇല്ല, അവൾ വെളിയിലേക്കുപോയപ്പോൾ ഞാൻ മെത്തയിൽ കിടന്ന് വായിക്കുകയായിരുന്നു. അവൾക്ക് ഒന്നിൽക്കൂടുതൽ സ്നേഹിതമാരുണ്ട്. ആരുടെ വീട്ടിലേക്കാണ് പോയതെന്ന് എനിക്ക് നിശ്ചയമില്ല."

"അവരിൽ ഏതെങ്കിലും ഒരാളുടെ വീട്ടിൽ പോയി എന്തുകൊണ്ടന്വേഷിച്ചില്ല?"

അതൊരു വിഡ്ഢിച്ചോദ്യമാണ്. എങ്കിലും അതിൽ സമർത്ഥമായ മറ്റൊരു ചോദ്യംകൂടി ഉണ്ടായിരുന്നു. കാരണം, വീട്ടിൽനിന്ന് പുറത്തുപോയ തന്റെ ഭാര്യ, നിശ്ചതസമയത്ത് തിരിച്ചെത്തിയില്ലെങ്കിൽ ആരും തന്നെ ഉടനെ പൊലീസ് സ്റ്റേഷനിലേക്ക് ഓടുകയില്ല. ഏതായാലും ഒരാഴ്ച കഴിഞ്ഞപ്പോൾ കടൽക്കരയിൽനിന്ന് അസ്ഥികൂടം കണ്ടെടുത്തു.

മുറിവിന്റെ പാടൊന്നുമില്ലാത്തതിനാൽ ആത്മഹത്യയായിരിക്കുമെന്നാണ് പൊലീസ് ആദ്യം സംശയിച്ചത്.

ഫോറൻസിക് വിദഗ്ധരുടെ റിപ്പോർട്ട് വന്നു. മരണത്തിനുമുമ്പ് അവർ വിസ്കിയും ഉറക്കെ ഗുളികകളും കഴിച്ചതായി രേഖപ്പെടുത്തിയിരുന്നു. വെള്ളത്തിൽ ചാടി ആത്മഹത്യ ചെയ്യാൻ തീരുമാനിച്ച അവൾ എന്തിന് ഉറക്കെ ഗുളിക കഴിക്കണമെന്ന ചോദ്യം ഒരു പ്രശ്നമായി അവശേഷിച്ചു.

അമിതമായ പണം സമ്പാദിക്കുന്ന ഒരു നല്ല ശതമാനം ആളുകളുടെ വീടുകളിൽ വിസ്കിയും ഉറക്കഗുളികകളും ഉണ്ടായിരിക്കുക ഇന്ന് സാധാരണമാണ്. എങ്കിലും അതേ വസ്തുക്കളാൽ ഭർത്താവ് തന്നെയാണ് കൊലപ്പെടുത്തിയതെന്ന് പറയാനും പറ്റില്ല. പക്ഷേ, ചില നഗമനങ്ങളുടെ അടിസ്ഥാനത്തിൽ കൊലക്കുറ്റം ചുമത്തി അയാളെ അറസ്റ്റ് ചെയ്തു.

മറ്റെങ്ങും അന്വേഷിക്കാതെ പൊലീസിൽ പരാതി കൊടുത്തതാണ് സംശയത്തിന് പ്രധാന കാരണമായത്.

സംഭവം നടന്നതിന് ഒരുമാസം മുമ്പ് മാത്രമാണ് അയാൾ തന്റെ കാറിന് വിരി ഏർപ്പെടുത്തിയതെന്ന് കേസ് വിചാരണവേളയിൽ തെളിഞ്ഞു. മാത്രമല്ല, പ്രതിയോ അയാളുടെ ഭാര്യയോ ഉറക്കഗുളികകൾ കഴിക്കാറില്ലെന്നും തെളിയിക്കപ്പെട്ടു.

അതോടൊപ്പം ഉറക്കഗുളികകൾ സംഘടിപ്പിച്ചത് എവിടെ നിന്നാണെന്നും കണ്ടുപിടിച്ചു.

വിഡ്ഢി, ഞാൻ മനസിൽ പറഞ്ഞു. അരക്കുപ്പി വിസ്കിയും ഉറക്കഗുളികകളും അവൻ എന്തിന് വീട്ടിൽത്തന്നെ സൂക്ഷിച്ചുവെച്ചു. അവൾക്കുണ്ടെന്നു പറഞ്ഞ സ്നേഹിതകളുടെ വീടുകളിൽച്ചെന്ന് അവളെ അന്വേഷിക്കുന്നതായി അവന് ഒന്നഭിനയിച്ചുകൂടായിരുന്നോ? അതൊന്നും ചെയ്യാതെ അവനെന്തിന് നേരേ പൊലീസ് സ്റ്റേഷനിൽ പോയി? മടയൻ!

ഞാനായിരുന്നെങ്കിൽ ആ മാതിരി വിഡ്ഢിത്തമൊന്നും ചെയ്യുമായിരുന്നില്ല. ഉദാഹരണത്തിന്, ഞാൻ അൻവറെ കൊലപ്പെടുത്തിയെന്ന്

വെക്കുക. തീർച്ചയായും പിടികൊടുക്കാതെ രക്ഷപ്പെടാൻ എനിക്കു കഴിയും.

അങ്ങനെ പിടികൊടുക്കാത്ത വിധം കൊലചെയ്യേണ്ട മാർഗം എന്തെന്നു ഞാനാലോചിച്ചു. വിഷപ്രയോഗം ഒട്ടും സുരക്ഷിതമല്ല. പിന്നെ? കാറിന്റെ ബ്രേക്ക് കേടുവരുത്തിവെക്കാം. പക്ഷേ, അതെനിക്കറിയില്ല. പറ്റുമെന്നു തോന്നുന്നില്ല. ഡ്രൈവിങ് പഠിക്കാൻ അൻവർ സമ്മതിക്കുമോ? ബ്രേക്ക് തെറ്റിക്കാൻ മാത്രം എങ്ങനെയാണ് പഠിക്കുക? പഠിക്കുന്നത് അൻവറിൽനിന്നും തന്നെയാകണമല്ലോ എന്നോർത്തപ്പോൾ എനിക്കു ചിരി വന്നു. ഒന്നുചെയ്യാം. അവൻ മദ്യലഹരിയിൽ ഉറങ്ങിക്കിടക്കവേ മുറിയിലേക്ക് ഗ്യാസ് കടത്തി വിട്ട് കൊല്ലാം. അതു ബുദ്ധിയാണെന്നു തോന്നുന്നില്ല.

മുറിക്കകത്ത് ഞാനില്ലാതെ വന്നാൽ എന്നെത്തന്നെ സംശയിക്കാനും ഇടയുണ്ട്.

ഇരുവരും കൊല്ലപ്പെടുകയാണെങ്കിൽ കുഴപ്പമൊന്നുമില്ല. അതും വളരെ എളുപ്പമാണ്. അതിന് പറ്റിയ പല വഴികളും തുറന്ന് കിടപ്പുണ്ട്.

അവനെ മാത്രം കൊല്ലണമെങ്കിലോ? ജുഹുവിലുള്ള ഹോട്ടൽ ലാശാംഗ്രിലായിലേക്ക് ഞങ്ങൾ ഇടയ്ക്കിടെ ഡിന്നറിന് പോകാറുണ്ട്. ചിലപ്പോൾ അൻവർ നല്ല ലഹരിയിലായിരിക്കും. അങ്ങനെ മദ്യപിച്ച് ലഹള കൂട്ടുമ്പോൾ ഒരു കാര്യം ചെയ്യാം. "ബോംബെ നഗരം രാത്രി സമയത്ത് കണ്ടിട്ട് കുറെ കാലമായല്ലോ" എന്നുപറഞ്ഞ് ടെറസിലേക്ക് ചെല്ലണം. താഴെ വീണാൽ പൊടിപോലും കിട്ടാത്ത ഒമ്പത് നില കെട്ടിടമാണത്.

ടെറസിന്റെ വിളുമ്പിൽനിന്നുകൊണ്ട് ദൂരെയുള്ള ഏതെങ്കിലുമൊരു കാഴ്ചയിലേക്ക് അവന്റെ ശ്രദ്ധ തിരിച്ചു വിടണം. അവൻ അങ്ങോട്ടു നോക്കുമ്പോൾ മെല്ലെ ഒന്ന് തള്ളുക; തീർന്നു. ഉടനെ ഉച്ചത്തിൽ നിലവിളിച്ച് ബോധക്കേട് അഭിനയിക്കണം. ഇത് പറ്റും.

എന്നെ അദ്ദേഹം ഇതുപോലെ പലപ്പോഴും മുകളിലേക്കു കൊണ്ടുപോയി 'നമുക്ക് താഴേക്ക് ചാടാമെന്ന് പറയുക പതിവായിരുന്നു' ഉയർന്ന കെട്ടിടങ്ങളുടെ മുകളിലെത്തിയാൽ അദ്ദേഹത്തിന് എന്തോ ഒരു മാറ്റമുണ്ടാകാറുണ്ട്. ഇന്നദ്ദേഹം ഒരുപാട് കുടിക്കുകയും ചെയ്തിരുന്നു. ടെറസിലെത്തിയപ്പോൾ പെട്ടെന്ന് താഴേക്കു ചാടാൻ എന്നെ നിർബന്ധിക്കുകയും "നീയൊരു വെറും ഭീരുവാണെ"ന്ന് പറയുകയും ചെയ്തു.

"നിങ്ങൾ വലിയ ധൈര്യശാലിയാണോ" എന്നു ഞാനും പറഞ്ഞു പറഞ്ഞു നിർത്തിയതും അദ്ദേഹം താഴേക്ക് എടുത്തു ചാടിയതും ഒപ്പം കഴിഞ്ഞു.

ആളുകളുടെ മുമ്പിൽ തേങ്ങിക്കരഞ്ഞുകൊണ്ട് ഇങ്ങനെ പറയാം:

ഇത് നടക്കും!

അൻവർ ഉറക്കം കഴിഞ്ഞ് എഴുന്നേറ്റു വന്നു.

പത്രം താഴെവച്ച് കാപ്പിയുണ്ടാക്കാനായി ഞാൻ അകത്തേക്കും ചെന്നു.

പത്ത്

ഒരുദിവസം ഡോക്ടർ മഹേശും ശീലയും വീട്ടിൽ വന്നു. അടുത്ത ദിവസമാണ് ശൈലേശിന്റെ ബർത്ത്ഡേ. അതിന് ക്ഷണിക്കാൻ വന്നതാണവർ.

അവൻ തിരിച്ചുപോയി. അപ്പോൾ അൻവർ പറഞ്ഞു: "ബർത്ത്ഡേ നടത്തി സമ്മാനം ശേഖരിക്കലല്ലേ ഇവരുടെ ഉദ്ദേശ്യം? മൂന്ന് നാല് കൊല്ലമായി നാമത് കൊടുത്തുവരുന്നുമുണ്ട്. എന്നാൽ, വിവാഹം, പിറന്നാൾ തുടങ്ങി മറ്റുള്ളവർ നടത്തുന്ന ഒന്നിലും മഹേശ് പങ്കെടുക്കുന്ന പ്രശ്നമേയില്ല. 'അർജന്റായി ഒരു ഓപ്പറേഷൻ ഉള്ളതുകൊണ്ട് വരാൻ പറ്റില്ല; ക്ഷമിക്കണം.' എന്നു പറഞ്ഞ് അയാൾ ഒഴിഞ്ഞു മാറും."

"മഹേശ് ദമ്പതികളുടെ മകന്റെ ബർത്ത്ഡേക്ക് ക്ഷണിച്ചാൽ സുഹൃത്തുക്കൾക്ക് പോകാതിരിക്കുവാൻ പറ്റുമോ? ഡോക്ടറല്ലേ ഒരിക്കലെങ്കിലും അയാളെ മറ്റുള്ളവർക്ക് വേണ്ടിവരും. ഇത് അയാൾക്കും അറിയാം. ക്ഷണിച്ചവരിൽ വരാത്തവരുടെയും സമ്മാനം നൽകാത്തവരുടെയും പട്ടിക പ്രത്യേകമായി ഭാര്യയും ഭർത്താവും ചേർന്നാണ് തയാറാക്കും, പിന്നീട് അതിലാരെങ്കിലും അവന്റെ ഹോസ്പിറ്റലിൽ ചെന്നാൽ, നട്ടെല്ല് ഒടിഞ്ഞതു തന്നെ" ഇതുപറഞ്ഞ് കുടുകുടെ ചിരിച്ചു.

അൻവർ പറഞ്ഞതിൽ ഊഹം മാത്രമല്ല, കുറച്ചു സത്യവുമുണ്ടായിരുന്നു. തുടർന്ന് ശീലയെക്കുറിച്ചാണ് സംസാരിച്ചത്. അൻവർ പറഞ്ഞു. "ശീലയ്ക്കെന്തോ രോഗമുള്ളതുപോലെ തോന്നുന്നു."

"അവൾ മെലിഞ്ഞു വരികയാണല്ലോ. സെക്സ് കുറേ കൂടിയതുകൊണ്ടായിരിക്കുമോ എന്തോ!! ഈർക്കിൽപോലുള്ള അവൾക്ക് അത് കുറെ കൂടുതലാ" ഇങ്ങനെ പറഞ്ഞ് അൻവർ പൊട്ടിച്ചിരിച്ചു.

സൽമ ഒന്നും മിണ്ടിയില്ല. അൻവർ പിന്നെ പിടികൂടിയത് സൽമ ജോലി ചെയ്യുന്ന കോളേജിലെ പ്രിൻസിപ്പാളിനെയാണ്.

"പഹയനുണ്ടല്ലോ നല്ല കരിഞ്ഞ മരം പോലുണ്ട്. ആ നെറ്റിയിലെ ചാരം കൊണ്ടുള്ള വരയും അതിന് പറ്റിയതുതന്നെ. ഈയിടെ അയാളെ ഞാനാദ്യമായി കണ്ടു. ഏതോ ഗാരേജിലെ ഫിറ്ററായിരിക്കുമെന്നാണ് കരുതിയത്. ഭാര്യ തരക്കേടില്ല, നല്ല ഫിഗർ, പക്ഷേ, അവളുടെ നെറ്റിയിലെ ഉറുപ്പിക വലുപ്പമുള്ള പൊട്ടു കണ്ടാൽ ചിരിവരും. ഭർത്താവിന്റെ നെറ്റിയിലെ ചാരവരയും ഭാര്യയുടെ പപ്പടവട്ടവും തമ്മിൽ എന്തൊരു ചേർച്ച" അറപ്പുളവാക്കുന്ന ആ ഫലിതം സ്വയം ആസ്വദിച്ചുകൊണ്ട്. അവൻ എന്തോ സാധിച്ചതുപോലെ വീണ്ടും പൊട്ടിച്ചിരിച്ചു. അൻവറിന്റെ കണ്ണിൽ ആർക്കും മാന്യതയില്ല. സ്ത്രീക്കും പുരുഷനും പ്രത്യേകിച്ച് സ്ത്രീയാണെങ്കിൽ അവൾ പരിശുദ്ധയുമല്ല.

അൻവർ വാചാലമായി സംസാരിക്കവേ, സൽമ ഒരു മരക്കുറ്റിപോലെ അങ്ങനെ ഇരിക്കും; ഒന്നും പറയാൻ വയ്യാത്തത നിലയിലാവും. ഇവ

നെന്തിന് ഇങ്ങനെ സംസാരിക്കുന്നു? ഏതിനത്തിൽപ്പെട്ട ബുദ്ധിജീവിയാണ് ഇവൻ? അവൾ അമ്പരക്കാറുണ്ട്.

സൗന്ദര്യമെന്നാൽ എന്താണ്? നിത്യവും ഓരോ മണിക്കൂർ ചമഞ്ഞൊരുങ്ങുന്നതിലാണോ സൗന്ദര്യം? അതിൽ എന്തു സൗന്ദര്യമാണുള്ളത്? അവൾക്ക് ചോദിക്കണമെന്നു തോന്നി.

എന്നാൽ, ഒന്നുമൊന്നും അവൾക്ക് ചോദിക്കാൻ വയ്യ. രണ്ടുതവണ അയാൾ അവളുടെ കഴുത്ത് ഞെരിച്ചമർത്തി വിട്ടതാണ്. ആദ്യം അത് സംഭവിച്ചപ്പോൾ പേടിച്ച് നിലവിളിക്കേണ്ടതായിരുന്നു. അഭിമാനം അതിനനുവദിച്ചില്ല. എല്ലാം അവൾ കടിച്ചമർത്തി. "സാധിക്കുമെങ്കിൽ, കഴുത്ത് ഞെരിച്ച് കൊല്ലട്ടെ, കൊന്നാലും തരക്കേടൊന്നുമല്ല." രണ്ടാം തവണ അതായിരുന്നു. അവളുടെ പ്രതികരണം.

കൊല്ലണമെന്ന ഉറച്ച തീരുമാനം അയാളെടുത്തില്ല. അതിനുള്ള ചങ്കൂറ്റം അയാൾക്കില്ലെന്ന ആന്തരികമായ ഒരു ധൈര്യം അവളിലുണ്ടായിരുന്നു. എന്നാലും, ആ സന്ദർഭത്തിൽ മാംസപേശികൾ വലിഞ്ഞുമുറുകി വല്ലാതെ വികൃതമായിത്തീരുന്ന അവന്റെ മുഖവും അവിടെ സംഭവിക്കുന്ന നിറമാറ്റവും അവളെ ഭയപ്പെടുത്തിയിരുന്നു.

ക്രോധം മൂർധന്യത്തിലെത്തുമ്പോൾ എല്ലാം മറന്ന് അയാൾ തന്നെ ശരിപ്പെടുത്തിക്കൂടായ്കയില്ലെന്നും അവൾ സംശയിക്കാതിരുന്നില്ല. വളരെ നല്ലവനായ പ്രിൻസിപ്പാൾ ഗോപാലകൃഷ്ണ പുരാണിക്കിനെപ്പറ്റി അൻവർ പറഞ്ഞ പരിഹാസ വാക്കുകൾ സൽമയ്ക്ക് തീരെ സഹിച്ചില്ല. അവൾ പറഞ്ഞു. "ഡോ. ഗോപാലകൃഷ്ണ പുരാണിക്ക് ഒരു മഹാപണ്ഡിതനും അനേകം ഗ്രന്ഥങ്ങളുടെ കർത്താവുമാണ്. കെമിസ്ട്രിയിൽ ധാരാളം ഗവേഷണങ്ങൾ നടത്തിയിട്ടുമുണ്ട്. തികഞ്ഞ സാത്വിക ജീവിതം നയിക്കുന്ന ഒരാളാണ്. ഒരു കോളേജ് പ്രിൻസിപ്പാളായ അദ്ദേഹത്തിന്റെ അടക്കവുമൊതുക്കവും ആരെയും അത്ഭുതപ്പെടുത്താൻ പോന്നതാണ്."

"സ്കോളറായിരിക്കാം. സാത്വികനുമായിരിക്കാം. പക്ഷേ, അയാളെ കണ്ടാൽ ഒരു കോളേജ് പ്രിൻസിപ്പാളെന്ന് മാത്രം തോന്നുകയില്ല. നിങ്ങളുടെ മുൻ പ്രിൻസിപ്പാൾ ശാന്താറാമുമായി തട്ടിച്ചുനോക്കിയാൽ ഇയാൾ ഒന്നുമല്ല. പ്രിൻസിപ്പാൾ പോയിട്ട് ഒരു കോളേജ് പ്യൂൺ ആകാനുള്ള പേഴ്സണാലിറ്റിപോലും അയാൾക്കുണ്ടോ?" അൻവർ പറഞ്ഞു.

രോഷംകൊണ്ട് സൽമ അടിമുടി വിറച്ചു. അല്ലയോ വങ്കാ! പേഴ്സണാലിറ്റി എന്നുപറഞ്ഞാൽ നിനക്കറിയാമോ? നീയൊരു പൊങ്ങച്ച പൂങ്കോഴിയാണ്. മഹാഗർവിഷ്ഠനാണ്. നിന്നെപ്പോലെ, പെൺകോന്തനായ, പേരിന് മാത്രം ഡോക്ടറായ ആ ശാന്തറാമിനെ നീ ഇഷ്ടപ്പെട്ടതിൽ ആശ്ചര്യമൊന്നുമില്ല. ഹി ഈസ് ഹാഡ്ലി, എ ഹ്യൂമൺ ബീയിങ്. എന്നോടുപോലും അവൻ രണ്ടുമൂന്ന് തവണ അപമര്യാദയായി പെരുമാറിയത് നിന്നോട് ഞാൻ പറഞ്ഞില്ല. പറഞ്ഞിരുന്നെങ്കിൽ നീ ചത്തുകളഞ്ഞേനെ. തള്ളി വന്ന രോഷം അവൾ ഉള്ളലൊതുക്കുകയായിരുന്നു.

കൃത്യമായി ഒന്നു ചിരിച്ചുകൊണ്ട് അവൾ പറഞ്ഞു: "ഫിറ്റാണെന്ന്

തോന്നിക്കുന്ന കോളേജ് പ്രിൻസിപ്പാൾമാരും, കോളേജ് പ്രിൻസിപ്പാളെന്ന് തോന്നിക്കുന്ന ഫിറ്റർമാരും ഇവിടെ ധാരാളമുണ്ടായിരിക്കും. എങ്കിലും ഫിറ്റർ എന്ന ആൾ ഒരു നികൃഷ്ട ജീവിയാണോ? അയാൾ വന്ന് തൊട്ടില്ലെങ്കിൽ ചിലപ്പോൾ നമ്മുടെ കാറ് ചലിച്ചില്ലെന്ന് വരും. ഒരു കോളേജ് പ്രിൻസിപ്പാളിനേക്കാൾ ഒരു ഫിറ്ററെ ആവശ്യമായി വരുന്ന സന്ദർഭങ്ങൾ പലതാണ്. നിങ്ങളും ഞാനും ഡോ. ശാന്താറാമുമെല്ലാം ഓരോ വിഷയങ്ങളിൽ കുറച്ചുമാത്രം അറിവ് നേടിയവരാണ്. ഫിറ്ററാകട്ടെ, തന്റെ വിഷയങ്ങളിൽ തികഞ്ഞ പ്രാവീണ്യമുള്ളവനായിരിക്കും; സംശയമില്ല."

അൻവർ അൽപ്പം കോപിച്ചെന്ന് മുഖം വ്യക്തമാക്കി. തന്റെ സംസാരം, യാഥാസ്ഥിതിക ബൂർഷ്വാ സ്വഭാവിയായ അൻവറിന് പിടിച്ചിരിക്കില്ല. അവൾ കരുതി...

"എപ്പിയറൻസ് ഈസ് ആൾസൊ ഇംപോർട്ടന്റ്" അൻവർ പറഞ്ഞു.

'അതെ, നിനക്ക് പുറംമോടി ഏറ്റവും പ്രധാനപ്പെട്ടതാണ്. മനുഷ്യത്വം ഇല്ലെങ്കിലെന്ത്? നിനക്ക് അത് മാത്രം മതി.' സൽമ മനസിൽ പതഞ്ഞു. സൂട്ടിനും കൂട്ടിനും ചേരുന്ന ടൈ, മിന്നിത്തിളങ്ങുന്ന ഷൂസ്, അതിനൊത്ത സോക്സ്, ഭംഗിയായി ചീകിവെച്ച തലമുടി, പെർഫ്യൂം, റോൾഡ് ഗോൾഡ് ചെയിനോട് കൂടിയ റോളക്സ് വാച്ച്, ആകർഷകമെന്ന് നിനക്ക് തോന്നുന്ന അരയിലെ ബെൽറ്റ്, സ്വർണനിറത്തിലുള്ള ബട്ടണുകളും കഫ്ലിങ്ക്സും. ഇതല്ലേ നിന്റെ പേഴ്സണാലിറ്റി? പക്ഷേ, നിന്നിൽ മനുഷ്യത്വം എന്നൊന്നുണ്ടോ? ഭൂതക്കണ്ണാടിവെച്ച് നോക്കിയാലും നിന്നിലത് കാണുമോ?

രാത്രി കിടക്കാൻ നേരത്തല്ലേ ഈ വേഷം നീ അഴിച്ചുമാറ്റാനുള്ളത്? കിടക്കയിൽ എത്രമാത്രം വ്യത്യസ്തനായിട്ടാണ് നിന്നെ കാണുക?

ഏതാണ് മനുഷ്യൻ? ഏതാണ് മൃഗം? നിന്റെ കാർ റിപ്പയർ ചെയ്യുന്ന ഫിറ്ററോളം സുഖിയും നല്ലവനുമാണോ നീ? ഡോക്ടർ മഹേശാണോ? ഡോക്ടർ ശാന്താറാമാണോ? അല്ലേ അല്ല. എന്തിനധികം. ഈ ഞാനും അതിൽപ്പെടുന്നില്ലേ? പഠിപ്പും പദവിയും ധനമോഹവും നമ്മെ ശിഥില ഹൃദയരാക്കി മാറ്റിയിരിക്കുന്നു.

സൽമ ഒന്നും മിണ്ടാതെ പുഞ്ചിരിക്കുകയാണ്.

"എന്താ ചിരിക്കുന്നത്?" അൻവർ ചോദിച്ചു.

"വെറുതെ." അവൾ മുഖം കുനിച്ചു.

"നിന്നെ ഇന്ന് വളരെ സുന്ദരിയായിട്ടാണല്ലേ കാണുന്നത്?" അൻവർ അവളെ കെട്ടിപ്പിടിച്ചു. തുടർന്ന് പ്രണയഗോഷ്ഠിയും.

അപ്പോഴും അവളുടെ മുഖത്ത് ആ പുഞ്ചിരിയുണ്ടായിരുന്നു.

ഉള്ളിൽ, അറപ്പുളവാക്കുന്ന, അസഹ്യമായി വേദനിപ്പിക്കുന്ന മുറിവുകളാണുള്ളത്. അൻവർ നിന്റെ സ്പർശനമേൽക്കുമ്പോഴൊക്കെ എന്റെ ഓരോ രോമവും എഴുന്നു നിൽക്കുകയാണ്. പളുകം കൊണ്ടല്ല; അറപ്പുകൊണ്ട്. അന്ന് ബസ് തട്ടി ചതഞ്ഞരഞ്ഞ ഒരു പെൺകുഞ്ഞിന്റെ

ജഡം റോഡിൽ കണ്ടപ്പോൾ നീ പറഞ്ഞതോർക്കുന്നു. 'പുവർ ചൈൽഡ്' അതുമാത്രമേ നീ പറഞ്ഞുള്ളൂ. അതുകേട്ടപ്പോൾ ഞാൻ വിങ്ങിക്കരഞ്ഞു. എന്റെ ഓരോ രോമവും കൂർത്ത സൂചികളായി എന്നെ കുത്തിത്തുളച്ചു.

ആ വേദന! തീവ്രത ദു:ഖത്താലുള്ള വേദന, അന്നു മുഴുവൻ വേദനയായിരുന്നു. ഇപ്പോഴും അതേ വേദന അനുഭവിക്കുകയാണ്. അന്നെനിക്ക് ജീവനുണ്ടായിരുന്നു. ഇപ്പോൾ...? ഞാൻ ചൈതന്യമറ്റ ജഡമാണ്.

അൻവർ അവളെ എടുത്തുകൊണ്ട് കിടപ്പുമുറിയിലേക്കു പോയി.

അപ്പോൾ, സൽമയുടെ മനസിൽ ഒരു ചോദ്യമുയർന്നു. എന്താണ് ബലാത്സംഗം? തെരുവുകളിൽ മാത്രമേ അത് നടക്കാറുള്ളോ പരസ്ത്രീകളിൽ ബലം പ്രയോഗിക്കുന്നത് മാത്രമാണോ ബലാത്സംഗം?

അൻവർ...? ഇത് റോഡിൽവെച്ച് ആയിക്കൂടെ? എല്ലാവരും കാണട്ടെ. അറിയട്ടെ. സൽമ ഉച്ചത്തിൽ ചിരിച്ചു. കുലുങ്ങിക്കുലുങ്ങി ചിരിച്ചു. എല്ലാം മറന്ന് ചിരിച്ചു.

സ്ത്രീ കാമോന്മാദിനി ആവുന്നത് ഇങ്ങനെയാവാമെന്ന് അൻവർ കരുതിയിരിക്കണം.

വൈകുന്നേരം രാകേശ് വന്നു.

എന്തുകൊണ്ടെന്നറിഞ്ഞില്ല, അൻവർ രാകേശിനെ ഇഷ്ടപ്പെട്ടിരുന്നു. പ്രിൻസിപ്പാൾ ഗോപാലകൃഷ്ണ പുരാണിക് മുതൽ തന്റെ സകല സഹപ്രവർത്തകരെയും ദുഷിക്കുന്ന അൻവർ രാകേശിനെ മാത്രം ഇഷ്ടപ്പെടാൻ എന്താണ് കാരണം? സൽമയ്ക്ക് അതിൽ ആശ്ചര്യമുണ്ട്.

കേവലം ഒരു കൊല്ലംമുമ്പ് എം എ പൂർത്തിയാക്കിയ യുവ അധ്യാപകനാണ് രാകേശ്.

തന്നേക്കാൾ ഉയർന്ന ഉദ്യോഗത്തിലുള്ളവരെ, പഠിപ്പുള്ളവരെ, അധികം ശമ്പളം പറ്റുന്നവരെയൊന്നും അത്രയെളുപ്പത്തിൽ അൻവർ ഇഷ്ടപ്പെടാറില്ല.

അയാൾക്ക് അസാധ്യമാണെന്ന് പറയുന്നതാവും ശരി. രാകേശിൽ, അസൂയപ്പെടത്തക്കതായി ഒന്നുംതന്നെ അൻവർ കണ്ടിരിക്കില്ല. എങ്കിലും, അവന് തന്നേക്കാൾ ഉയരവും സൗന്ദര്യവും കൂടുമെന്ന ചിന്ത അൻവറെ ചിലപ്പോൾ അലട്ടാറുണ്ട്. രാകേശ് പഠിക്കുന്നത് ഇംഗ്ലീഷ് സാഹിത്യമാണ്. അതിന്റെ ഒരു അപൂർവ ആരാധകനായ അയാളുടെ ശൈലി അതിമനോഹരവുമാണ്. രാകേശ് ഏതെങ്കിലും സാഹിത്യകൃതിയെക്കുറിച്ചോ കവിയെക്കുറിച്ചോ പ്രതിപാദിക്കുമ്പോൾ സൽമ എല്ലാം മറന്ന് കേട്ടുകൊണ്ടിരിക്കും. അവളുടെ വിഷയവും അതുതന്നെ. അഞ്ചു വർഷമായി അവളത് പഠിപ്പിച്ചുകൊണ്ടിരിക്കുകയും ചെയ്യുന്നു. എങ്കിലും, രാകേശിനുള്ള പ്രത്യേക സിദ്ധിയുടെയും അറിവിന്റെയും വാഗ്മിത്വത്തിന്റെയും മുമ്പിൽ താനൊന്നുമല്ലെന്ന് അവൾക്ക് തോന്നും.

ഇംഗ്ലീഷ് ഭാഷയുടെമേൽ അവനുള്ള നിയന്ത്രണ ശക്തിയിലും, ആ ഭാഷയിലുള്ള പാണ്ഡിത്യത്തിലും അൻവർ അസൂയാലുവാണ്.

രാകേശിന്റെ സംസാരത്തിൽ സൽമ ലയിച്ചിരിക്കുന്നത് കാണു

മ്പോൾ അൻവർ അസഹിഷ്ണുത പ്രകടിപ്പിക്കും. സൽമ ഇഷ്ടപ്പെടുന്ന, രാകേശിന്റെ ഈ കഴിവ് എന്തുകൊണ്ട് തനിക്കും സ്വായത്തമാക്കിക്കൂടാ? അയാൾ വിചാരിക്കാറുണ്ട്. അൻവറിന്റെ സംസാരരീതിയും വളരെ ആകർഷകമാണ്. പക്ഷേ, കൊമേഴ്സിലും ലോയിലും ആർക്കാണ് അത്ര എളുപ്പത്തിൽ താൽപ്പര്യം ജനിക്കുക? അതയാൾക്കറിയാം. അയാളുടെ ഡോക്യുമെന്ററി ശൈലി ആർക്കും ഇഷ്ടപ്പെടുകയില്ല.

"ശരാശരി ബുദ്ധിജീവികൾക്കൊന്നും ദഹിക്കുന്നതല്ല ആ വിഷയം. അത് ഗ്രഹിക്കണമെങ്കിൽ കഠിനമായി ചിന്തിക്കണം. അയവില്ലാത്ത, ബുദ്ധിപരമായ നിശ്ചയദാർഢ്യമുള്ളവരെ മാത്രമേ അത് ആകർഷിക്കൂ." അൻവർ സൽമയോട് പറയാറുണ്ട്.

ഇരുപത്തഞ്ചുകാരനായ രാകേശ്, അൻവറിന്റെ കണ്ണിൽ ശുദ്ധഗതിക്കാരനായ കേവലമൊരു പയ്യൻ മാത്രം. ഇംഗ്ലീഷ് സാഹിത്യത്തിൽ കുറച്ച് വിവരമുണ്ട്. അതല്ലാതെ മറ്റെന്താണ് അവനിലുള്ളത്.? ഇതാണ് അൻവറിന്റെ മനോഭാവം. 'ഹി ഈസ് ഇംമെചർ' എന്നോ അതേപോലുള്ള മറ്റഭിപ്രായങ്ങളോ ഇടയ്ക്കിടെ അൻവർ തട്ടിവിട്ടേക്കും. മഹേശുമായി സംസാരിക്കുമ്പോഴും രാകേശിനെ അൻവർ വിടാറില്ല. "ഷേക്സ്പിയർ, ഷെല്ലി, ഷേക്... ഇത് ഉരുവിടാനല്ലാതെ മറ്റെന്താണ് അവനറിയുക? ഹി ഇസ് എ മഗ്." അൻവറെ പിന്താങ്ങിക്കൊണ്ട് മഹേശും പറയും. രാകേശും അൻവറും ഭിന്നരുചിക്കാരാണെങ്കിലും ഒരു കാര്യത്തിൽ രണ്ടുപേരുടെയും അഭിരുചിക്ക് സാമ്യമുണ്ട്. കാടും മലയും കടലും മണലുമൊക്കെ രണ്ടുപേർക്കും ഇഷ്ടമാണ്.

അൻവർ കടൽക്കരയിൽ വളർന്നവനാണ്. രാകേശും ജനിച്ചുവളർന്നത് പോർബന്തറിലെ തീരപ്രദേശത്തുതന്നെ. തങ്ങളുടെ ചെറുപ്പത്തിൽ കാടുകളിലും മലകളിലും കടൽക്കരയിലും പുഴക്കരയിലും മറ്റും ചുറ്റിയടിച്ചത് രണ്ടുപേരും ഇടയ്ക്കിടെ ഓർക്കാറുമുണ്ട്. അന്ന് നടത്തിയ സാഹസിക പ്രവർത്തികളെക്കുറിച്ചും അവർ സംസാരിക്കുക പതിവാണ്.

കാടിനെ അൻവർ ജീവനുതുല്യം സ്നേഹിക്കുന്നുണ്ടല്ലോ എന്നുപോലും സൽമയ്ക്ക് തോന്നിയിട്ടുണ്ട്. വനനശീകരണത്തിലൂടെ ഇവിടം മരുഭീമിയാവുകയാണ്. നാം അതിനെ സംരക്ഷിച്ചില്ലെങ്കിൽ മനുഷ്യവംശം മുഴുവൻ നശിക്കുമെന്ന അഭിപ്രായക്കാരനാണ് അൻവർ. വനാവൃതമായ പർവതശ്രേണിയുടെ സൗന്ദര്യത്തെക്കുറിച്ചായിരിക്കും രാകേശ് പറയുക. ഷേക്സ്പിയറുടെ *ആസ് യു ലൈക്ക് ഇറ്റി*ൽനിന്ന് സന്ദർഭോചിതമായി ചില വരികൾ അയാൾ ഉദ്ധരിക്കുകയും ചെയ്യും.

എലിഫെന്റിയിലേക്ക് പിക്നിക് പോകാമെന്ന് രാകേശ് പറയുമ്പോൾ, കല്യാണയിലേക്ക് പോകാമെന്നും, അവിടുത്തെ കാടുകളിലും മലകളിലും ചുറ്റിക്കറങ്ങാമെന്നും അൻവർ പറയും.

അൻവർ പറയുന്നതൊക്കെ ശ്രദ്ധിച്ചുകൊണ്ട് സൽമ അങ്ങനെ ഇരിക്കുകയേയുള്ളൂ.

കാടും വേണ്ട, കടലും വേണ്ട. അവൾക്ക് ഒരേയൊരു ആഗ്രഹം മാത്രം; വീട്ടിനകത്ത് കഴിയുക. അവളതിന് ഒരുക്കമാണ്. പക്ഷേ, കൂടെ

മറ്റാരും പാടില്ല. താൻ തനിച്ചായിരിക്കണം. മനുഷ്യനുമായി ബന്ധപ്പെട്ട ഒരു ശബ്ദവും ചെവിയിൽ പതിക്കരുത്. അൻവറുടെ ലക്ചർ കേൾക്കുമ്പോൾ അതൊരു ശല്യമായി തോന്നുന്ന അവൾക്ക്, മിതഭാഷിയായ രാകേശിന്റെ വാക്കുകളിൽ അതീവ താൽപ്പര്യവുമാണ്.

ജുഹുവിലെ മൺതട്ടിൽ ചെന്ന് ഏകാന്തമായി ഇരിക്കണമെന്നും, അവിടെനിന്ന് കുട്ടികൾ തുള്ളിക്കളിച്ച് രസിക്കുന്നത് കണ്ടുകൊണ്ടിരിക്കണമെന്നും അവൾ ആഗ്രഹിക്കാറുണ്ട്.

പതിനൊന്ന്

ശൈലേശിന്റെ അഞ്ചാമത്തെ ബർത്ത്ഡേ. പ്രധാനപ്പെട്ട ഒന്നാണത്. കാരണം, അടുത്ത മൂന്ന് മാസത്തിനകം സ്കൂളിൽ ചേരേണ്ടവനാണ് അവൻ.

ബർത്ത്ഡേക്ക് പുതുതായി ഒന്നും ഉണ്ടായിരിക്കില്ല. മെഴുകുതിരികളുടെ എണ്ണം കൂടിയേക്കാം. അത്രയേ ഉള്ളൂ.

ചുറ്റുപാടും ബർത്ത്ഡേ നടക്കാറുണ്ട്. വിശേഷിച്ച് വലിയവരെന്ന് കണക്കാക്കുന്നവരുടെ വീടുകളിലും മാസശമ്പളക്കാരുടെ വീടുകളിലും ഇതുണ്ട്. ശമ്പളം കൂടിയതായാലും കുറഞ്ഞതായാലും ഈ ഏർപ്പാട് ഉപേക്ഷിക്കാറില്ല. ദുരാശ അവരെ വിട്ടൊഴിയാറില്ല. ബർത്ത്ഡേ സമ്മാനം സ്വീകരിക്കുമ്പോൾ എന്തൊരു സന്തോഷമാണെന്നോ? അർഥമില്ലാത്ത സന്തോഷം!

സമ്മാന സാധനങ്ങളിൽ പലതും ഉപയോഗിക്കാൻ കൊള്ളാത്തവയാണെങ്കിലും അത് സ്വീകരിക്കുമ്പോഴുള്ള ഭാവപ്രകടനം കാണേണ്ടത് തന്നെ! പക്ഷേ, അതൊക്കെ തിരിച്ചുകൊടുക്കേണ്ടി വരുമ്പോൾ ഉണ്ടാവുന്ന തലവേദനയെപ്പറ്റി ആരും അപ്പോൾ ഓർക്കാറില്ല. എന്നാലും, ഉള്ള മക്കളുടെയെല്ലാം ബർത്ത്ഡേ ആഘോഷിക്കാതെ പറ്റുമോ? ആരും പാശ്ചാത്യരീതിയിൽ: ബഫേ, ഹോട്ട്ഡ്രിങ്ക്സ്, ഹോട്ട് മ്യൂസിക്, അൽപ്പം ഹോട്ടെന്ന് വിശേഷിപ്പിക്കാവുന്ന ഡാൻസും. ബർത്തഡേക്ക് വിധേയരായ കുഞ്ഞുങ്ങൾക്ക് അതിൽനിന്ന് എന്താണ് മനസിലാവുക? ആർക്കാണ് ഭ്രാന്ത്? ആഘോഷത്തിനോ ആളുകൾക്കോ?

രാവിലെ എഴുന്നേറ്റപ്പോൾത്തന്നെ ഒരുതരം തലവേദന.

“മഹേശിന്റെ കുട്ടിക്ക് നമ്മൾ എന്താണ് കൊടുക്കുന്നത്?” അൻവർ ചോദിച്ചു.

“വല്ല ഉടുപ്പോ മറ്റോ പോരേ?” ഞാൻ പറഞ്ഞു.

“ഛെ! ഛെ! അതൊരു വിലകുറഞ്ഞ സാധനമാണെന്ന് അവർ ആരോടെങ്കിലും പറഞ്ഞാലോ? നമുക്കത് കുറച്ചിലല്ലേ? അൽപ്പം വില കൂടിയതുതന്നെ ആയിക്കോട്ടെ.”

അങ്ങനെ ആരും പറഞ്ഞില്ലെങ്കിലും പറഞ്ഞെന്നു ഭാവിക്കുന്നവനാണല്ലോ നീ എന്ന് അപ്പോൾ പറയാൻ തോന്നി.

“വൈകുന്നേരം വാങ്ങാം.” ഞാൻ പറഞ്ഞു.

“ഞാൻ അല്പ്പം നേരത്തേ വരാം. ലാസ്റ്റ് അവർ നിനക്ക് ഫ്രീയാക്കാൻ പറ്റുമോ?”

“ഇന്നെനിക്ക് ലാസ്റ്റ് അവർ ഇല്ല.”

വൈകുന്നേരം ക്ലാസ് തീർത്ത് ഞാൻ ഡിപ്പാർട്ട്മെന്റ് റൂമിൽ ഇരിക്കുകയായിരുന്നു. പലചിന്തകളും മനസിനെ അലട്ടുകയാണ്.

ഈ അഭ്യസ്തവിദ്യരെന്നും വലിയവരെന്നും വെച്ചിട്ടുള്ളവരുടെ വ്യക്തിത്വം ദ്വിമുഖമല്ലേ? അത്തരക്കാരുടെ എണ്ണം ഒട്ടും കുറവല്ലെന്ന് എനിക്കു തോന്നുന്നു. അൻവറിന്റെ ദ്വിമുഖ വ്യക്തിത്വത്തിൽ ഏതിനെയാണ് ഞാൻ തികച്ചും വെറുക്കുന്നത്? ഞാൻ ഇഷ്ടപ്പെടുന്നതായി അവനിൽ ഒന്നുമില്ലേ? അൻവർ വളരെ സ്നേഹത്തോടെ, ആദരവോടെ ഏതൊരു വ്യക്തിയുമായി സംസാരിക്കുന്നുവോ അതേ വ്യക്തിയെ തേജോവധം ചെയ്യുന്നവിധത്തിലായിരിക്കും അവൻ മറ്റുള്ളവരോട് പറയുന്നത്. ഒരേ വ്യക്തിയെ മുമ്പിൽവെച്ച് വാനോളം പുകഴ്ത്താനും, അയാളുടെ അഭാവത്തിൽ പാതാളത്തോളം താഴ്ത്താനും മടിക്കാത്തവനാണ് അൻവർ.

ഏതായാലും എന്നോടവൻ ഒരൊറ്റ പുരുഷനെക്കുറിച്ചും പ്രശംസാരൂപത്തിൽ സംസാരിച്ചിട്ടേയില്ല.

അൻവർ എന്നെ ഏറ്റവുമധികം സ്നേഹിക്കുന്നുണ്ടെന്ന് എനിക്കറിയാം. അതുപോലെ വെറുക്കുന്നുമുണ്ടാവാം. അവൻ എന്തിന് അങ്ങനെ സ്നേഹിക്കുന്നു? വെറുക്കുന്നതായിരിക്കും അതേക്കാൾ നല്ലതെന്നു തോന്നുന്നു. അവന്റെ ദേഷ്യത്തിനായി ഞാൻ പലപ്പോഴും കൊതിച്ചിട്ടുണ്ട്. അതൊരു വാസ്തവമാണ്. അവൻ എന്റെ കഴുത്ത് ഞെരിച്ചപ്പോൾ ഞാൻ ഭയപ്പെട്ടു എന്നത് സത്യം. പക്ഷേ, അതിൽ അവ്യക്തമായ അഥവാ വിചിത്രമായ ഒരു സുഖാനുഭൂതി ഉണ്ടായിരുന്നു. ഭയമെന്നത് അലിഞ്ഞലിഞ്ഞ് ഇല്ലാതാകവെയാണ് അതെനിക്ക് അനുഭവപ്പെട്ടത്. അൻവറോ മറ്റാരെങ്കിലുമോ എന്റെ കഴുത്ത് ഞെരിച്ച് കൊല്ലണമെന്ന് ഞാനാഗ്രഹിക്കുന്നില്ല.

അൻവർ എന്നെ സ്നേഹിക്കുന്നതിനുപകരം വെറുത്തിരുന്നെങ്കിൽ! അതായിരിക്കും നല്ലത്.

രാകേശ് ഞങ്ങളുടെ വീട്ടിലേക്ക് ഇടയ്ക്കിടെ വരാൻ തുടങ്ങി. അതിനുശേഷമെങ്കിലും ഞാനാഗ്രഹിച്ച വെറുപ്പ് അൻവർ പ്രകടിപ്പിക്കുമെന്ന് പ്രതീക്ഷിച്ചു. എന്നാൽ, അതുണ്ടായില്ല. അവൻ എന്നെ പൂർവാധികം സ്നേഹിക്കുന്നതായിട്ടാണ് എനിക്ക് തോന്നിയത്. എന്തായിരിക്കാം കാരണം? അത് അന്തിമമായി കണ്ടുപിടിക്കാൻ എനിക്ക് കഴിഞ്ഞില്ല.

സ്നേഹം–പ്രേമം എന്നത് ഉൽകൃഷ്ടമാണ്, ജീവിതത്തിൽ മറ്റെന്തിനേക്കാളും പ്രധാനപ്പെട്ടത് എന്നൊക്കെയാണല്ലോ വെപ്പ്. എന്നാൽ, അൻവറിന്റെ സ്നേഹമോ പ്രേമമോ എന്തുകൊണ്ട് എനിക്ക് വേണ്ടാതെ വരുന്നു? അവൻ കിട്ടുന്ന ഏതൊരു പെണ്ണിനോടൊപ്പവും വഹരിക്കാറു

ണ്ട്. അതുകൊണ്ടുള്ള ഈർഷ്യമൂലം അങ്ങനെ തോന്നിയതായിരിക്കുമോ? മറ്റുള്ളവരെക്കുറിച്ച് അവൻ പറയാറുള്ള കുത്സിതമായ അസൂയനിറഞ്ഞ, അറപ്പുളവാക്കുന്ന വാക്കുകൾ കേട്ടത് കൊണ്ടായിരിക്കുമോ? അതുമല്ലെങ്കിൽ, അവൻ തന്നെക്കുറിച്ച് പറയുന്ന, അഹങ്കാര ജഡിലമായ ആത്മ പ്രശംസ അസഹ്യമായതുകൊണ്ടായിരിക്കുമോ?

എല്ലാം സഹനീയമാണെന്ന് ചിലപ്പോൾ ഞാൻ കരുതും. കണ്ണാടിയിൽക്കാണുന്ന പ്രതിരൂപം സത്യമാണ്.

പക്ഷേ, അൻവറിന്റെ നേരെ നോക്കുമ്പോൾ ഞാൻ കാണുന്നത് കണ്ണാടിയിൽ കാണുന്ന തരത്തിലുള്ള ശരിയായ പ്രതിരൂപമല്ല. അത് തികച്ചും ഭിന്നവും വികൃതവുമാണ്. ആ രൂപം എന്നെ തൊടുമ്പോൾ മുള്ളുകളേൽക്കുന്ന അനുഭവമാണുണ്ടാവുക.

ചിലപ്പോൾ നഗ്നതയ്ക്കുപോലും പെയ്മുഖമുള്ളത് കണ്ട് ഞാൻ ഞെട്ടിപ്പോകാറുണ്ട്. ഈ മനുഷ്യന്റെ യഥാർഥ സത്ത എന്താണ്? അതെവിടെയാണ്? ആ ചോദ്യം ചോദ്യമായിത്തന്നെ അവശേഷിക്കുന്നു.

"നിങ്ങൾ അദ്ദേഹത്തെ കാത്തിരിക്കുകയാണോ? ക്ലാസ് തീർത്ത് ഡിപ്പാർട്ട്മെന്റിലേക്ക് വന്ന രാകേശ് ചോദിച്ചു.

"അതെ, ടൗണിലേക്കു പോകണം. ഡോക്ടർ മഹേശിന്റെ മകൻ ശൈലേശിന്റെ ബർത്ത്ഡേ ആണ്. സമ്മാനം വല്ലതും കൊടുക്കണമല്ലോ."

"കുട്ടികളുടെ ബർത്ത്ഡേ ആഘോഷിക്കാതിരുന്നാൽ വല്ല കുറച്ചിലും സംഭവിക്കുമോ?" രാകേശ് ചിരിച്ചുകൊണ്ട് ചോദിച്ചു.

"എന്തോ എനിക്കറിയില്ല. എന്തേ ചോദിക്കാൻ?"

"ഒന്നുമില്ല, അറിയാൻവേണ്ടി മാത്രം. എന്റെ കുഞ്ഞിന്റെ ബർത്ത്ഡേ ഞാൻ ആഘോഷിക്കില്ല."

"കല്യാണം കഴിച്ചതിന് ശേഷമല്ലേ അക്കാര്യം. നിങ്ങൾ വേണ്ടെന്നു പറഞ്ഞാലും..."

"മനസിലായി. ബർത്ത്ഡേ സെലിബ്രേഷനിൽക്കൂടി വളർന്ന പെണ്ണിനെ ഞാൻ ഒരിക്കലും കല്യാണം കഴിക്കില്ല."

"പെണ്ണിനോടുള്ള എന്റെ ആദ്യത്തെ ചോദ്യംതന്നെ എന്തായിരിക്കുമെന്നോ?" "കുഞ്ഞുണ്ടായാൽ ബർത്ത്ഡേ ആഘോഷിക്കണമെന്ന് പറയുന്നോ അതോ വേണ്ടെന്ന് പറയുന്നോ എന്ന്. എന്താ?"

"തരക്കേടില്ല. നിങ്ങളൊരു വലിയ വിപ്ലവകാരി തന്നെ" ഞാൻ ചിരിച്ചുകൊണ്ട് പറഞ്ഞു.

"പിന്നല്ലാതെ. എന്നെ തൊട്ടിലിൽ കിടത്തുന്ന ചടങ്ങു മുതൽക്ക്, എന്റെ ബർത്ത്ഡേ ആരും ആഘോഷിക്കേണ്ടതില്ലെന്ന് ഞാൻ ഉറക്കെ പറഞ്ഞ് ബഹളം വെച്ചിരുന്നു."

ഞാൻ വീണ്ടും ചിരിച്ചു. എന്നെ ചിരിപ്പിക്കുകയാണ് അവന്റെ ഉദ്ദേശ്യമെന്ന് തോന്നുന്നു. അതെനിക്കറിയാം.

രാകേശ് തുടർന്നു: "മാത്രമല്ല, എന്റെ പിറവിയെക്കുറിച്ച് ഞാനറി

ഞ്ഞിരുന്നെങ്കിൽ 'ഞാൻ ജനിക്കേണ്ടതില്ലെന്നും, എന്റെ ജനനംകൊണ്ട് ഈ ലോകത്തിന് ഒരു ലാഭവും കിട്ടാനില്ലെ'ന്നും കർണനെപ്പോലെ അമ്മയുടെ ചെവിയിൽ പറയുമായിരുന്നു" അവനും ചിരിച്ചു.

"ജനനം നിന്നുപോയാൽ ഇവിടെ മനുഷ്യനേ ഇല്ലെന്ന് വരുമല്ലോ" ഞാൻ പറഞ്ഞു.

"അതുകൊണ്ടെന്താ? മനുഷ്യനില്ലെങ്കിൽ മറ്റു ജീവികളൊക്കെ സുഖമായി ജീവിക്കും."

"അപ്പോൾ ഈ കോളേജുകളോ ബാങ്കുകളോ ആസ്പത്രികളോ ഒന്നും വേണ്ടിവരില്ല. അവയുടെ ജീവിതമെങ്കിലും സമാധാനത്തിലും സുഖത്തിലും കഴിയുമല്ലോ. മറ്റുള്ളവരുടെ സുഖവും സമാധാനവും നശിപ്പിച്ച് അതിലൂടെ സ്വയം നശിക്കുന്ന ഏകജീവി മനുഷ്യൻ മാത്രമാണ്."

"മിടുക്കൻ! കോളേജ്, ആസ്പത്രി, ബാങ്ക് ഇങ്ങനെ പേരെടുത്ത് പറഞ്ഞത് ഉദ്ദേശപൂർണമാണ്. ഞാനും മഹേശും അൻവറുമായി ബന്ധപ്പെട്ടവയാണല്ലോ അതൊക്കെ. അതിൽ ഉൾപ്പെടുന്നവനാണ് രാകേശും. ഈ സ്വയംവിമർശനത്തെ ആദരിക്കുകതന്നെ വേണം."

അപ്പോഴേക്കും കാറിന്റെ ശബ്ദം കേട്ടു.

"എനിക്ക് സ്വൽപ്പം ജോലിത്തിരക്കുണ്ട്. നിങ്ങൾ പൊയ്ക്കോളു." അവൻ ചിരിച്ചുകൊണ്ട് പറഞ്ഞു.

"ബർത്ത്ഡേക്ക് വരില്ലേ?"

"ങാ... വന്നാൽ വന്നു ഇല്ലെങ്കിലില്ല."

രാകേശ് എന്റെ കൂടെ പുറത്തു വന്നിരുന്നെങ്കിൽ അൻവറിന്റെ വയറ് എരിയുമായിരുന്നു. രാകേശിനും അറിയാം. അൻവർ ജോലിയുണ്ടെന്ന് പറഞ്ഞത് വെറുതെ.

ഞങ്ങൾ ടൗണിൽ ചെന്ന്, ശൈലേശിന് സമ്മാനിക്കാനായി ഒരു ഉടുപ്പുവാങ്ങി.

കാപ്പി കഴിക്കാൻ ലാശാം ഗ്രി ലായിലാണ് കയറിയത്. ലാശാം ഗ്രി ലാ! അതു കണ്ണിൽപ്പെട്ടപ്പോൾ എന്റെ ഓർമ പിന്നോട്ടു പോയി. അൻവറെ അവിടെവച്ച് കൊലപ്പെടുത്തണമെന്നാണല്ലോ ഒരിക്കൽ ഞാൻ വിചാരിച്ചിരുന്നത്.

ഞങ്ങൾ വീട്ടിലേക്ക് തിരിച്ചു.

പന്ത്രണ്ട് കോടി രൂപ വിഴുങ്ങിയശേഷം രാജിവെച്ച ധനമന്ത്രിയുടെ സാഹസകൃത്യത്തെക്കുറിച്ചാണ് അൻവർ വഴിയിൽവെച്ച് സംസാരിച്ചത്.

"നല്ല സമർഥൻ! ഇനി അവന് എന്തിനാണ് മന്ത്രി പദവി? എന്തിനാണ് രാഷ്ട്രീയം?"

"രാജിവെച്ചതുകൊണ്ട് അയാൾ ശിക്ഷാർഹനല്ലാതാകുമോ? രാജി ഒരു ശിക്ഷയൊന്നുമല്ലല്ലോ?"ഞാൻ ചോദിച്ചു.

"അത്രയുംകൊണ്ടുതന്നെ ജനങ്ങൾ തൃപ്തരാകും. അധികാരത്തിലിരിക്കുന്ന മന്ത്രി എന്തു വിഴുങ്ങി എന്നത് ഒരു പ്രശ്നമേ അല്ല. അവൻ രാജിവെച്ചാൽ എല്ലാവർക്കും സന്തോഷമായി. ഈ പൊതുജനമുണ്ടല്ലോ

അവർക്ക് ബുദ്ധി വളരെ കുറവാണ്. ഇനി മന്ത്രിസഭ തന്നെ തകർക്കു ന്നെന്ന് വെക്കുക, കഴിഞ്ഞതൊക്കെ എല്ലാവരും മറക്കാനും തുടങ്ങും. പുതിയ മന്ത്രിമാരുടെ ഗതിയും മറിച്ചാവില്ല. പഴയ കടുവകൾക്ക് സംര ക്ഷണം നൽകലായിരിക്കും അവരുടെ ആദ്യ സംരംഭം."

"അൻവർ ചിരിച്ചുകൊണ്ട് തുടർന്നു"

"ഇതൊക്കെ കാണുമ്പോഴാണ് ഈ ജോലിക്ക് ചേർന്നതേ ഒരു ശാപ മായെന്ന് തോന്നുന്നത്. രാഷ്ട്രീയത്തിലേക്ക്, ഇറങ്ങിയിരുന്നെങ്കിൽ കുറ ഞ്ഞപക്ഷം ഒരു മന്ത്രിയെങ്കിലും ആകാമായിരുന്നു. പന്ത്രണ്ട് കോടി തര പ്പെട്ടില്ലെങ്കിൽ ഒരു നാലഞ്ചുകോടിയെങ്കിലും. സുഖമായി ജീവിക്കാൻ പിന്നെന്ത് വേണം? ഈ ചക്കിനു ചുറ്റും കറങ്ങേണ്ടിയിരുന്നില്ല."

"ഇത് സ്വന്തം അധ്വാനഫലമാണ്. അതോ? അത് പൊതുജനങ്ങ ളുടെ പണവും" ഞാൻ പറഞ്ഞു.

"പണമെല്ലാം ഒന്നുതന്നെ" അൻവർ പൊട്ടിച്ചിരിച്ചു.

അൻവറിന്റെ സംസാരരീതിക്ക് മാറ്റം വരുന്നതുപോലെ തോന്നുന്നു. തലയിൽ വല്ല പുതിയ ചിന്തയുടെയും പുഴു പിറവിയെടുത്തിരിക്കുമോ? ഞാൻ സംശയിച്ചു.

കോടിക്കണക്കിന് പണമുണ്ടായാലും, നിന്റെ ജീവിതരീതിക്കോ വീക്ഷണങ്ങൾക്കോ വല്ല മാറ്റവും സംഭവിക്കുമോ? അപ്പോഴും നീ ഇതേ മൃഗം തന്നെയല്ലേ? ചോദിക്കണമെന്നുണ്ടായിരുന്നു.

പന്ത്രണ്ട്

ശൈലേശിന്റെ ബർത്ത്ഡേക്ക് അൻവറും സൽമയും എത്തിച്ചേ രാൻ അൽപ്പം വൈകി.

അൻവറിന് ഒരുങ്ങാൻ എന്തൊരു താമസമാണ്!

ഒടുവിൽ, പാന്റ്സിന്റെ ഉള്ളിൽ തിരുകിയ ഷർട്ട് ശരിയായിരിക്കുന്നോ എന്നായി സംശയം. ശരിയായിട്ടുണ്ടെന്ന് സൽമ ഉറപ്പുകൊടുത്തപ്പോഴേ അയാൾ തൃപ്തിപ്പെട്ടുള്ളൂ. ചീകിവെച്ച തലമുടിയുടെ ഭംഗിക്ക് കോട്ടം തട്ടിയിട്ടുണ്ടോ എന്നു നോക്കാനായി ഒരിക്കൽക്കൂടി കിടപ്പുമുറിയിലെ ആൾക്കണ്ണാടിക്കു മുമ്പിൽ ചെന്നുനിന്നു. പിന്നെ അൻവർ തിരിച്ചെത്തി.

ഇളംറോസ് നിറത്തിലുള്ള സാരിയും, അതേ നിറമുള്ള ബ്ലൗസു മാണ് സൽമ ധരിച്ചത്.

വെളുത്ത് തുടുത്ത അവളുടെ നിറത്തിന് അവ നല്ലപോലെ യോജി ക്കുന്നുണ്ടായിരുന്നു.

"സോറി വി ആർ ലെയ്റ്റ്!" അൻവർ ഭംഗിവാക്കു പറഞ്ഞു.

"ബെറ്റർ ലെയ്റ്റ് ദാൻ നെവർ" അസംഗതമായ ആ ഭംഗിവാക്ക് മഹേശും തട്ടിവിട്ടു. പറഞ്ഞു പഴകിയ ഫലിതം അസ്ഥാനത്ത് പ്രയോ ഗിക്കുകയെന്നത് മഹേശിന്റെ ഒരു ശീലമാണ്.

ശൈലേശ് അങ്ങുമിങ്ങും ഓടിക്കൊണ്ട് കുട്ടികളോടൊപ്പം കളിക്കുന്നു. ഒപ്പം പിങ്കുനായയുമുണ്ട്.

കുട്ടികളുമായി വന്ന അതിഥികളൊക്കെ വന്നു പൊയ്ക്കഴിഞ്ഞു. അവശേഷിച്ചത് മൂന്ന് പുരുഷന്മാരും അവരുടെ ഭാര്യമാരും.

അൻവർ–സൽമ, ഡോക്ടർ വിൽസൺ–ഗ്രേസ്, ഡോക്ടർ വീരേന്ദ്ര–സ്വപ്ന. വിസ്കി നുണയലും മറ്റും വളരെ ഉത്സാഹത്തോടെ നടന്നുകൊണ്ടിരുന്നു.

"നല്ല സിനിമയുണ്ടെങ്കിൽ കാണാമായിരുന്നു" ഡോക്ടർ വിൽസൺ പറഞ്ഞു.

"ഉണ്ടല്ലോ സോനേ കാ പായൽ, ഇവിടെ അടുത്ത് ഡയാനയിലാണ് അത്" മഹേശ് വിശദീകരിച്ചു.

"ഞങ്ങള് കണ്ടിരുന്നു ഹൊറിബിൾ" സ്വപ്നയാണ് പറഞ്ഞത്.

"അത്ര മോശമല്ല" വീരേന്ദ്രയുടെ അഭിപ്രായം.

"അല്ലാതെ പിന്നെ. അതിൽ സോനേ കാ പായലുമില്ല. ചാന്ദ്നി കാ പായലുമില്ല. ഉള്ളത് അടിപിടിയും ഡാൻസും കാബറെയും മാത്രം ങാ... കുറെ സെക്സുമുണ്ട്. ഇവയൊക്കെ സെൻസർബോർഡ് കട്ട് ചെയ്യാത്തതാണത്ഭുതം" സ്വപ്ന എതിർത്തു.

വിസ്കി കൈയിലെടുത്തുകൊണ്ട് വീരേന്ദ്ര പറഞ്ഞു: "സെൻസറിങ്ങിനെ പറയുന്നത് വെറുതെ. അതെല്ലാം നാട്യമാണ്. എല്ലാവർക്കും വേണം അത്."

"എനിക്കങ്ങനെ തോന്നുന്നില്ല."

സ്വപ്നയും വീരേന്ദ്രയും വഴക്കിലായി.

ആര് ജയിക്കുമെന്ന് തീരുമാനിക്കുക എളുപ്പമല്ല. മറ്റുള്ളവരുടെ മുന്നിൽ വഴക്കടിക്കുമെങ്കിലും, വീട്ടിനകത്ത് വളരെ രഞ്ജിപ്പിൽ കഴിയുന്ന ദമ്പതികളാണവർ.

"അത് വെറും കപടത നിറഞ്ഞ വാക്കുകളാണ്. സ്ത്രീയുടെ മനസിൽ യഥാർഥത്തിലുള്ളത് അങ്ങനെയല്ല. അതാണ് വസ്തുത."

"പിന്നെങ്ങനെയാണുള്ളത്?" വിസ്കി താഴെ വെച്ചുകൊണ്ട് സ്വപ്ന ചോദിച്ചു.

"സിനിമയിലും സിനിമാ പോസ്റ്ററുകളിലും സ്ത്രീയെ നഗ്നയായും അർധനഗ്നയായും പ്രദർശിപ്പിക്കരുതെന്ന് പറഞ്ഞ് ഒരു കൂട്ടർ പ്രക്ഷോഭമുയർത്തുന്നു. അവർ തന്നെ അത്തരം സിനിമ കാണാനായി തിയേറ്റുകളിൽ തള്ളിക്കയറുകയും ചെയ്യുന്നു. വാക്കിൽ പ്രതിഷേധം; പ്രവർത്തിയിൽ പ്രോത്സാഹനം!"

"പിന്നെ അവരെന്തു ചെയ്യണം" ഗ്രേസ് ചോദിച്ചു.

"അവർ സംഘടിച്ച് അശ്ലീല സിനിമയെ ബഹിഷ്കരിക്കണം. 'സ്ത്രീകളേ, ഈ സിനിമ കാണരുത്' എന്നെഴുതി ബാനറും പിടിച്ച് തിയേറ്ററുകൾക്ക് മുമ്പിൽ നിൽക്കണം. അതേ ചെയ്യേണ്ടൂ."

"അപ്പോൾ പുരുഷന്മാർ കണ്ടോട്ടെ എന്നാണോ അതിനർഥം?" ചെറു ചിരിയോടെ വിൽസൺ ചോദിച്ചു.

"എല്ലാ സ്ത്രീകളും ബഹിഷ്കരിക്കുന്നുവെങ്കിൽ പുരുഷന്മാർക്ക് അവരുടെ കണ്ണ് വെട്ടിച്ച് അകത്ത് കടക്കാൻ കഴിയുമോ? ഭാര്യമാർ അവരെ കശക്കില്ലേ?"

ഡോക്ടർ മഹേശ് ചിരിച്ചുകൊണ്ട് സംശയം പ്രകടിപ്പിച്ചു.

"സ്ത്രീകളെല്ലാം കാബറെയും, സ്റ്റ്രിപ്പ് ടീസിങ്ങും പഠിച്ചാൽ സിനിമാശാലകളെല്ലാം ഒഴിഞ്ഞുകിടന്നോളും" അഭിപ്രായം അൻവറിന്റേതാണ്.

അവിടെ കൂട്ടച്ചിരി ഉയർന്നു.

വിസ്കി രുചിച്ചുകൊണ്ടിരുന്ന വീരേന്ദ്ര ഗൗരവത്തിലാണ്. അയാൾ പറഞ്ഞു: "അത് ഒരിക്കലും നടക്കുന്ന കാര്യമല്ല. ഈ സ്ത്രീകളുടെ പ്രതിഷേധമുണ്ടല്ലോ അതൊരഭിനയമാണ്. അവരും കാബറെ, സ്റ്റ്രിപ്പ് ടീസിങ് മുതലായവ കണ്ട് രസിക്കുന്നില്ലേ? സ്ത്രീ എപ്പോഴും സ്വയം പ്രദർശിപ്പിക്കാൻ താൽപ്പര്യപ്പെടുന്നവളാണ്. സ്ത്രീത്വത്തിന്റെ ഒരു ഭാഗമാണത്. തന്റെ സൗന്ദര്യത്തെ തുറന്നുകാട്ടുക വഴി പുരുഷന്റെയോ മറ്റു സ്ത്രീകളുടെയോ അംഗീകാരം പിടിച്ചുപറ്റണമെന്ന് ഓരോ സ്ത്രീയും ആഗ്രഹിക്കുന്നു. കീഴ്നടുപ്പ്, പരോക്ഷമായ നിർബന്ധം തുടങ്ങിയ കാരണത്താൽ ചിലർക്ക് സാധിക്കാറില്ല. വെള്ളിത്തിരയിലെ സ്ത്രീ യഥാർഥ സ്ത്രീയിൽ ഉറങ്ങിക്കിടക്കുന്ന ആഗ്രഹങ്ങൾക്ക് വ്യക്തത നൽകുന്നു. ആവിഷ്കരണ സാധ്യതകൾ എന്തൊക്കെയെന്ന് കാണിച്ചുകൊടുക്കുകയും ചെയ്യുന്നു. അവിടെ സ്വപ്നം യാഥാർഥ്യമാവുകയാണ്. അതോടൊപ്പം പ്രേക്ഷക സ്ഥാനത്ത് നിൽക്കുന്ന സ്ത്രീയുടെ ഒരാഗ്രഹം സഫലീകരിക്കുന്നു.

"അതാണ് രസം എന്നുവെച്ചാൽ, ഇത് പുരുഷന്മാർക്ക് എത്ര കണ്ട് ആവശ്യമാണോ അത്രകണ്ട് സ്ത്രീകൾക്കും ആവശ്യമാണ്." ഒരു കൂട്ടച്ചിരി വീണ്ടും ഉയർന്നു.

രംഗം ശാന്തമായപ്പോൾ ശീല പറഞ്ഞു: "വിവാഹത്തിന് മുമ്പ് യുവതീയുവാക്കൾക്ക് വേണ്ടത്ര ഇടപഴകാൻ അവസരം കൊടുക്കണം. അതിനർഥം ലൈംഗികമായി ബന്ധപ്പെടുക എന്നതല്ല. ചെറുക്കനും പെണ്ണിനും പരസ്പരം ഉണ്ടാകാനിടയുള്ള അമിതവും അനാവശ്യവുമായ താൽപ്പര്യം ഒഴിവാക്കുക.

എന്നിട്ട് തങ്ങളുടെ ശ്രദ്ധ സ്വശരീരത്തിൽനിന്നും മനസിലേക്ക് തിരിച്ചുവിടാൻ പ്രേരിപ്പിക്കുക. ആരോഗ്യകരമായ ഒരു പുതിയ സമൂഹം രൂപം കൊള്ളാൻ അതേ മാർഗമുള്ളു എന്നാണ് സാമൂഹ്യശാസ്ത്രത്തിന്റെ വെളിച്ചത്തിൽ എനിക്ക് പറയാനുള്ളത്."

"ബ്യൂട്ടിഫുളി സൈസ്" വിൽസന്റെ അഭിപ്രായം എല്ലാപേരും ശരിവെച്ചു.

ഗ്രേസും സ്വപ്നയും ധാരാളം വിസ്കി അകത്താക്കുന്നുണ്ട്. ശീലയും പിന്നിലല്ല.

മുൻകൊല്ലത്തെ ബർത്ത്ഡേ പാർട്ടിയിൽ സൽമ ആരുടെ നിർബന്ധത്തിനും വഴങ്ങിയിരുന്നില്ല. ഇത്തവണ മൂന്ന് മഹിളാ മണികളും ഒത്തൊരുമിച്ച് അവളെ പീഡിപ്പിച്ചുകൊണ്ടിരുന്നു. വരുന്നത് വരട്ടെ എന്നു കരുതി അൽപ്പം രുചിച്ചു നോക്കി. പക്ഷേ, അത് അവിടംകൊണ്ടവസാനിച്ചില്ല. മറ്റുള്ളവർ അവളെ കുറെക്കൂടി കുടിപ്പിച്ചു.

പാശ്ചാത്യ ഡിസ്ക്കോ, 'ഡും ഡും' എന്നു ശബ്ദിച്ചപ്പോൾ സൽമ ഒഴികെ എല്ലാവരും എഴുന്നേറ്റ് ഡാൻസ് തുടങ്ങി. സമയം തെല്ല് കഴിഞ്ഞു. തുടർന്ന് മൂന്ന് മഹിളകളും ചേർന്ന് സൽമയെ പിടിച്ചെഴുന്നേൽപ്പിക്കുകയും ഡാൻസ് ചെയ്യിക്കുകയും ചെയ്തു...

സ്ത്രീകളുടെ ചിരിയും പുരുഷന്മാരുടെ പൊട്ടിച്ചിരിയും!. രസഭരിതമായ നിമിഷങ്ങൾ!

എല്ലാവരും ഡാൻസ് ചെയ്ത് തളരുകയാണ്, സൽമയോ? അവൾക്ക് തന്റെ ബുദ്ധിപോലും സ്വാധീനത്തിലില്ലെന്ന് തോന്നി. അവളുടെ സാരിത്തുമ്പ് ഊർന്നുവീണുകൊണ്ടിരുന്നു. സ്വപ്നയാണ് അത് ഇടയ്ക്കിടക്ക് ശരിപ്പെടുത്തിക്കൊണ്ടിരുന്നത്. താൻ ആകാശത്തിലെവിടെയോ ഒഴുകി നടക്കുകയാണോ? സൽമ സംശയിച്ചു.

മറ്റുള്ളവരൊക്കെ വിശ്രമിക്കുകയും വിസ്കി നുണയുകയും ചെയ്തുകൊണ്ടിരിക്കുകയാണ്. തളർന്ന് അവശയായ സൽമ സോഫയിലേക്ക് ചാഞ്ഞ് കണ്ണടച്ചു കിടന്നു.

ശൈലേശ് നേരത്തെ ഉറങ്ങിപ്പോയി. പിങ്കുവാകട്ടെ സോഫയ്ക്കടിയിൽ ചത്തതുപോലെ കിടക്കുകയാണ്. ഡിസ്ക്കോ സംഗീതവും ഡാൻസും മറ്റും അവരിൽ ഒരു ചലനവുമുണ്ടാക്കിയില്ല. മഹേശ് വീഡിയോവിൽ ഒരു ഫിലിം ഘടിപ്പിച്ചു. പിന്നെ ലൈറ്റണച്ചുകൊണ്ട് പറഞ്ഞു: "ഇറ്റ് ഈസ് എ സർപ്രൈസ് ടേക്ക് ഇറ്റ് സ്പൊറൈവിലി" എല്ലാവരും താൽപ്പര്യത്തോടെ അങ്ങോട്ട് നോക്കി.

പക്ഷേ, സൽമയ്ക്കൊഴിച്ച് മറ്റാർക്കും അതൊരു പുതിയ കാഴ്ചയായിരുന്നില്ല; അനുഭവമായിരുന്നില്ല. അതിനാണ് തന്നെ നിർബന്ധിച്ച് കുടിപ്പിച്ചതെന്ന് അവൾക്ക് മനസിലായി.

സമൂഹത്തിലെ പണച്ചാക്കുകൾക്ക് കമ്പോളത്തിൽ ഇറങ്ങിക്കൊണ്ടിരിക്കുന്ന പുതിയ ഉപഭോഗ വസ്തുക്കളോടുള്ള ഭ്രമം വർധിച്ചുവരികയാണ്. എല്ലാം സാധിക്കാനായി അത്തരക്കാർ പണം വീണ്ടും വീണ്ടും വാരിക്കൂട്ടുന്നു. ഉടഞ്ഞുപോയേക്കുമോ എന്നുതോന്നുവരെ, ജീവിക്കുന്ന ഓരോ നിമിഷത്തെയും അവർ ബലൂൺപോലെ ഊതി വീർപ്പിക്കുകയാണ്. അത് ഉടഞ്ഞുപോകാത്ത തരത്തിൽ ജീവിക്കാൻ കഴിയുമെന്നും, ഇതാണ് ജീവിതമെന്നും, അതിന്റെ അടിയിൽ മറ്റൊന്നുമില്ലെന്നുമാണ് എല്ലാവരും വിശ്വസിച്ചിരിക്കുന്നത്. ഏറെക്കുറെ സൽമ തന്റെ കണ്ണുകളെ ആകാവുന്നത്ര വിടർത്തിക്കൊണ്ട് നോക്കാൻ ശ്രമിച്ചു. തന്റെ സ്ഥിതിയിൽ തന്നെയാണോ മറ്റുള്ളവരും? അവൾ സംശയിച്ചു. എല്ലാവരും ഡാൻസ്

ചെയ്യുകയാണോ? അതോ ഇഴയുകയോ? അവർ മൃഗങ്ങളാണോ? അല്ല മനുഷ്യരോ? ഒന്നും സ്പഷ്ടമല്ല.

എല്ലാ ഭാഗത്തുനിന്നും എന്തോ അമറുന്നതുപോലുള്ള ആനുഭവം. ഇരുട്ടും വെളിച്ചവും മാറിമാറി വരുന്നു. വെളിച്ചത്തിൽ കൺമിഴിച്ചു. കണ്ടത് വെറും പൊയ്മുഖങ്ങൾ! കരടി മുഖങ്ങൾ! കൊടുങ്കാട്ടിലാണോ താനുള്ളത്?

ഒരു കരടി സൽമയെ ബലമായി കെട്ടിപ്പിടിച്ചു. ദുർബലമായ ഒരു നിലവിളി. സൽമയുടെ നിലവിളികേട്ട് കരടികളെല്ലാം ആർത്തു ചിരിക്കുന്നു.!! സൽമയെ കെട്ടിപ്പിടിച്ച മൃഗം തന്റെ മുഖംമൂടി ഉയർത്തി. അൻവർ! അവൾക്ക് സമാധാനമായി. ഇഴയലും ഉരുണ്ടു മറിയലും തുടർന്നുകൊണ്ടേയിരുന്നു. പിന്നെ വെളിച്ചമില്ല. സൽമ അന്തം വിട്ടു. ഇത് പൊയ്മുഖധാരികളല്ല; തനി മൃഗങ്ങൾ തന്നെ. താൻ വെറും മാംസമായതുപോലെ, ശവമായതുപോലെ സൽമയ്ക്ക് തോന്നി.

പിന്നീടെന്താണ് സംഭവിച്ചത്? അതവൾക്കറിയാൻ കഴിഞ്ഞില്ല. അറിഞ്ഞത് വ്യക്തവുമല്ല. ഇത് യാഥാർഥ്യമാണോ? വിഭ്രാന്തിയാണോ? അതോ സ്വപ്നമാണോ? മരവിച്ച ബോധമണ്ഡലം. ഒന്നും മനസിലാകാത്ത സ്ഥിതി.

പുലരി കൺതുറക്കുകയാണ്. സൽമ ഉണർന്നു. താൻ തന്റെ വീട്ടിലല്ല ഉള്ളതെന്നും; ഇത് ഡോക്ടർ മഹേശിന്റെ വീടാണെന്നും അവൾക്ക് ബോധ്യമായി. അൻവർ അവളോട് പറ്റിച്ചേർന്ന് കൂർക്കം വലിക്കുകയാണ്.

സൽമ എഴുന്നേറ്റ് ഉമ്മറത്തേക്ക് ചെന്നു. അപ്പോൾ, സുതാര്യമായ നിശാവസ്ത്രമണിഞ്ഞ നിലയിൽ ശീല അകത്തുനിന്നും പുറത്തേക്ക് വരുന്നതാണ് കണ്ടത്.

"ഗുഡ്മോർണിങ് സൽമ" മധുരസ്വരത്തിൽ ശീല മൊഴിഞ്ഞു.

"ഗുഡമോർണിങ്" നിർവാഹമില്ലാത്തതിനാൽ സൽമ പ്രതിവചിച്ചു.

ജീർണിച്ച വാക്കുകൾ, അർഥമില്ലാത്ത വാക്കുകൾ, പരിഷ്കൃതമെന്ന് ഞെളിയുന്ന ഈ കിരാത ലോകത്തിൽ പരസ്പരം വഞ്ചിക്കാൻ വേണ്ടി സൃഷ്ടിക്കപ്പെട്ട വെറും വാക്കുകൾ! സൽമ മനസിൽ പറഞ്ഞു.

എല്ലാവരും കാപ്പി കഴിച്ചുകൊണ്ടിരിക്കുകയാണ് ബർത്ത്ഡേ ആഘോഷത്തിൽ പങ്കെടുക്കാതിരുന്ന രാകേശിനെക്കുറിച്ചായിരുന്നു അപ്പോഴത്തെ പരാമർശം.

"പൊങ്ങച്ച പൂങ്കോഴി" അൻവർ പറഞ്ഞു.

"എന്തിന്റെ പേരിലാണ് പൊങ്ങച്ചം?" മഹേശ് ചോദിച്ചു.

"അതോ ഇംഗ്ലീഷ് ലിറ്ററേച്ചറിൽ കുറച്ചെന്തോ കാണാപാഠം പഠിപ്പിട്ടുണ്ട്. അതുതന്നെ" അൻവർ ചിരിച്ചു.

"മൈ സർലിഫെലോ" മഹേശ് അവജ്ഞയോടെ പറഞ്ഞു.

ഡോക്ടർ വീരേന്ദ്രയും ഡോ. വിൽസണും, ഭാര്യമാരും രാത്രി ഒന്നര മണിക്കാണ് തിരിച്ചുപോയതെന്നും കാർ ഓടിച്ചിരുന്നത് ഭാര്യമാരായിരു

ന്നുവെന്നും, അൻവറിന്റെയും മഹേശിന്റെയും ശീലയുടെയും സംസാര ത്തിൽനിന്ന് സൽമയ്ക്ക് മനസിലായി.

പിങ്കു എങ്ങുനിന്നോ ഓടി വന്ന് എല്ലാവരുടെയും മുഖത്ത് തുറിച്ചു നോക്കി. ശൈലേശ് ഉണർന്നിട്ടില്ലായിരുന്നു.

ശീല പിങ്കുവിനെ വിളിച്ചപ്പോൾ അത് അവളുടെ അരികിൽ ഇരിപ്പു റപ്പിച്ചു.

കോളിങ് ബെൽ ഡിങ്ഡോങ് ശബ്ദിക്കുകയാണ്. അത് കേട്ടിട്ടാവാം ശൈലേശും ഉണർന്നെഴുന്നേറ്റ് അവരുടെ ഇടയിലേക്ക് വന്നു.

വാതിൽ തുറക്കാനായി ശീല എഴുന്നേറ്റു.

രാകേശ്, അയാൾ അകത്തേക്ക് കയറി. കൈയിൽ വലിയൊരു പൊതിയുണ്ട്. അത് ശൈലേശിന് സമ്മാനിച്ച് അവന്റെ കൈപിടിച്ച് കുലു ക്കിയ രാകേശ് മറ്റുള്ളവരുടെ നേരെ തിരിഞ്ഞുകൊണ്ട് പറഞ്ഞു: "ക്ഷമി ക്കണം ഡോക്ടർ മഹേശ് ഇന്നലെ വരാൻ പറ്റിയില്ല. ഒരു സുഹൃത്തിന്റെ വീട്ടിൽ പോകേണ്ടി വന്നു. അയാളുടെ അച്ഛൻ ഒരു കാറപടക ത്തിൽപ്പെട്ടതു കാരണം രാത്രി മുഴുവൻ അവിടെയാണ് കഴിച്ചുകൂട്ടിയത്."

"സാരമില്ല, ഇരിക്കൂ, കാപ്പി കഴിക്കാം" മഹേശ് ക്ഷണിച്ചു.

മധുരമായി ചിരിച്ചുകൊണ്ട് ശീലയും സ്വാഗതമോതി. രാകേശ് അങ്കിൾ സമ്മാനിച്ച പൊതിയഴിച്ച് അതിലുണ്ടായിരുന്ന സാധനം ശൈലേശ് പുറത്തേക്കെടുത്തു. അതൊരു കൂടായിരുന്നു. അകത്ത് ഭയ ങ്കരനായ ഒരു ഗോറില്ലയും. കൂടിന്റെ ചുറ്റും ബട്ടണുകൾ. ബട്ടണമർത്തി യാൽ ഗോറില്ല ഗർജിക്കും. മറ്റൊന്നമർത്തിയാൽ പല്ലിളിക്കും. വേറൊന്ന മർത്തിയാൽ കൈകാലുകൾ ചലിപ്പിക്കും. ഇനിയുമൊന്നമർത്തിയാൽ കണ്ണുകളടയ്ക്കുകയും തുറക്കുകയും ചെയ്യും.

സൽമ കരടികളെക്കുറിച്ചോർത്തുപോയി.

മറ്റേതിനേക്കാളും വിലകൂടിയ സമ്മാനമായിരുന്നു അത്.

രാകേശ് അമർത്തിയത് ശരിയായ ബട്ടൺ തന്നെയാണ്. ആ സത്യം തന്നിൽ ഒരു പുഞ്ചിരി പ്രത്യക്ഷപ്പെടുത്തിയേക്കാമെന്ന് സൽമ കരുതി. അതവൾക്ക് ഉള്ളിലൊതുക്കേണ്ടി വന്നു. ശീലയുടെ മുഖം അത്യന്തം പ്രസന്നമായിരുന്നു. രാകേശിന്റെ മുമ്പിൽ കാപ്പിയും മറ്റും എത്തി.

ശീല ചോദിച്ചു. "അടുത്ത ഞായറാഴ്ച പിക്നിക്കിന് പോകാം. എന്താ?"

"എവിടേക്ക്?" അൻവർ ചോദിച്ചു.

"എലിഫെന്റായിൽ" പറഞ്ഞത് മഹേശാണ്.

"എലിഫെന്റാ കണ്ടതല്ലേ? അതുവേണ്ട? കല്യാണയിലേക്കു പോകാം." അൻവർ പറഞ്ഞു.

"അവിടെ എന്താണുള്ളത്?" മഹേശിന്റെ സംശയം.

"കാടും മലയും" അൻവർ പറഞ്ഞു.

രാകേശ് പറഞ്ഞു: "ദാറ്റ് ഈസ് നൈസ്."

"ഇതും ഒരു കാടുതന്നെയല്ലേ?" ചോദ്യമുയർന്നത് സൽമയുടെ ഉള്ളിൽനിന്നാണ്.

"താൻ വരുന്നോ?"രാകേശിനോട് മഹേശ് ചോദിച്ചു.

"ശ്രമിക്കാനൊന്നുമില്ല. യു മസ്റ്റ് ജോയിൻ അസ്" ശീല പറഞ്ഞു.

"എനിക്ക് കൂട്ടില്ലല്ലോ? ഞാനെന്തിനാ നിങ്ങളുടെ കൂടെ, ശിവപൂജയിൽ കരടിയെപ്പോലെ."

"ഞങ്ങളുടെ ശിവപൂജയൊക്കെ എന്നേ കഴിഞ്ഞിരിക്കുന്നു. ഇത് പിക്നിക് മാത്രം. കൂട്ടിന്റെ ആവശ്യമൊന്നുമില്ല. ജസ്റ്റ് ഗിവ് അസ് യുവർ കമ്പനി" മഹേശാണ് പറഞ്ഞത്.

വെറും അഞ്ചുനിമിഷം മുമ്പ്! രാകേശിനെക്കുറിച്ച് ഇക്കൂട്ടരുടെ അഭിപ്രായം എന്തായിരുന്നു? എന്തൊക്കെ കൊള്ളരുതാത്ത വാക്കുകളാണ് ഇവർ പറഞ്ഞത്? ഇപ്പോൾ പറയുന്നതും ഇവർ തന്നെയാണോ? സൽമ അത്ഭുതപ്പെട്ടു.

"വല്ലതും പറയരുതോ സൽമ. നീ ഇങ്ങനെ പാവപോലെ ഇരുന്നാലോ" ശീല പറഞ്ഞു.

"നിങ്ങൾ എന്തു തീരുമാനിക്കുന്നുവോ അതുതന്നെ എന്റെ തീരുമാനവും" സൽമ അനുസരിച്ചു.

"തനിക്കൊരു കൂട്ട് കൂടിയേ കഴിയൂ എങ്കിൽ ബാങ്കിൽനിന്ന് ഞാൻ ആരെയെങ്കിലും കൊണ്ടുവരാം" അൻവർ വെളിപ്പെടുത്തി.

"എനിക്ക് അത്തരത്തിലൊന്നും ആവശ്യമില്ല" രാകേശ് നിരസിച്ചു.

"പേടിക്കണ്ട, നോ സ്ട്രിങ് അറ്റാച്ച്ഡ്" അൻവർ ചിരിച്ചുകൊണ്ട് പറഞ്ഞു.

"കാട്ടിലേക്ക് പോവുകയല്ലേ? അപ്പോൾ കയറുണ്ടാവുന്നത് തന്നെയാണ് നല്ലത്" രാകേശ് പ്രതിവചിച്ചു.

പതിമൂന്ന്

ഞങ്ങളുടെ സ്റ്റാന്റേർഡ് കാറിൽ ഞാനും അൻവറും മാത്രം. പിൻസീറ്റിൽ ഉച്ചഭക്ഷണവും പാനീയങ്ങളും ഉൾക്കൊള്ളുന്ന പെട്ടി.

മഹേശിന്റെ അംബാസിഡറിൽ മഹേശും ശീലയും. പിൻസീറ്റിൽ രാകേശ്.

ശൈലേശിനെയും പിങ്കുവിനെയും ആയയുടെ കൂടെ നിർത്തിയിരിക്കുകയാണ്. പിക്നിക്കിൽ കുട്ടികൾക്കെന്തുകാര്യം? അതിൽ അവർക്ക് പഠിക്കാനായി ഒന്നുമില്ല. അവർ വെറും ന്യൂയിസൻസായിരിക്കും. അതാണ് മഹേശ് ദമ്പതികളുടെ അഭിപ്രായം. നായയേയും കൊണ്ടുപോകണമെന്ന് ശീല വിചാരിച്ചിരുന്നു. മഹേശ് സമ്മതിച്ചില്ല. എങ്കിൽ താൻ വരുന്നില്ലെന്ന് മഹേശ് തമാശയായി പറഞ്ഞിരുന്നത്രെ.

കല്യാണയിലെ ഒരൊറ്റ ചെടിയുടെ പേരോ മരത്തിന്റെ പേരോ കൂട്ടത്തിൽ ആർക്കും അറിയില്ല. പിന്നെ തങ്ങൾക്ക് കാട് വളരെ ഇഷ്ടമാ

ണെന്ന് എന്തിനാണവർ പറയുന്നത്? അതെനിക്ക് മനസിലായില്ല. അവിടെവെച്ച് എന്താണ് നടന്നത്? തീനും കുടിയും കൂടെ അശ്ലീലച്ചുവയുള്ളതും അത്യന്തം ഉത്തേജകങ്ങളുമായ ജോക്കുകളും! അശ്ലീലം കലർത്തിയ ഫലിതപ്രയോഗത്തിൽ മഹേശിനെ ജയിക്കാൻ പോന്നവരില്ലെന്ന് തോന്നുന്നു.

അയാൾ തന്റെ അമേരിക്കൻ സ്ലാങ് തികച്ചും ഉപയോഗപ്പെടുത്തുന്ന അവസരവും അതുതന്നെ. ജോക്കുകൾ മാത്രമല്ല ചികിത്സാരംഗത്ത് തനിക്കുണ്ടായിട്ടുള്ള പല അനുഭവങ്ങളെയും രസകരമായി മഹേശ് വിവരിക്കാറുണ്ട്.

ഞങ്ങൾ അധികമൊന്നും അവിടെ ചുറ്റിക്കറങ്ങിയില്ല. ഒരിടത്ത് കുറെ കൂറ്റൻ വൃക്ഷങ്ങളുണ്ട്. അതിനരികിലുള്ള ഒരു പരന്ന പാറയുടെ മുകളിൽവെച്ച് ഞങ്ങളുടെ അന്നത്തെ പിക്നിക് അവസാനിച്ചു.

കാടിനെ സ്നേഹിക്കുന്നവരും കാട് കണ്ടതായി എനിക്ക് തോന്നുന്നില്ല. ഞാനെല്ലാം മനനം ചെയ്ത് കഴിച്ചുകൂട്ടി. അതാണെന്റെ സ്വഭാവം. മിതഭാഷിയായ രാകേശും കാര്യമാത്ര പ്രസക്തമായേ സംസാരിച്ചുള്ളൂ. സംഭാഷണത്തിനിടയ്ക്ക് സഭ്യേതമായ വല്ലതും കടന്നുകൂടുമ്പോൾ അയാളതിൽനിന്ന് മാറിക്കളയും.

വൈകുന്നേരം ഏകദേശം നാലുമണിക്ക് ഞങ്ങൾ മടങ്ങി. ഓർമയിൽ തെളിഞ്ഞു നിൽക്കുന്നതായി ഒന്നുംതന്നെ ആ പിക്നികിൽ ഉണ്ടായില്ല. അഥവാ ഓർമിക്കാൻ വല്ലതുമുണ്ടെങ്കിൽ അതൊരു ആശ്ചര്യമായിരിക്കും.

എന്നാലും ആ ദിവസം അത്യധികം സ്മരണീയമായി അവശേഷിക്കുന്നു.

രാകേശ് കാറിൽ നിന്നിറങ്ങി.

"ഇറ്റ് വാസ് എ വണ്ടർഫുൾ പിക്നിക്. വി ഹേഡ് എ നൈസ് ടൈം. താങ്ക് യു" ഇത്രയും പറഞ്ഞ് രാകേശ് തിരിച്ചു പോയി.

നുണ! വെറും നുണ കഷ്ടം! ഈ നുണകളില്ലാതെ നമുക്ക് ജീവിക്കാൻ പറ്റില്ലേ? രാകേശിനോട് ചോദിക്കണമെന്ന് മനസിൽ കരുതി.

"വരൂ, കാപ്പി കഴിച്ചു പോകാം" ശീല ക്ഷണിച്ചു. ക്ഷണം സ്വീകരിച്ച് ഞങ്ങൾ വരാന്തയിലിരുന്നു."

മഹേശും അൻവറും എന്തോ സംസാരിക്കുകയാണ്. നല്ല തലവേദന. അത് സഹിച്ചുകൊണ്ട് ഞാൻ അന്നത്തെ പത്രം കൈയിലെടുത്തു.

ട്രേയിൽ കാപ്പിയും നട്സും ബിസ്കറ്റുമായി ശീല അവിടേക്കു വന്നു.

ഞങ്ങൾ കാപ്പി കഴിക്കാൻ തുടങ്ങി. അപ്പോൾ കോളിങ് ബെൽ ശബ്ദിക്കുന്നു.

ശീല ചെന്ന് വാതിൽ തുറന്നു.

ആറുപേരടങ്ങുന്ന ഒരു സംഘം. അതിൽ രണ്ടു ജോഡി ഭാര്യാഭർത്താക്കന്മാരാണ്. പിന്നെ, വിവാഹിതരാകാൻ പോകുന്ന രണ്ടുപേർ.

ഒരാണും ഒരു പെണ്ണും. എല്ലാവരും മഹേശിന്റെ കുടുംബവുമായി ബന്ധമുള്ളവർ. വിവാഹത്തിന് ക്ഷണിക്കാൻ വന്നതാണ്.

മഹേശ് എല്ലാവരേയും പരസ്പരം പരിചയപ്പെടുത്തി. അവരെല്ലാം സമ്പത്തിന്റെ അത്യുന്നതങ്ങളിൽ നിൽക്കുന്നവരാണ്. ക്ഷണപത്രികയിലെ അക്ഷരങ്ങൾപോലും തനി സ്വർണ്ണത്തിൽ തീർത്തവയാണോ എന്ന് കണ്ടാൽ തോന്നും. ഒരറ്റത്ത് വധുവരന്മാരുടെ പടം.

ആ ദമ്പതികളിൽ ഏറ്റവും സുന്ദരിയായ ഒരുവൾ. ഏതാണ്ട് മുപ്പത് വയസ്സ് പ്രായം കാണും. അവൾ കണ്ണുമിഴിച്ച് അൻവറിനെത്തന്നെ നോക്കുകയാണ്.

ആ മുഖത്ത് എന്തോ ഒരു പന്തികേട്. അത് ആശ്ചര്യമോ ആശയക്കുഴപ്പമോ ആകാം. അൻവർ അവളുടെ നേരെ നോക്കുന്നതേയില്ല. ഒരു നിമിഷം കഴിഞ്ഞപ്പോൾ ശീലയോടൊന്നിച്ച് അവൾ അകത്തേക്ക് പോകുകയും ചെയ്തു.

ശീല എല്ലാവർക്കും കൂൾ ഡ്രിംങ്ക്സ് കൊണ്ടുവന്നു. കൂടെ അവളുമുണ്ട്. ശീലയും അൻവറെ നോക്കുന്നത് ഒരു പ്രത്യേക രീതിയിലല്ലേ എന്ന് ഞാൻ സംശയിച്ചു.

"ക്ഷമിക്കണം ഞങ്ങൾ ഇറങ്ങുകയാണ്" അൻവർ പെട്ടെന്നെഴുന്നേറ്റ് എല്ലാവരുടെയും നേരെ കൈകൂപ്പിക്കൊണ്ട് പറഞ്ഞു. അവന്റെ ശബ്ദത്തിൽ ഒരു കമ്പനമുണ്ടായതായി എനിക്ക് തോന്നി.

അൻവറിനോടുള്ള ആ യുവതിയുടെ മനോഭാവത്തിൽ ഒരു തരം പുച്ഛം കലർന്നിട്ടുണ്ട് എന്നത് സ്പഷ്ടം.

അൻവർ പടികടക്കവേ അവളെന്താണ് പറഞ്ഞത്? 'ബീസ്റ്റ്' അതെ, ബീസ്റ്റ് എന്നാണ് പറഞ്ഞത്. ഞാനത് വ്യക്തമായി കേട്ടു. മറ്റുള്ളവരും അത് കേട്ടിരിക്കണം തീർച്ച.

ഞങ്ങൾ വീട്ടിലെത്തിയപ്പോൾ ഞാൻ ചോദിച്ചു "അവളെന്തേ അങ്ങനെ പറയാൻ? നിങ്ങളെ അവൾക്ക് പരിചയമുണ്ടോ?"

എന്റെ ശരീരം ചെറുതായി വിറയ്ക്കുന്നുണ്ടായിരുന്നു. അതെന്റെ സ്വരത്തിലും അനുഭവപ്പെട്ടു.

"ഷീ ഈസ് എ ബിച്ച്! എൽ എൽ ബിക്ക് എന്റെ ക്ലാസ്മേറ്റായിരുന്നു. അന്ന് അവൾ എനിക്കൊരു ലവ് ലെറ്റർ അയച്ചു. അബദ്ധത്തിൽ ഞാനത് എന്റെ കൂട്ടുകാരെ കാണിക്കുകയും ചെയ്തു. സംഗതി അറിഞ്ഞവരെല്ലാം അവളെ കളിയാക്കുമായിരുന്നു. അതോടെ അവൾ കോളേജ് വിട്ടു. പിന്നീടവൾ ഏതോ ഒരു ബാങ്കിൽ ജോലിക്കു ചേർന്നതായി അറിയാൻ കഴിഞ്ഞു." അൻവർ പറഞ്ഞു നിർത്തി.

അവന്റെ വിശദീകരണം വിശ്വസനീയമായി തോന്നിയില്ല. എങ്കിലും, കാര്യമറിയാനുള്ള എന്റെ വ്യഗ്രത അകറ്റാൻ അത് സഹായിച്ചു. തന്റെ ഭർത്താവിന്റെ മുമ്പിൽ വെച്ചാണ് അൻവറിനെ അവൾ ബീസ്റ്റ് എന്നു വിളിച്ചത്. അങ്ങനെ വിളിക്കണമെങ്കിൽ അൻവർ പറഞ്ഞത് സത്യമായിരിക്കാൻ ഇടയില്ല. ഞാനൊരു മടയി അല്ലാത്തതുകൊണ്ട് എനിക്കത് മന

സിലാക്കാൻ കഴിയും. ഓർക്കാപ്പുറത്ത് തേളിനെയോ പാമ്പിനെയോ കണ്ടുമുട്ടിയ ഒരു ഭാവമായിരുന്നു അപ്പോൾ അവളുടെ മുഖത്ത് കണ്ടത്. അൻവർ പറഞ്ഞത് സത്യമാണെങ്കിൽ അവളുടെ ആ ഭാവത്തിന് എന്താണ് കാരണം?

യാഥാർത്ഥ്യമെന്തെന്ന് എനിക്കറിയണം. പറ്റിയ സന്ദർഭമുണ്ടാക്കാൻ ഞാൻ ശ്രമിച്ചു. അങ്ങനെയൊരു സന്ദർഭത്തിൽ ശീലയോട് അതേപ്പറ്റി ചോദിക്കുകയുണ്ടായി.

അവളത് പറയാൻ കൂട്ടാക്കിയില്ല. എന്റെ നിർബന്ധംമൂലം ഒടുവിൽ അവൾക്ക് വഴങ്ങേണ്ടി വന്നു.

ഞാൻ അൻവറോട് പറയില്ലെന്ന് ഉറപ്പുകൊടുത്ത ശേഷമേ അവൾ അക്കാര്യം പറഞ്ഞുള്ളൂ.

ശീല പറഞ്ഞത് കേട്ടപ്പോൾ ആത്മഹത്യ ചെയ്താലോ എന്നു പോലും എനിക്കു തോന്നി.

അവളുടെ പേര് ദേവിക. ഒരുദിവസം അവൾ തന്റെ കൂട്ടുകാരിയോടൊപ്പം സിനിമയ്ക്കു പോയി. ടിക്കെറ്റെടുക്കാൻ അവർ നിൽക്കുകയാണ്. അവരുടെ പിന്നിൽ അൻവറും നിലയുറപ്പിച്ചു. ബാൽക്കണിയിലാണ് അവർ ഇരിക്കുന്നത്. അവരുടെ അരികിൽത്തന്നെ അൻവറും സ്ഥലം കണ്ടെത്തി. സിനിമ ആരംഭിച്ചപ്പോൾ അൻവർ ദേവികയുടെമേൽ കൈവെക്കാൻ തുടങ്ങി. അവൾ പലതവണ താക്കീത് ചെയ്തു. അവനുണ്ടോ വിടുന്നു? ഗോഷ്ഠിയോടൊപ്പം ഒരു വാചകമടിയും. "ജെസ്റ്റ് എൻജോയ് ഇറ്റ് ഡോണ്ട് മെയ്ക്ക് എ സീൻ" ഇടവേളവരെ അവൾക്കത് സഹിക്കേണ്ടി വന്നു. പിന്നെ, പരാതിയുമായി അവൾ മാനേജരെ സമീപിച്ചു. അദ്ദേഹം സ്ഥലത്തു വന്നു നോക്കിയപ്പോൾ അൻവറുടെ പൊടി പോലും കാണാനില്ല. സീറ്റ് ഒഴിഞ്ഞു കിടക്കുന്നു!...

"ഈ സംഭവം എന്നാണ് നടന്നത്?" ഞാൻ ചോദിച്ചു.

ഏതാണ്ട് വിവാഹത്തിന് മുമ്പായിരിക്കണം എന്ന ധാരണയോടെ അവൾ പറഞ്ഞു: "പന്ത്രണ്ട് വർഷം കഴിഞ്ഞുകാണും."

അന്നു രാത്രി തന്നെ അൻവറിനോട് ഞാൻ അതേപ്പറ്റി പറഞ്ഞു.

"അവൾ പറഞ്ഞത് ശരിയാണ്."

"എന്താണത്?"

"ബീസ്റ്റ് എന്നു പറഞ്ഞത്. നിങ്ങളുടെ കെട്ടുകഥ ഞാൻ വിശ്വസിച്ചുവെന്നാണോ ധാരണ? സിനിമാ തിയേറ്ററിൽ വെച്ച് അന്ന് നിങ്ങൾ അവളോട് പെരുമാറിയ രീതി ഓർമ്മയുണ്ടല്ലോ? അത് ഞാൻ തികച്ചും മനസിലാക്കിയിട്ടുണ്ട്."

അൻവർ കണ്ണുരുട്ടിക്കൊണ്ട് എന്നെ ഒന്ന് നോക്കി. "സോ വാട്ട്" പരുക്കൻ മട്ടിലാണ് ചോദ്യം.

"നിങ്ങളുടെ സ്വഭാവം ഇത്ര മോശമാണെന്ന് കരുതിയില്ല."

"ഇനി നീ എന്തു ചെയ്യുമെടീ?" ആ മുഖത്ത് ചെകുത്താൻ പ്രത്യക്ഷപ്പെടുകയാണ്. ഞാൻ പേടിക്കുക തന്നെ ചെയ്തു.

"നിന്നെ കൊല്ലും" എന്നു പറയാനാണ് തോന്നിയത്. പക്ഷേ, പറഞ്ഞത് മറ്റൊന്നാണ്. അപ്പോഴും, പതറാത്ത കുറ്റബോധം തൊട്ടുതീണ്ടാത്ത അവന്റെ വ്യക്തിത്വം അസാധാരണം തന്നെ.

"എന്തെങ്കിലുമൊന്ന് ചെയ്യും" ഞാൻ പറഞ്ഞു.

"ങ്ഹാ... നീ എന്നെ പാഠം പഠിപ്പിക്കുമെന്നാണോ? അല്ലെങ്കിൽ നിലയ്ക്ക് നിർത്താമെന്നാണോ? യു ബിച്ച്! നിന്റെ വാപ്പ വന്നാലും അത് നടക്കില്ലെടീ" അൻവർ അലറി.

"വാപ്പയെ എന്തിനു പറയുന്നു? അദ്ദേഹം നിങ്ങളോട് എന്തെങ്കിലും ചോദിക്കാൻ വന്നോ?"

"പിന്നെ ആരാ എന്നോട് ചോദിക്കാൻ വരുന്നത്? നീയാണോ?" തുടർന്ന് ഒരൊറ്റ കുതിപ്പാണ്. അൻവർ എന്റെ കഴുത്ത് ഞെരിക്കാൻ തുടങ്ങി.

കഴുത്തിലെ പിടി മുറുക്കുകയാണ്. എങ്കിലും എന്റെ പേടി നേർത്ത് നേർത്തില്ലാതായി. മുമ്പൊരു തവണ ഇങ്ങനെ സംഭവിച്ചപ്പോൾ സത്യമായും ഞാൻ പേടിച്ചിരുന്നു.

"ഇതുതന്നെയാണ് നല്ലത്! എന്നെ കൊന്നുകളയൂ" നിർവികാരയായി ഞാൻ പറഞ്ഞു.

എന്റെ മരണം ഒരു യാഥാർഥ്യമാവട്ടെയെന്ന് ആ നിമിഷത്തിൽ ഞാനാഗ്രഹിച്ചു.

അവൻ കൈയെടുത്തു. പിന്നെ വീട്ടിൽനിന്ന് ഇറങ്ങിപ്പോവുകയും ചെയ്തു.

അപ്പോൾത്തന്നെ അൻവർ ഇറങ്ങിപ്പോയതിന് മനസിൽ ഞാനൊരു താങ്ക്സ്കൂടി പറഞ്ഞു.

മണിക്കൂർ ഒന്ന് കഴിഞ്ഞതേയുള്ളൂ. അവൻ അതാ തിരിച്ചു വരുന്നു! തിരിച്ചുവന്നപ്പോൾ അവന്റെ സമീപനമാകെ മാറിയതുപോലെ തോന്നി. വളരെ മൃദുലമായും, മധുരമായും സ്നേഹത്തോടുമാണ് എന്നോടവൻ പെരുമാറിയത്. അതുകണ്ടപ്പോൾ നേരത്തേ ഇറങ്ങിപ്പോയ മനുഷ്യൻ തന്നെയാണോ തിരിച്ചു വന്നത് എന്ന് ഓർത്ത് ഞാൻ അത്ഭുതപ്പെട്ടു.

പതിനാല്

ആധുനിക ജീവിതത്തിൽ സ്നേഹം, പ്രേമം എന്നൊക്കെ പറയുന്നത് അർഥശൂന്യമാണെന്ന് എനിക്കു തോന്നുന്നു. ചിലർക്ക് സ്വന്തം കാറ്, ഫ്രിഡ്ജ് തുടങ്ങിയവയോടുള്ള സ്നേഹത്തിൽനിന്ന് ഒട്ടും ഭിന്നമല്ല തങ്ങളുടെ ഭാര്യമാരോടുള്ള സ്നേഹവുമെന്ന് എനിക്ക് തോന്നിയിട്ടുണ്ട്. എന്റെ ഭർത്താവായ അൻവറിന്റെ കാര്യവും മറിച്ചല്ല. അവന് 'ഭാര്യ' എന്നാൽ എന്താണെന്നറിയുമോ?

ഞാൻ സ്വയം ചോദിക്കാറുള്ള ഒരു ചോദ്യമാണത്. ഇനിയും ഉത്തരം ലഭിക്കാത്ത ചോദ്യം.

മറ്റു ചിലർക്ക് 'ഭാര്യ' മറ്റാരായാലും, എന്തൊക്കെ ആയാലും ഭാര്യയേ അല്ലെന്നു വരാം.

അതുപോലെ, അൻവറും 'ഭാര്യ' എന്നതിന്റെ അർഥം മറ്റെന്തോ ആയി കണക്കാക്കുന്നുവെന്നതാണ് അനുഭവം.

ഡോക്ടർ മഹേശിന്റെയും ശീലയുടെയും ഇടയിൽ പ്രേമം എന്ന ഒന്നുണ്ടായിരിക്കുമോ? അവരെ കാണുമ്പോഴൊക്കെ അങ്ങനെയൊരു ജിജ്ഞാസ എന്നിൽ കിളിർക്കാറുണ്ട്.

സൽമയുടെ സൗന്ദര്യത്തെയും, സൗശീലത്തെയും, സദ്ഗുണങ്ങളെയുംകുറിച്ച് അവൻ മറ്റുള്ളവരോട് എത്രമാത്രം പ്രശംസിക്കാറില്ല! മറ്റുള്ളവരെ അവൻ അവഹേളിക്കാറുണ്ട്. അതുപോലെ സൽമയെയും അവഹേളിക്കുന്നുണ്ടോ എന്ന് താൻ വെറുതെ സംശയിക്കുന്നു.

ഞാനോ? ഞാനും അവന്റെ പെരുമാറ്റത്തെയും വാക്കുകളെയും മറികടന്ന് ഒരിക്കലും ഒന്നും പ്രവർത്തിച്ചിട്ടില്ല. 'നിന്റെ പ്രേമം ഒരു പ്രഹസന'മാണെന്ന് പറഞ്ഞിട്ടില്ല. അവൻ എന്റെ കഴുത്ത് ഞെരിക്കാൻ വന്നപ്പോഴും, ഞെരിച്ചപ്പോഴും അതൊരു ക്രൂരകൃത്യമാണെന്ന് ഞാൻ പറഞ്ഞിട്ടില്ല.

വീട്ടിലോ പുറത്തോ ആകട്ടെ, ഞങ്ങളെ ഒരുമിച്ച് ആര് കണ്ടാലും അവരുടെ കണ്ണിൽ ഞങ്ങളൊരു ആദർശ ദമ്പതികളാണ്. ഞങ്ങൾ തമ്മിലുള്ള ഐക്യം അസൂയാവഹമാണെന്നാണ് പലരും ധരിച്ചുവെച്ചിട്ടുള്ളത്. ആ നിലയ്ക്ക് ഞങ്ങൾ അന്യോന്യം ഗാഢമായി സ്നേഹിക്കുന്ന ഭാര്യാഭർത്താക്കന്മാരല്ലെന്ന് ആർക്കെങ്കിലും പറയാൻ കഴിയുമോ?

അൻവറിനെ കൊന്നുകളയാമെന്നും, അതെങ്ങനെയെന്നും ഒരു സിദ്ധാന്തത്തിന്റെ നിലയിൽ ഞാൻ പലവുരു ചിന്തിച്ചിരുന്നു. അവന്റെ വ്യക്തിത്വത്തിൽ ഏതിനെയാണ് ഞാൻ വെറുക്കുന്നത്? ഏതിനെയാണ് കൊല്ലാൻ ആഗ്രഹിക്കുന്നത്?

കൊല്ലുന്നതിലൂടെ വ്യക്തിയെ ഇല്ലാതാക്കാൻ പറ്റുമോ? ഇത്രയും കാലം ദേഹത്തിന്റെയും മനസിന്റെയും ഒരു ഭാഗമായി പരിഗണിക്കപ്പെട്ട ഒരു വ്യക്തിയെ കൊല്ലുക വഴി 'ഇല്ല' എന്ന അവസ്ഥ സൃഷ്ടിക്കാൻ കഴിയുമോ? ഒരിക്കൽ വന്ന് നിലനിന്നവൻ ശാരീരികമായി ഇല്ലാതായാലും ശേഷിക്കുന്നവരുടെ മനസിൽ കുറേക്കൂടി സജീവമായി നിലനിൽക്കുകയില്ലേ?

ഇപ്പോൾ തോന്നുന്നത് പുതിയൊരാശയമാണ്. കൊല്ലാതെ കൊല്ലുക. മരിച്ചിട്ടും നിത്യ നൂതമായി ജീവിക്കുവന്നവർ ഈ പ്രപഞ്ചത്തിലുണ്ട്. മരിച്ചതിന് തുല്യം ജീവിക്കുന്നവരുമുണ്ട്. അങ്ങനെയെങ്കിൽ, കൊല്ലാതെ കൊല്ലാൻ സാധ്യമല്ലേ?

എന്തവശേഷിക്കുമെന്ന് അപ്പോഴറിയാം. തീരുമാനിക്കേണ്ടത് ഒന്നുമാത്രം. ഏതിനെയാണ് കൊല്ലേണ്ടത്?

അൻവർ ജോലി ചെയ്യുന്ന ബാങ്ക് ഓഫ് പയനിയേഴ്സ് ഇൻഡസ്ട്രി എന്നാക്കി മാറ്റി. അതോടൊപ്പം അൻവറിന്, റൂറൽ ബാങ്കിങ് ഡവല

പ്പ്മെന്റിൽനിന്നും ഇൻഡസ്ട്രിയൽ ക്രെഡിറ്റ് വിഭാഗത്തിലേക്ക് മാറ്റവും ലഭിച്ചു.

ബാങ്കിന്റെ ചെയർമാൻ ഇന്ദുശങ്കർ ജെയിൻ പുതുതായി പണിയിച്ച വീട്ടിന്റെ ഗൃഹപ്രവേശ കർമത്തിൽ അൻവറും ഞാനും പങ്കെടുക്കുകയുണ്ടായി.

ഏതാനും പ്രമാണികളെ മാത്രമേ അദ്ദേഹം ക്ഷണിച്ചിരുന്നുള്ളു. ലളിതമായ ചടങ്ങ്. വിസ്കി, മ്യൂസിക്, ഡാൻസ് തുടങ്ങിയ ഒന്നുമില്ലായിരുന്നത് ഒരു സവിശേഷത തന്നെയായിരുന്നു. പുതിയ വീട്ടിൽ ആദ്യം തന്നെ അവയൊന്നും പാടില്ലെന്ന് അപ്പോൾ തോന്നി. എന്നാൽ, ബർത്ത്ഡേ പാർട്ടിക്ക് അതൊന്നും ഒഴിച്ചുകൂടാൻ വയ്യാത്തവയായിരിക്കുമോ ആവോ!

എന്തായാലും അതൊരു വീടല്ല കൊട്ടാരമെന്ന് പറയുന്നതാവും ശരി. ചുരുങ്ങിയത് പത്തിരുപത് ലക്ഷം രൂപയെങ്കിലും അതിന് ചെലവഴിച്ചിരിക്കണം.

ഞങ്ങൾ തിരിച്ചു വരുമ്പോൾ അൻവർ പറഞ്ഞു:

"അതുപോലുള്ളതായിരിക്കണം വീട്."

ഞാനൊന്നും മിണ്ടിയില്ല. എന്തിന് അതുപോലെയാകണം? ഞാൻ സ്വയം ചോദിച്ചു.

വീട്ടിൽ എത്തിയശേഷം അൻവറിന് ഒരു പരിഭ്രമമോ വ്യാകുലതയോ കാണാൻ കഴിഞ്ഞു. എവിടെ അവന്റെ വായാടിത്തം. ഞാൻ അത്ഭുതപ്പെട്ടു.

രാത്രി ഏതാണ്ട് രണ്ടു മണി. ഞാനുണർന്നു നോക്കിയപ്പോൾ അരികെ അൻവറില്ല. വാതിൽ പതുക്കെ തുറക്കുന്ന ശബ്ദം കേട്ടു. ഞെട്ടിപ്പോയെങ്കിലും, അതേ നിലയിൽത്തന്നെ ഞാൻ കിടന്നു.

പിന്നീട് മെല്ലെ എഴുന്നേറ്റ് ജനലിലൂടെ പുറത്തേക്ക് നോക്കി.

അൻവർ ഏതു വേഷത്തിലാണോ ആഫീസിലേക്ക് പോകുന്നത്, അതുപോലെ ചമഞ്ഞ് നിരത്തിലൂടെ പോകുന്നതാണ് കണ്ടത്.

എവിടേക്കായിരിക്കും യാത്ര? സ്ലീപ്പ് വാക്കിങ് ആയിരിക്കുമോ? തെല്ലു നേരം ഞാൻ അവിടെത്തന്നെ നിന്നു.

മണിക്കൂർ ഒന്നു കഴിഞ്ഞു. അൻവർ അതാ തിരിച്ചു വരുന്നു! ഞാൻ ഉറക്കം നടിച്ചുകൊണ്ട് കിടക്കുകയാണ്. അവൻ പൂച്ചയെപ്പോലെ അകത്തു കടന്ന് വാതിലടച്ചു. എന്നിട്ട് ഷൂസും ഉടുപ്പും മാറ്റി.

അപ്പോൾ എന്തു ചോദിക്കണം? പലതും ചോദിക്കണമെന്നുണ്ട്. പക്ഷേ, പേടി അതിനനുവദിച്ചില്ല. അവൻ ഞെരിക്കില്ലെന്ന് എങ്ങനെ ഉറപ്പിക്കാം?

പിറ്റേന്ന് രാവിലെ കാപ്പി കഴിഞ്ഞശേഷം ഒരൊഴുക്കൻ മട്ടിൽ ഞാൻ ചോദിച്ചു: "അല്ലാ പാതിരാ നേരത്തും തുടങ്ങിയോ വാക്കിങ്?"

എന്റെ ചോദ്യം അവനെ ഒട്ടും ആശ്ചര്യപ്പെടുത്തിയില്ല; അസ്വസ്ഥനാക്കിയില്ല. എനിക്ക് ഉറക്കം വന്നിട്ടുണ്ടാവില്ലെന്നും, താൻ ഇറങ്ങിപ്പോ

യത് ഇവൾ കണ്ടിരിക്കാമെന്നും അവൻ നേരത്തേ ഊഹിച്ചിരിക്കണം. കൂടാതെ എന്റെ ചോദ്യത്തിൽ അവന് രക്ഷപ്പെടാനുള്ള പഴുതും ലഭിച്ചിരിക്കാം.

"അതെ, വാക്കിങ്ങിന് പോയി. എന്തുകൊണ്ടെന്നറിഞ്ഞില്ല, അപ്പോൾ തല വല്ലാത്ത ചൂടായിരുന്നു." ഉറങ്ങാൻവേണ്ടി കണ്ണടച്ചപ്പോൾ ഇന്ദുശങ്കറിന്റെ പുതിയ സൗധം മുമ്പിൽ വന്നു നിൽക്കുകയാണ്. അതുകൊണ്ട് നൈറ്റ്ക്വീൻവരെ ഒന്നുപോയി. പിന്നെ, ഒരു പെഗ്ഗടിച്ചശേഷം കുറച്ചു ഡിസ്ക്കോയും കണ്ട് തിരിച്ചു പോന്നു.

അവൻ പറഞ്ഞത് സത്യമോ നുണയോ ആയിരിക്കാം.

"തല ചൂടാവുകയാണെങ്കിൽ എനിക്കും അങ്ങനെ ചെയ്യാമല്ലോ അല്ലേ?" ഞാൻ ചിരിച്ചുകൊണ്ടു ചോദിച്ചു.

പൊടുന്നനെ അൻവർ പ്രകോപിതനായി. എന്റെ മുഖത്തേക്കു തന്നെ ഉറ്റുനോക്കിക്കൊണ്ട് അവൻ പറഞ്ഞു.

"ഷട്ടപ്പ്! യു ആർ എ വുമൺ."

"സോ വാട്ട്?" ചിരിച്ചുകൊണ്ടാണ് ഞാൻ ചോദിച്ചത്. അവന്റെ മാസ്റ്റർപീസാണല്ലോ സോ വാട്ട്.

"രാത്രി പന്ത്രണ്ടുമണിക്ക് നീ റോഡിലൂടെ നടന്നാൽ എന്താണ് സംഭവിക്കുകയെന്ന് ഞാൻ വിവരിക്കണോ സൽമ?"

തലേന്ന് രാത്രിയിലെ ഹാങ്ങോവർ അൻവറെ തീർത്തും വിട്ടുമാറിയിട്ടില്ലെന്ന് തോന്നി. അവന്റെ കണ്ണുകൾ അപ്പോഴും ചുവന്നിട്ടുണ്ട്. ഇപ്പോൾ ഇവനോട് വല്ല കുസൃതിയും കാണിച്ചാൽ ഇവനെന്താണ് ചെയ്യുക? കഴുത്ത് ഞെരിക്കുമോ? അതറിയാൻ എനിക്ക് താൽപ്പര്യം തോന്നി.

"പറഞ്ഞത് നേരാ. അയാം എ വുമൺ. ആണായ നിങ്ങളിൽനിന്ന് ആ വാക്ക് പുറത്തു വന്നതിൽ അളവറ്റ സന്തോഷമുണ്ട്. എങ്കിലും ഒന്ന് ചോദിച്ചോട്ടേ. പാതിരാ നേരത്ത് എന്റെയും തല ചൂടാവുകയാണെങ്കിൽ അനാസിനും കാംപോസും കഴിക്കുകയല്ലാതെ എനിക്ക് മറ്റെന്തു ചെയ്യാൻ കഴിയും? അതൊന്നു പറഞ്ഞു തരാമോ?" ഇത്രയും പറഞ്ഞ് ഞാൻ പുഞ്ചിരിച്ചു.

അൻവർ അൽപ്പം കോപിച്ചിട്ടുണ്ടെന്ന് മറുപടി വ്യക്തമാക്കി.

"പെണ്ണിന് അത്ര തല ചൂടാവില്ല."

"നിങ്ങൾക്ക് എങ്ങനെ അറിയാം? തല മാത്രമല്ല, ജീവനും കൂടി ചൂടായേക്കും" ഞാൻ തുടർന്നു.

"ഒരു പെണ്ണായതുകൊണ്ട്, രാത്രി ഒറ്റയ്ക്ക് പുറത്തുപോയാൽ വിഷമിക്കുമെന്നൊന്നും വേവലാതിപ്പെടേണ്ട കാര്യമില്ല. നിങ്ങളുടെ വേഷത്തിൽ പൊയ്ക്കോളാം. എന്താ? നൈറ്റ് ക്വീനിൽ എത്തുകയേ വേണ്ടൂ. പിന്നെ അപകടമൊന്നും വരില്ലല്ലോ" ഞാൻ ചിരിച്ചു.

"എങ്ങനെ തിരിച്ചു വരും?"

"അവിടെ ഉണ്ടായിരിക്കാവുന്ന കോടീശ്വരനും സഭ്യനുമായ ഏതെ

ങ്കിലുമൊരു കുടിയനോട് ഞാൻ പറയും: പ്ലീസ് ഗിവ് മി എ ഡ്രോപ്പ്" എന്നെപ്പോലുള്ളവർക്ക് ഡ്രോപ്പ് നൽകാൻ ഒരുക്കമുള്ള ആണുങ്ങൾ ഇവിടെ എത്രവേണമെങ്കിലുമുണ്ട്."

"ഇന്ന് നിന്റെ തല കെട്ടിയിരിക്കുന്നു" അൻവർ വീണ്ടും കുപിതനായി.

"നേരുതന്നെ. പക്ഷേ, ചൂടായിട്ടില്ല. ചൂട് രാത്രിയിലായിരുന്നു. ഇപ്പോൾ തണുത്തുപോയി."

"നീ പരിഹസിക്കുകയാണ്."

"ഛെ! തീർച്ചയായും അല്ല. ഞാൻ പൊട്ടിച്ചിരിച്ചു. എന്നിട്ട് തുടർന്നു."നിങ്ങൾ എന്നെ അളവറ്റു സ്നേഹിക്കുന്നുണ്ട് അല്ലേ? ഇല്ലെങ്കിൽ ഇങ്ങനെ ആയിരിക്കില്ല. എന്റെ തല ചൂടായാലോ തകരാറിലായാലോ 'എന്നെ കൈയൊഴിച്ചേക്കൂ' എന്നോ ഡൈവോഴ്സ് ചെയ്തേക്കൂ എന്നോ പറയുമായിരുന്നു" ഞാൻ കുറേക്കൂടി പൊട്ടിച്ചിരിച്ചു.

"എന്ത്? എന്താണ് നീ പറഞ്ഞു വരുന്നത്? സൽമ ഞാനൊരു കാടനല്ല. അയാം എ മാൻ ഓഫ് കൾച്ചർ."

"ഡൈവോഴ്സ് ചെയ്യുന്നവരെല്ലാം കാടന്മാരാണോ? എന്നെ ഉപേക്ഷിക്കുന്നതുകൊണ്ട് നിങ്ങൾക്ക് ഒരു വിഷമവും വാരാനില്ല. നിങ്ങളുടെ അന്തഃപുരം ഒഴിഞ്ഞു കിടക്കുകയുമില്ല."

"മിണ്ടാതിരിക്കൂ. ആ മാതിരി നശിച്ച വാക്കുകൾ പറയരുത്. യു ആർ മൈൻഡ് ഇൻ ഇറ്റേണിറ്റി. നീ ഇല്ലാതെ ഞാൻ ജീവിക്കില്ല."

"ഇനി ഒരിക്കലും ഡൈവോഴ്സിനെപ്പറ്റി നീ പറഞ്ഞു പോകരുത്. അങ്ങനെയൊരു സന്ദർഭം വരികയാണെങ്കിൽ നിന്നെ ഞാൻ കൊന്നുകളയും."

"അതാണ് നല്ലത്. ഞാൻ ചിരിച്ചുകൊണ്ട് തുടർന്നു, ഒരുപക്ഷേ, ഞാനിപ്പോൾ മരിക്കുകയാണെന്ന് വിചാരിക്കുക. നിങ്ങളെന്തുചെയ്യും?"

"ഊഹമോ സങ്കൽപ്പമോ ഒന്നും ഇവിടെ ആവശ്യമില്ല. ഇറ്റ് നോട്ട് റിയാലിറ്റി."

"എന്തുകൊണ്ടല്ല? ഞാൻ ആത്മഹത്യ ചെയ്തെന്ന് കരുതിക്കോളൂ."

"സൽമ... നിർത്താനാ പറഞ്ഞത്."

അവൻ പറഞ്ഞത് ഞാൻ കണക്കിലെടുത്തില്ല. നാളുകളായി അവനോട് ചിലതൊക്കെ പറയണമെന്ന് വിചാരിക്കുകയായിരുന്നു. സന്ദർഭം അതിന് വഴിയൊരുക്കി. ഞാൻ പറഞ്ഞു: "മരിക്കുന്നതിൽ എനിക്ക് ദു:ഖമില്ല. ഡൈവോഴ്സ് നേടി മറ്റൊരാളെ വരിച്ചുകൊണ്ട് സുഖിക്കാനുള്ള മോഹവും യഥാർഥത്തിൽ എനിക്കില്ല. ഈ ജീവിതത്തിൽ എനിക്കു കിട്ടേണ്ടതായ സുഖമൊക്കെ കിട്ടിക്കഴിഞ്ഞു. ഡൈവോഴ്സിനേക്കാൾ മരണമല്ലേ കൂടുതൽ അഭികാമ്യമെന്ന് നിങ്ങളുടെ വാക്കു കേൾക്കുമ്പോൾ തോന്നിപ്പോകുന്നു. എന്നാലും ഞാൻ നിങ്ങളുടെ വെറുമൊരു ഭാര്യയായി മരിക്കുന്നത് എനിക്കിഷ്ടമല്ല.

മരിക്കുന്നതിന് മുമ്പ് എനിക്കൊരമ്മയാകണം. അതുമാത്രമാണ് എന്റെ ആഗ്രഹം. ഞാൻ ഒരമ്മയായി മരിച്ചാൽ എന്റെ കുഞ്ഞിനെ നിങ്ങൾ സംരക്ഷിക്കുമായിരിക്കും അല്ലേ?"

അൻവർ കണ്ണുരുട്ടിക്കൊണ്ട് എന്നെ നോക്കി. അവന് വാക്കുകളില്ലായിരുന്നു. ശ്വസിക്കാൻപോലും വിഷമിക്കുകയാണവൻ. അവൻ പെട്ടെന്ന് എന്റെ കഴുത്ത് ഞെരിച്ചേക്കുമോ? മരിക്കുന്നതിനും ഞാൻ തയാറായി.

അവൻ എഴുന്നേറ്റു വന്ന് എന്റെ തോളിൽ പിടിച്ചമർത്തിക്കൊണ്ട് പറഞ്ഞു: "നിന്നെ ഞാൻ ഈ നിമിഷം കൊല്ലുകയാണെങ്കിൽ നീ എന്തു ചെയ്യും?"

"അങ്ങനെ ചെയ്യരുത്. നിങ്ങൾക്ക് വധശിക്ഷ കിട്ടിയേക്കും. അല്ലെങ്കിൽ ജീവപര്യന്തം തടവ്. നിങ്ങൾ എന്നെ കൊല്ലുന്നതിന് ഒരുക്കമാണോ? എങ്കിൽ ഞാനൊന്നു ചെയ്യാം. ഈ മരണത്തിന് ഉത്തരവാദി ഞാൻ തന്നെയാണെന്നും മറ്റാർക്കും ഇതിൽ പങ്കില്ലെന്നും എഴുതി വെക്കാം. മാത്രമല്ല, നിങ്ങൾക്ക് രക്ഷപ്പെടാനുള്ള എല്ലാ മാർഗങ്ങളും പറഞ്ഞു തരികയും ചെയ്യാം; പോരേ?" ഞാൻ ചെറുതായൊന്നു ചിരിച്ചു.

അവനിലെ മനുഷ്യൻ മരിച്ചു കഴിഞ്ഞു. അപ്പോൾ രാക്ഷസൻ പുറത്തു ചാടുകയാണ്. ക്രൂരത ആ മുഖത്ത് താണ്ഡവം ചെയ്തു.

അവൻ എന്റെ കവിളിൽ ആഞ്ഞടിച്ചു. ഭയങ്കരമായ അടി. തല വട്ടം കറങ്ങിയ ഞാൻ സോഫയിലേക്ക് മറിഞ്ഞുവീണു. ഹൊ! എന്തൊരു വേദന! വേദന ഞാൻ കടിച്ചമർത്തി. കണ്ണുകളിൽ ചുടുനീർ നിറഞ്ഞ് തുളുമ്പുകയായിരുന്നു. അത് വേദനയുടെ കണ്ണീരല്ലെന്ന് അപ്പോൾ തോന്നി.

അകത്തേക്ക് ചെന്ന അവൻ അരമണിക്കൂർ കഴിഞ്ഞ് പുറത്തുവന്നു. ഉടുത്തൊരുങ്ങിക്കൊണ്ടാണ് വരവ്.

മറിഞ്ഞുവീണ ഞാൻ അതേ നിലയിലാണുള്ളത്.

"ഉം... ഇറങ്ങ്" ആജ്ഞാസ്വരത്തിൽ അവൻ പറഞ്ഞു.

എന്റെ കൈ അടിയേറ്റ കവിളിലായിരുന്നു. അതെടുത്ത് ഞാനൊന്ന് പുഞ്ചിരിച്ചു.

അതേ കവിളിൽ അയാൾ തുരുതുരാ ചുംബിക്കുകയാണ്!

"എന്തൊരഴക്!" അവൻ പുകഴ്ത്തി. കവിളിൽ പതിഞ്ഞ നാല് വിരലുകളുടെയും അടയാളം തടിച്ചുയർന്നു നിന്നിരുന്നു.

അത് നോക്കിനിന്നതല്ലാതെ അവനൊന്നും ശബ്ദിച്ചില്ല. ചൈതന്യമറ്റ ആ മുഖം!

ഞാൻ തന്നെ അവന്റെ സഹായത്തിനെത്തി. "നിങ്ങൾ പൊയ്ക്കൊള്ളൂ. ഞാൻ ഇന്ന് ലീവെടുത്തേക്കാം. പ്രിൻസിപ്പാളിന് ഫോൺ ചെയ്ത് വിവരം പറഞ്ഞാൽ മതി" ഞാൻ പറഞ്ഞു.

'സുഖമില്ലെന്ന് പറയണം' എന്നു പറയാമായിരുന്നു.

പക്ഷേ, വിവരം പറയണമെന്ന് പറഞ്ഞത് മനഃപൂർവമാണ്.

അത്തരം വാക്കുകൾ പറയാനുള്ള അവസരം ജീവിതത്തിൽ വിരളമായേ ലഭിക്കുകയുള്ളൂ.

അൻവർ തലകുനിച്ചുകൊണ്ട് ഇറങ്ങിപ്പോയി.

ജീവിതം തീർച്ചയായും ഒഴിഞ്ഞ പുസ്തകമല്ല. അങ്ങനെ ആരാനും പറയുകയാണെങ്കിൽ അവനൊരു വിഡ്ഢിയാണ്.

പതിനഞ്ച്

ഏകദേശം രണ്ടുമാസം കഴിഞ്ഞു. ഒരുദിവസം അൻവർ ഒരു കത്ത് കൊണ്ടുവന്ന് എന്നെ കാണിക്കുകയുണ്ടായി. ഇഫ്തിക്കർ അഹമ്മദ് എന്നൊരാൾ മുമ്പ് അൻവറിന്റെ സഹപ്രവർത്തകനായിരുന്നു. അയാളുടേതാണ് കത്ത്.

സൗദി അറേബ്യയിൽ അൻവറിന്റെ ക്വാളിഫിക്കേഷനുള്ളവർക്ക് ധാരാളം തൊഴിൽ സാധ്യതകളുണ്ടെന്നും, കൊല്ലത്തിൽ രണ്ടു ലക്ഷം വരെ സമ്പാദിക്കാൻ കഴിയുമെന്നും നാലഞ്ചുകൊല്ലം ജോലി ചെയ്താൽ പിന്നീട് ജോലിയൊന്നും ചെയ്യേണ്ടതില്ലെന്നും മറ്റുമാണ് കത്തിൽ എഴുതിയിരിക്കുന്നത്.

അങ്ങനെയാണെങ്കിൽ, ബാങ്ക് എന്ന ചക്കിന് ചുറ്റും കറങ്ങേണ്ടതില്ലെന്നും സൂചിപ്പിക്കുന്നു. ഒന്ന് രണ്ട് കൊമേഴ്സ്യൽ സ്ഥാപനങ്ങളുടെ വിലാസംകൂടി രേഖപ്പെടുത്തിയിട്ടുണ്ട്. പെട്ടെന്ന് രാജി കൊടുക്കാതെ ലിങ്ക് തുടരാനാണ് നിർദേശം. രാജിക്കത്ത് പിന്നെ അയച്ചുകൊടുത്താൽ മതിയെന്നും തൽക്കാലം അവധിയെടുത്ത് വരുന്നതാണ് നല്ലതെന്നും കത്തിൽ പറഞ്ഞിരിക്കുന്നു.

“എന്തു പറയുന്നു.” അൻവർ ചോദിച്ചു.

“അവിടത്തെ സുഖത്തെപ്പറ്റി ഒന്നും പറയാതിരിക്കുന്നതാണ് നല്ലത്. എന്നാൽ, ഇവിടെ നമുക്ക് എന്തിന്റെ കുറവാണുള്ളത്?” ഞാൻ തിരിച്ചു ചോദിച്ചു.

ഞങ്ങൾക്ക് വേണ്ടതൊക്കെ ഇവിടെയുണ്ട്. ബാങ്ക് വകയാണെങ്കിലും സ്വന്തമെന്ന് കരുതാവുന്ന വീട്, സ്വന്തം കാറ്, ആധുനികതയുടെ സംഭാവനകളായ ഫ്രിഡ്ജ്, ടി വി തുടങ്ങിയവ വേറെയും. ഇതിന്റെ പേരിൽ ഇടയ്ക്കിടെ അൻവർ വമ്പ് പറയാറുണ്ട്. സൽമയുടെ അതായത്, എന്റെ സൗന്ദര്യത്തെക്കുറിച്ച് അവൻ ഊറ്റംകൊള്ളാറുണ്ടല്ലോ! അതുപോലെ തന്നെ ഇതും.

ഇപ്പോൾ അവന് അറേബ്യൻ പണത്തിന്റെ ആവശ്യം നേരിട്ടതിന് പ്രത്യേക കാരണമുണ്ടാവാം.

ലക്ഷങ്ങൾ ചെലവിട്ട് ഇന്ദുശങ്കർ ജെയിൻ പണിയിച്ച വീട് കണ്ടപ്പോൾത്തന്നെ അതുപോലൊരു വീട് വേണമെന്ന മോഹം അവനിൽ ജനിച്ചിരുന്നു. ഇപ്പോൾ അറേബ്യൻ പണത്തിന്റെ ആവശ്യം നേരിട്ടതും അതുകൊണ്ടുതന്നെ. പക്ഷേ, അറേബ്യ സ്വർഗമാകട്ടെ, എങ്കിലും ജോലി

ചെയ്ത് സമ്പാദിക്കുന്നതിന് കണക്കുണ്ട്. കൊല്ലത്തിൽ ഒരുലക്ഷം മിച്ച മുണ്ടാക്കാൻ കഴിഞ്ഞാലും പത്ത് ലക്ഷം തികയാൻ പത്ത് കൊല്ലം വേണം. കോടീശ്വരനായ മാർവാടിയുടെ മകനാണ് ഇന്ദുശങ്കർ ജെയിൻ. അയാളുടെ ഉയരത്തിലേക്ക് പറക്കാൻ കൊതിക്കുന്നത് എന്ത് വിഡ്ഢിത്തമാണ്! ജീവിതം മുഴുവൻ അറേബ്യയിൽ തുലച്ചാലും അതിന് സാധ്യമാണോ?

പക്ഷേ, ചോദ്യം അതല്ല. അൻവർ ഉദ്ദേശിക്കുന്ന വീട് ആർക്കുവേണ്ടിയാണ്; എന്തിനുവേണ്ടിയാണ്?

"ഇവിടെനിന്ന് പത്ത് കൊല്ലംകൊണ്ട് സമ്പാദിക്കാൻ കഴിയാത്തത് അവിടെനിന്ന് ഒരൊറ്റ കൊല്ലംകൊണ്ട് സമ്പാദിക്കാം. അങ്ങനെ അഞ്ചാറു കൊല്ലം കഴിഞ്ഞാൽ പിന്നെ ഒന്നും ചെയ്യേണ്ടതില്ല. എന്തു പറയുന്നു?"അൻവർ ചോദിച്ചു.

"അവിടെ നിന്ന് തിരിച്ചു വന്നാൽ പിന്നെ, എന്താണ് ചെയ്യുക?"

"മനസിലായില്ല."

"അതായത്, വെറുതെ തിന്നും കുടിച്ചും ഉറങ്ങിയും കാലം കഴിക്കാൻ പറ്റുമോ? ഒരു തൊഴിലും ചെയ്യാതിരുന്നാൽ ജീവിതം മടുക്കുകയില്ലേ?"

"ജോലി എന്തുകൊണ്ട് ചെയ്തുകൂടാ?"

"അത്രയും പണമുള്ളപ്പോൾ ഈ ദാരിദ്ര്യംപിടിച്ച പണി എന്തിന് ചെയ്യണം?"

"ഓ, അതാണോ പ്രശ്നം? ഇതേ ജോലിതന്നെ ചെയ്യണമെന്നുണ്ടോ? എങ്കിൽ നിനക്ക് കോളേജിൽ പോകാം. ടു കിൽ ടൈം. എന്റെ പ്ലാൻ മറ്റൊന്നാണ്. ജുഹുവിൽ ഒരു പഞ്ചനക്ഷത്ര ഹോട്ടൽ നിർമ്മിക്കുക, അതിനുതന്നെ സമയം ഒരുപാട് വേണ്ടിവരും.

അൻവറിനെ സംബന്ധിച്ചിടത്തോളം, പഞ്ചനക്ഷത്ര ഹോട്ടൽ പ്രധാനമാണ്. അതിലെ ഇടപാടുകളെക്കുറിച്ച് വലിയ മതിപ്പുമാണ്. ഇനി താൻ തന്നെ ഒരു ഹോട്ടൽ തുടങ്ങി അതിലെ പൂജാരിയായി മാറാമെന്ന് അൻവർ ആഗ്രഹിക്കുന്നുണ്ടാവണം. പിന്നീടവൻ പ്രശംസിക്കുന്നത് അതിനെ മാത്രമായിരിക്കും. അപ്പോൾ ഈ സൽമപോലും അവന്റെ കാൽക്കീഴിലെ ചവറായി മാറും. ചിന്ത ഒരു പുഞ്ചിരിയായി എന്റെ മുഖത്ത് പ്രത്യക്ഷപ്പെട്ടു.

അതേപ്പറ്റി എനിക്കൊട്ടും പേടിയില്ല. പക്ഷേ, ഇവിടെ ഇപ്പോൾ അൽപ്പമെങ്കിലും സ്വൈരവും സമാധാനവുമുണ്ട്. അതൊക്കെ കാറ്റിൽ പറത്തി അറേബ്യയിലെ മരുഭൂമിയിൽ വെന്തുനീറാൻ ഞാൻ ഇഷ്ടപ്പെടുന്നില്ല. ഇന്ന് കിട്ടുന്ന ഈ വരുമാനവും വിശ്രമവും സൗകര്യങ്ങളും എനിക്ക് ധാരാളം മതി. സ്വന്തമായി ഒരു വീട് വേണമെന്നുണ്ടെങ്കിൽ ആവുന്നതുപോലെ അതും തരപ്പെടുത്താൻ സാധിക്കുമെന്ന് ഞാൻ കരുതുന്നു. ഇങ്ങനെ കഴിയുന്നതിലാണ് സുഖം കാണുന്നതെങ്കിൽ അതിപ്പോഴുണ്ടെന്നും എനിക്കു തോന്നി."

"നമുക്ക് എന്തിനാണതൊക്കെ?" ഞാൻ ചോദിച്ചു.

"ഏതൊക്കെ?" അവൻ അൽപ്പം ക്ഷോഭത്തിലാണ്.

"അതുതന്നെ. വലിയ വീടും പഞ്ചനക്ഷത്ര ഹോട്ടലും മറ്റും."

അവൻ എന്നെയൊന്നു തുറിച്ചുനോക്കി.

"യു ആർ എ സില്ലി വുമൺ" അവൻ പറഞ്ഞു. ഞാനപ്പോൾ ചിരിച്ചു പോയി.

എന്റെ പ്രതികരണം അവനെ സ്തബ്ധനാക്കി. അന്നാദ്യമായിട്ടാണ് അവനെ ആ നിലയിൽ കാണുന്നത്. നീറിപ്പിടിച്ച ക്രോധവും, വാടിയ മുഖവും, നിസ്സഹായ ഭാവവും, പരാജയ ബോധവുമായിരിക്കണം അവൻ എന്നിൽനിന്ന് പ്രതീക്ഷിച്ചിരിക്കുക.

അൻവൻ, നീ മരിക്കുകയാണ്! നീ മരിക്കാൻ തുടങ്ങിയിരിക്കുന്നു. ഇത് നിന്റെ മരണത്തിന്റെ ആരംഭമാണ്. ഇതാണ് നിന്നെ കൊല്ലേണ്ട രീതി. എന്നിലെ സൽമ സ്വയം പറഞ്ഞു.

ഇഫ്ത്തിക്കറുടെ കത്തിലെ ഉള്ളടക്കത്തെക്കുറിച്ചുള്ള ഗുണദോഷ വിചിന്തനത്തിന് മാത്രമായി അന്നു വൈകുന്നേരം അൻവർ എന്നെ മഹേശിന്റെ വീട്ടിലേക്കു കൊണ്ടുപോയി.

"ഉം... ശ്രമിച്ചു നോക്കൂ. ചാൻസു കിട്ടുകയാണെങ്കിൽ നീയൊരു ഭാഗ്യവാൻ തന്നെ" മഹേശ് പറഞ്ഞു.

"ആ മരുഭൂമിയിൽ അധികകാലം ജീവിക്കാൻ പറ്റുമോ? അത് പ്രയാസമായിരിക്കുമെന്നാണ് എനിക്കു തോന്നുന്നത്. വിശേഷിച്ച് സൽമയുടെ ദേഹപ്രകൃതി അതിന് യോജിച്ചതല്ലെന്ന് അഭിപ്രായമുണ്ട്" അൻവർ പറഞ്ഞു.

"മരുഭൂമി എവിടെ? നാമെവിടെ? മരുഭൂമിയുള്ളത് പുറത്തല്ലേ? എയർകണ്ടീഷൻ ചെയ്ത വീട്ടിൽ എന്ത് മരുഭൂമി? ഞാനൊരു തവണ ലണ്ടനിൽനിന്ന് ബോംബെയ്ക്കു മടങ്ങുകയായിരുന്നു. ജെദ്ദ വഴിയാണ് വന്നത്. നാലഞ്ചു ദിവസം ജെദ്ദയിൽ താമസിക്കുകയും ചെയ്തു. അവിടെ ഒരു മരുഭൂമിയും ഞാൻ കണ്ടില്ല. അവിടെ കിട്ടാത്ത യാതൊന്നും ഈ ഭൂമുഖത്തില്ലെന്ന് അന്നെനിക്ക് തോന്നി. മാത്രമോ? എല്ലാറ്റിനും ഡ്യൂട്ടി ഫ്രീയാണ്. മതസംബന്ധമായ നിബന്ധനകളുണ്ട്. അതൊക്കെ വെളിയിൽ. ഉള്ളിൽ നടക്കുന്നതോ മറ്റൊന്നും. അവിടെ എന്താണില്ലാത്തത്? പണമുണ്ടെങ്കിൽ സകലതും ഉണ്ടാകും. എന്റെ സ്നേഹിതന്റെ വീട്ടിൽ ബ്ലൂഫിലിമിന്റെ ഒരു കുമ്പാരംതന്നെ ഉണ്ടായിരുന്നു. അവിടെനിന്ന് പലരും കൊല്ലത്തിലൊരിക്കലെങ്കിലും ടൂറിന് പോകാറുണ്ട്. അത് ലണ്ടനിലും, ഫ്രങ്ക് ഫർട്ടിലും കോപ്പൻ ഹേഗനിലുമൊക്കെ ആകാം. അവർ കണ്ടമാനം സുഖിച്ച് തിരിച്ചു വരുന്നു. പ്ലെയിനിൽ കയറേണ്ട താമസം, പിന്നെ മൂടുപടം കാണാൻ കിട്ടില്ല. യൂറോപ്പിൽ ഇറങ്ങാൻ നേരത്ത് ശേഷിച്ചവയും ഊർന്നുവീഴാൻ തുടങ്ങും." മഹേശ് പൊട്ടിച്ചിരിച്ചു.

അൻവറിന്റെ വായിൽ ഒരു വെള്ളപ്പൊക്കംതന്നെ ഉണ്ടായി.

ഞാൻ മൗനമായി ഇരിക്കുകയാണ്.

പോകണമെന്നോ വേണ്ടെന്നോ പറയേണ്ട കാര്യമില്ലെന്ന് എനിക്കു തോന്നി. അൻവറിന് അത് തോന്നിയിരിക്കാം.

അൻവർ ഹർജികളയച്ചു. സ്പോൺസർഷിപ്പിനുവേണ്ടി ഇഫ്ത്തിക്കറിനും എഴുതി.

അന്ന് കോളേജിൽവെച്ച് രാകേശിനെ കണ്ടിരുന്നു. എങ്കിലും അൻവർ കൽക്കത്തയിലേക്ക് പോയതിനെപ്പറ്റി ഒന്നും പറഞ്ഞില്ല.

'വീട്ടിലേക്കു വരൂ' എന്നു പറയാൻ വിചാരിച്ചതാണ്. പക്ഷേ, ക്ഷണിച്ചില്ല.

ഞാൻ വീട്ടിലെത്തി അൽപ്പം കഴിഞ്ഞപ്പോഴുണ്ട് രാകേശ് വരുന്നു.

"ഡോക്ടർ അൻവറില്ലേ?" അവൻ അന്വേഷിച്ചു. ഇല്ലെന്നു ഞാൻ പറഞ്ഞു.

അതു കേൾക്കേണ്ട താമസം അവൻ പതിവുപോലെ ഇറങ്ങാൻ ധൃതിപ്പെട്ടു.

"ഇരിക്കൂ എന്താ ഇത്ര ധൃതി?" ഞാൻ ചോദിച്ചു.

അവൻ ഞെട്ടിത്തെറിച്ച് എന്റെ മുഖത്തേക്ക് നോക്കി. കാരണമുണ്ട്. ഏകവചനത്തിലാണ് ഞാൻ അവനോട് അങ്ങനെ പറഞ്ഞത്.

എന്നിൽ ഒരു ഭാവവ്യത്യാസവും ഉണ്ടായില്ല. അതുകൊണ്ട് അവൻ ഒന്നും മിണ്ടിയില്ല.

"അൻവർ അറേബ്യയിലേക്ക് പോകാൻ തീർച്ചപ്പെടുത്തിയത് അറിഞ്ഞോ?" ഞാൻ ചോദിച്ചു.

രാകേശ് ഒന്നുകൂടി പരിഭ്രമിച്ചു. അൻവറിനും ഞാൻ ആദ്യമായി ഏകവചനമാണ് ഉപയോഗിച്ചത്.

"എന്റെ ഏകവചനപ്രയോഗത്തിൽ പരിഭ്രമിച്ചോ?" ചിരിച്ചുകൊണ്ട് ഞാൻ ചോദിച്ചു. അവ ഒറിജിനൽ ഹിന്ദി വാക്യങ്ങളല്ല. ഇംഗ്ലീഷിന്റെ പരിഭാഷയാണ്. ഇംഗ്ലീഷിൽ ഇത്തരം വചനപ്രയോഗസംബന്ധിയായ പ്രശ്നങ്ങളില്ലല്ലോ? അതേരീതിയിലും ഹിന്ദിയിലും സംസാരിച്ചാൽ എങ്ങനെയിരിക്കുമെന്ന് ഒരു പരീക്ഷണം നടത്തിയതാണ് "എ സോഷ്യോ ലിംഗ്വിസ്റ്റിക് എക്സിപിരിമെന്റ്."

"ഏതു തരത്തിലുള്ള പരീക്ഷണമാണിത്?"

"ഗിവ് എ ഷോക്ക് ആന്റ് ആസ്ക് ക്വസ്റ്റ്യൻസ്."

"ലിംഗ്വിസ്റ്റിക് ഷോക്കോ സോഷ്യോളജിക്കൽ ഷോക്കോ? ഷോക്ക് ഉണ്ടായത് എന്തുകൊണ്ടാണ്? വാക്കിൽ ബഹുമാനഭാവം ഉണ്ടായിരിക്കുമോ? വാക്കാണോ പ്രധാനം, ഭാവമാണോ? സ്നേഹംകൊണ്ട് കുഞ്ഞിനെ 'നായ്ക്കുട്ടി' 'പൂച്ചക്കുട്ടി' എന്നും മറ്റും വിളിക്കാമെങ്കിൽ 'നീ എന്നു വിളിക്കാൻ പാടില്ലേ? സ്നേഹമില്ലെന്ന് വ്യക്തമാക്കാൻ 'നിങ്ങൾ' എന്നു പറഞ്ഞുകൂടേ?" ഞാൻ ചിരിച്ചുകൊണ്ടുതന്നെ ചോദിച്ചു.

"നല്ല പരീക്ഷണം തന്നെ! ആകട്ടെ ഡോക്ടർ അൻവർ വിദേശത്തേക്കുപോകുന്ന കാര്യം തരപ്പെട്ടോ?" രാകേശ് ചോദിച്ചു.

"വിദേശമല്ല; സൗദി അറേബ്യ."

"അതും വിദേശം തന്നെയല്ലേ?"

"സൗദി അറേബ്യ എന്നു പറഞ്ഞാൽ സൗദി അറേബ്യയാണ് രാകേശ്. ഈ ബോംബെയിലുള്ള പലർക്കും ഡൽഹിയും കൽക്കത്ത യുമൊക്കെ വിദേശത്തേക്കാളും ദൂരെയായിരിക്കും. മറിച്ചാണ് ചിലർക്ക്. അമേരിക്ക പഞ്ചാബിനേക്കാൾ അരികിലായിരിക്കും.

ഫോറിൻ എന്നതൊരു പഴയ സങ്കൽപ്പം മാത്രമാണ്. ഇപ്പോൾ വിദേശം എന്ന് പറയരുത്. അതായത്, രാജ്യത്തിന്റെ പേരേ പറയേണ്ടൂ. 'അന്യരാജ്യം' എന്ന പ്രയോഗത്തിന് ഇപ്പോൾ പ്രസക്തി കുറവാണ്. നോക്കൂ, രാഷ്ട്രമാകെ ഓരോരുത്തരുടെയും രാജ്യമായിത്തീർന്നില്ലേ? പ്രപ ഞ്ചമോ? സ്വന്തം ലോകവും."

രാകേശ് ആശ്ചര്യപൂർവം എന്റെ മുഖത്ത് നോക്കിക്കൊണ്ട് പറഞ്ഞു. "ഇന്ന് നിങ്ങളുടെ വാക്കുകളിൽ എന്തോ പ്രത്യേകത കാണുന്നുണ്ടല്ലോ."

ഞാൻ ശാന്തഭാവത്തിൽ ചിരിച്ചു. നിമിഷങ്ങൾ ഒന്നു രണ്ട് കഴിഞ്ഞ പ്പോൾ ഞാൻ തുടർന്നു.

"നിങ്ങളുടെ ചോദ്യത്തിന് ഉത്തരം പറഞ്ഞില്ല അല്ലേ? പോകുന്ന കാര്യം നിശ്ചയിച്ചിട്ടില്ല. ആപ്ലിക്കേഷൻ അയച്ചുകഴിഞ്ഞു."

അൻവറിന്റെ വലിയൊരു ഫ്രണ്ടാണ് ഇഫ്ത്തിക്കർ. സ്പോൺസർ ഷിപ്പ് അയാൾ അയയ്ക്കുമെന്നത് തീർച്ചയാണ്. നല്ല കാര്യം. അൻവ റിന്റെ ക്വാളിഫിക്കേഷന് ഉദ്യോഗം കിട്ടാതെ വരുമോ?

മറ്റെന്തോ ആലോചിക്കുന്നതുപോലെ രാകേശ് തെല്ലിട മിണ്ടാതി രുന്നു. എന്നിട്ടു പറഞ്ഞു:

"ഞാൻ ഐ എ എസ് റിസൾട്ടിന് കാത്തിരിക്കുകയാണ്. സെല ക്ഷൻ കിട്ടുമെന്ന് പ്രതീക്ഷിക്കുന്നു. കിട്ടിയാൽ പോകണമെന്നും ഉദ്ദേ ശ്യമുണ്ട്."

"ടീച്ചിങ് ഇഷ്ടമാണെന്നല്ലേ നീ പറഞ്ഞിരുന്നത്?"

"അതെ. ഐ എ എസിൽ സെലക്ഷൻ കിട്ടുന്നതുവരെ" അവൻ ചിരിച്ചു.

"പക്ഷേ, കിട്ടില്ലെന്നു വന്നാൽ?"

"ടീച്ചിങ് തന്നെ ഇഷ്ടമാകും."

"നിനക്ക് സെലക്ഷൻ കിട്ടും തീർച്ച. യു ആർ എ ബ്രില്യന്റ് ബോയ്. യു വിൽ ബി എ ബിഗ് മാൻ വൺഡേ. അന്ന് എന്റെ മകന് അഥവാ മകൾക്ക് ഒരു ജോലി തരപ്പെടുത്താൻ മറക്കരുതേ" ഞാൻ ചിരിച്ചു.

"പറഞ്ഞ വാക്കുകളിൽ ചിലത് നിങ്ങളുടേത് അല്ലെന്ന് തോന്നുന്നു."

"ശരിയാണ്. ചിലത് അൻവറിന്റേയും മറ്റു ചിലത് എന്റേയും. എന്നാൽ ഒടുവിലത്തെ വാക്ക് തികച്ചും എന്റേതു തന്നെ."

"യു ആർ ടെറിഫിക്" രാകേശ് അത്ഭുതപരതന്ത്രനായതുപോലെ പറഞ്ഞു.

"നോട്ട് യെറ്റ്" ഞാൻ ചിരിച്ചുകൊണ്ട് തുടർന്നു. "എനിക്ക് വളരെയധികം പറയാനുണ്ട്. അൻവർ അറേബ്യക്കു പോയാൽ ഈ വീട് വിട്ട് മറ്റൊരിടത്തേക്ക് പോകണമെന്നാണ് ഞാൻ വിചാരിക്കുന്നത്."

"എന്നു പറഞ്ഞാൽ?"

"എനിക്ക് ഉമ്മയുണ്ട്. എവിടെയെങ്കിലും ഒരു വീട് കണ്ടുപിടിച്ച് ഉമ്മയെ അങ്ങട്ട് കൊണ്ടുവരണം."

"ഇപ്പോൾ അവരെവിടെയാണുള്ളത്?"

"പൂനെയിൽ. ഉമ്മയ്ക്ക് ഒരു ചേച്ചിയുണ്ട്. അവരുടെ വീട്ടിലാണ് ഇപ്പോഴുള്ളത്. കൊല്ലത്തിലൊരിക്കലെങ്കിലും ഞാൻ ഉമ്മയെ കാണാൻ പോകാറുണ്ട്. പക്ഷേ, പോകുന്നതും വരുന്നതും അൻവറോടൊപ്പമാണ് കേട്ടോ."

"എന്നുവെച്ചാൽ?"

"അതായത്, എന്റെ ഉമ്മയെ കാണാൻ ഞാനൊറ്റയ്ക്ക് പോകുന്നത് അൻവറിനിഷ്ടമല്ല. അതിന് സമ്മതിക്കുകയുമില്ല. മാത്രമോ? ഉമ്മയോടൊന്നിച്ച് ഒരിടത്തിരുന്ന് സ്വതന്ത്രമായി സംസാരിക്കാൻപോലും എനിക്കനുവാദമില്ല." ഞാൻ ചിരിച്ചു.

രാകേശ് വീണ്ടും ആശ്ചര്യഭാവത്തിൽ എന്നെ ഉറ്റുനോക്കി.

എന്റെ ചിരിയുടെ ആഴം അവൻ കണ്ടെത്തിയിട്ടുണ്ടെന്ന് എനിക്കപ്പോൾ തോന്നി.

അൽപ്പം കഴിഞ്ഞപ്പോൾ അവൻ പറഞ്ഞു.

"നിങ്ങൾക്ക് അൻവറിന്റെ കൂടെ പോകാതിരിക്കാൻ കഴിയുമോ? അതിനദ്ദേഹം അനുവദിക്കുമോ?"

"കഴിയും."

"എങ്ങനെ കഴിയും? അദ്ദേഹം ക്ഷോഭിക്കില്ലേ?"

"ക്ഷോഭിച്ചാൽ എനിക്കെന്താ?" ഞാൻ പുഞ്ചിരിച്ചു.

രാകേശിന്റെ കണ്ണുകൾ എന്നെ ചൂഴ്ന്ന് നിൽക്കുകയാണ്.

ഞാൻ അവന്റെ തൊട്ടരികിൽ ചെന്നുനിന്നു. എന്നിട്ടു പറഞ്ഞു:

"നോക്കൂ മിസ്റ്റർ രാകേശ്, ഏതാണ്ട് ഒരു കൊല്ലമായിട്ട് നീ എന്നെ കണ്ടുവരുന്നു. വാട്ട് ഡു യു തിങ്ക് ഓഫ് മീ?"

"അതിന്റെ അർഥം?"

"അർഥം... മറുചോദ്യത്തിന്റെ ആവശ്യമൊന്നുമില്ല. വളച്ചുകെട്ടില്ലാത്ത ഉത്തരമാണ് എനിക്ക് കിട്ടേണ്ടത്. സൽമ നല്ലവളാണോ അതോ മോശക്കാരിയോ?"

"തീരെ ഇഷ്ടമല്ല."

"എങ്കിൽ എന്തിനാണ് ഈ മുഖംമൂടി" ഞാൻ അവന്റെ മുഖത്തേക്ക് സാകുതം നോക്കിക്കൊണ്ട് പുഞ്ചിരിച്ചു.

അവന്റെ കണ്ണുകളിൽ ക്ഷണനേരത്തേക്ക് ഒരു പേടിയോ അധൈര്യമോ നിഴലിച്ചുകണ്ടു. ഞാൻ വളരെ ശാന്തമായി ചിരിച്ചപ്പോൾ അവൻ പൂർവസ്ഥിതിയിലെത്തിയതായും എനിക്കു തോന്നി.

ഞാൻ വീണ്ടും അവന്റെ കൈപിടിച്ച് വലിക്കാൻ തുടങ്ങുമ്പോഴേക്ക് അവൻ പെട്ടെന്ന് എഴുന്നേറ്റുനിന്നു. വാക്കുകളില്ലാത്ത മൗനനിമിഷങ്ങൾ കേവലം ഒരേയൊരു തവണ കൺപോളകൾ അടച്ചുപൂട്ടുകവഴി, എന്റെ

ഹൃദയം അവനോട് പറയാൻ ഉദ്ദേശിച്ച കാര്യങ്ങൾ പറയുകയും അവനത് മനസിലാക്കുകയും ചെയ്തു.

അവൻ എന്നോടൊന്നിച്ചു വന്നു.

കടപ്പറയിലേക്ക് കടന്നപ്പോഴുണ്ടായ അത്തറിന്റെ ഹൃദ്യമായ സൗരഭ്യം രാകേശിനെ ആകർഷിച്ചെന്നു തോന്നുന്നു.

ആ സൗരഭ്യം നുകർന്ന അവൻ "ആഹാ. എന്താണിത്? "ഇത് മുഗൾചക്രവർത്തിയുടെ ജനാനയാണ്."

അമേരിക്ക, ഇംഗ്ലണ്ട്, ജർമനി, ജപ്പാൻ തുടങ്ങിയ വിദേശ രാജ്യങ്ങളിലെയും ഇന്ത്യയിലെയും സൗന്ദര്യധാമങ്ങളുടെ പലപല ചിത്രങ്ങളും അവിടെ തൂങ്ങിക്കിടപ്പുണ്ട്. ചിലർ അർധനഗ്നാംഗികളാണെങ്കിൽ, മറ്റു ചിലർ പൂർണനഗ്നകൾ!

"എന്തു തോന്നുന്നു?" പുഞ്ചിരിച്ചുകൊണ്ട് ഞാൻ ചോദിച്ചു.

"ഷേക്സ്പിയറെ ഓർത്തുപോകുന്നു."

"എന്തുകൊണ്ട്?"

"വാട്ട് എ പീസ് ഓഫ് വർക്ക് ഈസ് മേൻ!"

"വാട്ട് എബൗട്ട് വുമൺ?" പതുക്കെ ഞാൻ ചോദിച്ചു.

"ആ വാക്യം ഷേക്സ്പിയർ ധൃതി പിടിച്ച് എഴുതിയതാവാം. അവിടെ വേണ്ടത് വുമൺ എന്നു തന്നെയാണ്." രാകേശ് ഒരു ചെറുചിരിയോടെ തുടർന്നു: "മലകളിലും കാടുകളിലും പൂക്കളിലും മാത്രമാണ് സൗന്ദര്യം കുടികൊള്ളുന്നതെന്നായിരുന്നു ഇതുവരെ ഞാൻ ധരിച്ചത്. അത് ഞാൻ തിരുത്തട്ടെ. മനുഷ്യൻ ഇത്രമാത്രം അഴകുള്ള ഒരു ജീവിയാണെന്ന് ഇപ്പോഴേ ഞാൻ മനസിലാക്കുന്നുള്ളൂ. അൻവറിന്റെ സൗന്ദര്യബോധത്തെ പ്രശംസിക്കുകതന്നെ വേണം."

"പ്രസംഗം പിന്നീടും ആവാമല്ലോ. വരൂ വന്നിരിക്ക്." മെത്തയിൽ വിരിച്ചിരുന്ന ഇളംമഞ്ഞ നിറത്തിലുള്ള മേൽവിരി ഞാൻ കൈയിലെടുത്തു.

അതിൽ ആലിംഗനബദ്ധരായ യുവമിഥുനങ്ങളുടെ ഒരു ചിത്രം തയ്ച്ച് ചേർത്തിരുന്നു. അൻവറിനെക്കുറിച്ചുള്ള മറ്റൊരു പരാമർശത്തിന് ആ ചിത്രംകൂടി കാരണമായേക്കാമെന്ന് കരുതിയ ഞാൻ വിരി മടക്കിവെച്ചു.

പതിനാറ്

രാകേശ് കട്ടിലിൽ ഇരുന്നു.

ഞാൻ അതിനരികിൽ ചെന്ന് എന്റെ കൈകൾ മന്ദം അവന്റെ തോളിൽ കൈവെച്ചുകൊണ്ട് ചോദിച്ചു.

"നീ ദൈവത്തിൽ വിശ്വസിക്കുന്നുണ്ടോ?"

അവന്റെ ഹൃദയമിടിപ്പിന് വേഗത കൂടി. കവിളുകൾ തുടുത്തു വന്നു.

"ഉണ്ട്."

അവന്റെ സ്വരത്തിൽ സൂക്ഷ്മവും സുന്ദരവുമായ ഒരു കമ്പനമുണ്ടായിരുന്നു.

“എന്താണ് ആ ദൈവത്തിന്റെ പേര്?”

ഞാൻ, മേറ്റർ ഓഫ് ഫാക്റ്റായി അവന്റെ മേൽ കൈവെച്ചു നിൽക്കുന്നതും, എന്റെ സ്വരത്തിലോ ഭാവത്തിലോ മറ്റൊരു വികാരവും പ്രകടമല്ലാത്തതും കണ്ട് അവൻ പരിഭ്രമിച്ചിരിക്കണം. അല്ലെങ്കിൽ, ആശയക്കുഴപ്പത്തിലായിരിക്കണം. പക്ഷേ, ഒന്നും ചോദിക്കാനുള്ള ധൈര്യം അവനില്ലായിരുന്നു. അത്തരം ധൈര്യം ചട്ടമ്പികൾക്കേ കാണൂ. അതറിയാമായിരുന്ന എനിക്ക് എന്തുകൊണ്ടോ ഒരുനിമിഷം അവനോട് ഒരു സഹാനുഭൂതിയാണ് തോന്നിയത്.

ഡോണ്ട് ബി സെന്റിമെന്റൽ. ഞാൻ മനസിൽ പറഞ്ഞു. ആ സഹാനുഭൂതി അസാധാരണമായ ഒരഭിനിവേശമായി മാറുകയാണ്.

“പേര് ഇനിയും ഇട്ടിട്ടില്ല.” അവൻ പറഞ്ഞു. അവന്റെ സ്വത്തിലുണ്ടായിരുന്ന കമ്പനം നിലച്ചതുപോലെ തോന്നി. എനിക്കു വേണ്ടതും അതുതന്നെ.

“പേരില്ലാത്ത ദൈവത്തെ നീ എങ്ങനെയാണ് സ്മരിക്കുന്നത്?” ഞാൻ പതുക്കെ ചിരിച്ചു.

അവൻ ഒരുനിമിഷം ചിന്തിച്ചിട്ടു പറഞ്ഞു:

“അത് വളരെ സങ്കീർണമായ ചോദ്യമാണ്.”

“അങ്ങനെ ഒഴിഞ്ഞുമാറേണ്ട. നീ ഐ എ എസിന് എഴുതിയവനല്ലേ?”

“ഞാൻ തോൽവി സമ്മതിക്കുന്നു.”

“ഞാൻ പറയട്ടെ?”

“ഓ പറയണം.”

“പറയാം. അതിന് മുൻപ് മറ്റൊരു ചോദ്യം. ശരീരത്തിന്റെ ഏതു ഭാഗത്താണ് ഹൃദയമുള്ളത്?”

“ഇടതുഭാഗത്ത്.”

“എങ്ങനെ അറിയാം?”

“ഹൃദയം സ്പന്ദിക്കുന്നത് അവിടെ നിന്നാണ്. ചെവിവെച്ച് നോക്കിയാൽ കേൾക്കാമല്ലോ.”

ഞാൻ അവന്റെ തല എന്റെ മാറിന്റെ ഇടതുവശത്തേക്ക് അടുപ്പിച്ചുകൊണ്ട് പറഞ്ഞു.

“ഇതൊരു ട്രിക്കാണെന്നു തോന്നരുത്. ശ്രദ്ധിച്ച് ചെവിയോർക്ക്. നെഞ്ചിടിപ്പ് കേൾക്കുന്നുണ്ടോ?”

“ഉം കേൾക്കുന്നുണ്ട്.”

“ഇപ്പോൾ?” അവന്റെ തല വലതുവശത്തേക്ക് അടുപ്പിച്ചുകൊണ്ട് ഞാൻ ചോദിച്ചു:

“ഇല്ല.”

“അതു വെറും മുൻധാരണയാണ്. മനസിനെ ഏകാഗ്രമാക്കി

ക്കൊണ്ട് ചെവിയോർത്തോളൂ, കേൾക്കും."

അവൻ തെല്ലുസമയം ചെവിയോർത്തിട്ട് പറഞ്ഞു.

"കേൾക്കുന്നില്ല."

"എന്താണിത്ര തിടുക്കം? നല്ലതുപോലെ ശ്രദ്ധിക്കൂ, മറ്റെല്ലാം മറന്നുകൊണ്ട് ശ്രദ്ധിക്കൂ. തീർച്ചയായും കേൾക്കും. ഇടത് ഭാഗത്തെപ്പോലെ അത്ര വ്യക്തമായില്ലെങ്കിലും കേൾക്കുമെന്നത് സത്യം."

അവൻ വീണ്ടും കുറച്ചുനേരം ചെവിയോർത്തിട്ടു പറഞ്ഞു: "ശരിയാണ് കേൾക്കുന്നുണ്ട്."

"അതാണ് ദൈവം. ഇല്ലാത്തിടത്ത് ഉള്ളത്" ഞാൻ പറഞ്ഞു.

ഞാൻ അവനെ കെട്ടിപ്പിടിച്ചു. എന്നിട്ടു പറഞ്ഞു: "നോക്കൂ രാകേശ് ഇപ്പോൾ എന്റെ വലതുഭാഗത്തും ഒരു ഹൃദയമുണ്ട്."

അവൻ പുഞ്ചിരിച്ചു. ഞാനും പുഞ്ചിരിച്ചു. ജീവിതം ഒരു പുസ്തകമാണെന്ന് സങ്കൽപ്പിക്കാമെങ്കിൽ എന്റെ ജീവിതമെന്ന പുസ്തകത്തിന്റെ ഒന്നാമത്തെപ്പുറം, അല്ല ഒന്നാമത്തെ പദം എഴുതിക്കഴിഞ്ഞിരിക്കുന്നു. എനിക്ക് വേണ്ടിയിരുന്നതും ആ പദമാണ്. അതെഴുതാൻ മാത്രമാണ് ആശയോടെ, ആകാംക്ഷയോടെ ഞാനിതുവരേക്കും കാത്തിരുന്നത്. ആ പദം എഴുതിയശേഷം വീണ്ടും അതാവർത്തിക്കേണ്ട ആവശ്യമുണ്ടായിട്ടില്ല. ചിലത് ജീവിതത്തിൽ ഒരുതവണ മാത്രമായിരിക്കും സംഭവിക്കുന്നത്.

* * *

അപ്രതീക്ഷിതമായി വന്ന മകളെ കണ്ടപ്പോൾ നഫീസയ്ക്ക് ആവശ്ചര്യമാണുണ്ടായത്. അങ്ങനെ മുമ്പൊരിക്കലും നടന്നിട്ടില്ല. സൽമയും അൻവറും തമ്മിൽ കലഹിച്ചിരിക്കുമോ അവർ ശങ്കിച്ചു.

"എങ്ങനെ തനിച്ചു വന്നു സൽമ. നിന്റെ ഭർത്താവ് സമ്മതിച്ചിരുന്നോ?"

"അങ്ങേര് അവിടെ ഇല്ല. കൽക്കത്തയ്ക്ക് പോയി. രണ്ടുമൂന്ന് ദിവസം കഴിഞ്ഞിട്ടേ ഇനി തിരിച്ചു വരൂ എന്നു തോന്നുന്നു."

"നീ ഇവിടെ വന്നെന്നറിഞ്ഞാല് വല്ല കുഴപ്പവും ഉണ്ടാക്വോ?"

"ഒന്നും ഉണ്ടാവില്ല ഉമ്മ. ഇപ്പോ അങ്ങേരുടെ സ്വഭാവം വളരെ നന്നായിട്ടുണ്ട്." അറിഞ്ഞുകൊണ്ട് ഒരു കളവ് പറഞ്ഞതാണെങ്കിലും സൽമയ്ക്കതിൽ വല്ലായ്മയൊന്നും തോന്നിയില്ല.

ഉമ്മയ്ക്കും മൂത്തുമ്മയ്ക്കും സാരിയാണ് സൽമ കൊണ്ടുവന്നത്. മൂത്തുപ്പായ്ക്കും മക്കൾക്കുമൊക്കെ പലനിറത്തിലും ഡിസൈനിലുമുള്ള ലുങ്കികളും കരുതിയിട്ടുണ്ട്. അവരുടെ അളവ് നിശ്ചയമില്ലാത്തതുകൊണ്ടാണ് ലുങ്കിമാത്രം എടുക്കേണ്ടി വന്നത്.

"പണം ഒരുപാട് ചെലവാക്കിയല്ലോ സൽമ" ഉമ്മ പറഞ്ഞു.

"ഉമ്മാ എനിക്ക് ജോലിയുണ്ട്; ശമ്പളമുണ്ട് പിന്നെന്താ?"

"പക്ഷേ..." ഉമ്മ അർധോക്തിയിൽ വിരമിച്ചത് കണ്ട് സൽമ പറഞ്ഞു:

“ഒരുപക്ഷേയുമില്ല. ഉമ്മ ഒന്ന് മിണ്ടാതിരിക്ക് ഞാനൊരു യന്ത്രമാണെന്നാണോ വിചാരം? ഞാനും മനുഷ്യവർഗത്തിൽപ്പെട്ടതുതന്നെ.”

അൻവർ സൗദി അറേബ്യയിൽ പോകാനുദ്ദേശിക്കുന്നതും, തനിക്ക് അവന്റെ കൂടെ പോകാൻ ഇഷ്ടമില്ലാത്തതുമൊക്കെ ഉമ്മയോട് പറയണമെന്ന് വിചാരിച്ചാണ് പൂനെയിലേക്ക് പുറപ്പെട്ടത്. എങ്കിലും ഇപ്പോൾ അതൊന്നും ഉമ്മയോട് പറഞ്ഞിട്ട് കാര്യമില്ലെന്ന് സൽമയ്ക്ക് തോന്നി. ‘നീ അങ്ങനെ തീരുമാനിക്കുന്നത് ശരിയല്ല. ഭർത്താവ് ഏതു തരക്കാരനാവട്ടെ. ഭാര്യ അവന്റെ നിഴൽപോലെ ആയിരിക്കണം. അവൻ പോകുന്നിടത്തെല്ലാം അവളുപോയേ തീരൂ. സ്ത്രീക്ക് മറ്റാരുമല്ല; ഭർത്താവാണ് പ്രധാനം.’ എന്നും മറ്റും ഉമ്മ വാദിച്ചേക്കും. ഭാവി എന്തോ ആകട്ടെ. ഇപ്പോൾ ഉമ്മയെ ഒന്നും അറിയിക്കേണ്ടതില്ലെന്ന് സൽമ തീരുമാനിച്ചു. സ്ത്രീയും പുരുഷനും, അല്ലെങ്കിൽ ഭാര്യയും ഭർത്താവും തമ്മിൽ പെരുമാറേണ്ട രീതി എന്ന തരത്തിൽ വേണമെന്നത് ഒരാശയം മാത്രമായി ഇന്നും അവശേഷിക്കുകയാണ്. അതൊക്കെ വിശകലനം ചെയ്ത് ഉമ്മയോട് വാദിക്കുന്നതിൽ ഒരർഥവുമില്ലെന്ന് സൽമയ്ക്ക് നന്നായറിയാം. ഉമ്മ അൻവറെ വെറുക്കുന്നുണ്ട്. അത് നേരുതന്നെ. എന്നുവെച്ച് എന്റെയും അൻവറിന്റെയും മധ്യേ കിടങ്ങുണ്ടാകാൻ ആഗ്രഹിക്കുന്നവരല്ല തന്റെ ഉമ്മ.

മകൾ തിരിച്ചു പോകാൻ നേരത്ത് ഉമ്മ പറഞ്ഞു: “ഇവിടുത്തെ നിലം വിൽക്കണമെങ്കിൽ അത് പറയൂ സൽമ; വിൽക്കാം. എനിക്കത് വേണമെന്നില്ല. അത് വിറ്റ് വീടു പണിയുന്നതിലും എനിക്ക് വിരോധമൊന്നുമില്ല. അൻവറിന്റെ സ്വഭാവം നന്നായിട്ടുണ്ടെന്നല്ലേ നീ പറഞ്ഞത്. അവൻ കൈയൊഴിക്കില്ലെന്ന വിശ്വാസം നിനക്കുണ്ടെങ്കിൽ, പണം മുഴുവൻ അവനെത്തന്നെ ഏൽപ്പിക്കുകയും ചെയ്യാം. വീടു പണിയിച്ചു കൊള്ളട്ടെ.” ഇടയ്ക്കെന്തോ ഓർക്കുന്നതുപോലെ അവർ നിശ്ശബ്ദയായി.

ഗദ്ഗതകണ്ഠയായ അവർ തുടർന്നു പറഞ്ഞു; “പേരക്കിടാവിനെ കാണാനുള്ള ഭാഗ്യം എനിക്കില്ലാതെ പോയി. നീയെങ്കിലും, സുഖത്തിലും സമാധാനത്തിലും കഴിയണമെന്നാണ് എന്റെ ആഗ്രഹം. അതുതന്നെ എന്റെ ഭാഗ്യമെന്നും ഞാൻ കരുതുന്നു.”

എല്ലാം ശ്രദ്ധിച്ചുകേട്ട സൽമ ആകെ വിഷമിച്ചുപോയി. ഉമ്മയുടെ കണ്ണുകൾ നിറഞ്ഞു തുളമ്പുകയാണ്. അതവളെ ദുഃഖിതയാക്കി. താൻ സുഖമായി ജീവിക്കണമെന്നതാണ് ഉമ്മയുടെ ജീവിതാഭിലാഷം. അത് മനസിലാക്കിയ സൽമ മനസിൽ പറഞ്ഞു: ‘ഈ ഭൂമിയിൽ ഒരുപക്ഷേ, ഇതുമാത്രമാണ് സ്നേഹം.’

തന്റെ വാക്കുകൾ കേട്ട മകൾ പതിവുപോലെ കണ്ണീരൊഴുക്കിയില്ല. പുഞ്ചിരിച്ചുകൊണ്ടാണ് അവൾ യാത്ര ചോദിക്കുന്നത്. അതുകണ്ട നഫീസയ്ക്ക് വീണ്ടും ആശ്ചര്യം തോന്നി.

പതിനേഴ്

"**ഹ**ലോ ആരാണ്?" ജമീല ചോദിച്ചു.

"മിൽക്കിവേയിൽ നിന്നാണ് ഞാൻ സംസാരിക്കുന്നത്" അൻവർ പറഞ്ഞു.

"ഓ, വീണ്ടും ഇത്ര പെട്ടെന്ന്...!"

"ആറുമാസമായില്ലേ?"

"എങ്കിലും ഇത് വളരെ അപ്രതീക്ഷിതമാണ്. നിങ്ങളുടെ പ്രോഗ്രാം മനസിലായില്ല."

"നിന്നെ കാണാൻ വേണ്ടിത്തന്നെ..."

"മതിമതി. ഭംഗിവാക്ക് മതി. നിങ്ങൾ ഇവിടെ എത്ര ദിവസം കാണും?"

"നാലോ അഞ്ചോ ദിവസം. ഓ... സുഖം തന്നെയല്ലേ ജമീലാ?"

"സുഖം തന്നെ" ജമീല പറഞ്ഞു.

"വാപ്പ...?"

"ഇപ്പോൾ വീട്ടിലില്ല. നാട്ടിൽത്തന്നെയുണ്ട്."

"കാണാൻ സൗകര്യപ്പെടുമോ?"

"ആരെ വാപ്പയെയോ?" ഹൃദയത്തെ ഇക്കിളിപ്പെടുത്തുന്ന ചിരി.

"അല്ല, മകളെ."

"കണ്ടേ കഴിയൂ?" വ്യംഗ്യമെങ്കിലും ഹൃദ്യമായ ചോദ്യം.

"ചൊവ്വേ സംസാരിക്കരുതോ ജമീലാ?"

"അതെ, ചൊവ്വേതന്നെയാണ് സംസാരിക്കുന്നത് അൻവർ. റൂം നമ്പർ ഏതാണ്?"

"നൈൻ ത്രി വൺ."

"എപ്പോൾ വരണം?"

"നീ തന്നെ പറയൂ."

"വൈകുന്നേരം ആറുമണിക്ക്."

"ശരി."

"വെക്കട്ടെ?"

"ഒ കെ ബൈ."

* * *

"റൂം കണ്ടെത്താൻ വിഷമിച്ചോ?" അൻവർ ചോദിച്ചു.

"വിഡ്ഢിച്ചോദ്യം" ജമീല അഭിപ്രായപ്പെട്ടു.

"സാരമില്ല അകത്തേക്കു വരൂ."

ജമീല അകത്തുകടന്നപ്പോൾ അൻവർ വാതിലടച്ചു. എന്നിട്ട് 'ഡോണ്ട് ഡിസ്റ്റേർബ്' എന്ന ചുവന്ന വെളിച്ചത്തിന്റെ ബട്ടണമർത്തി.

"കോഫിക്ക് പറയട്ടെ?" ജമീലയുടെ മൃദുലമായ കൈത്തലം തന്റെ പിടിയിലൊതുക്കിക്കൊണ്ട് അൻവർ ചോദിച്ചു.

"വേണ്ട."

"പിന്നെ!"

"ആദ്യം എന്റെ ചോദ്യത്തിന് മറുപടി തരണം" അവൾ സോഫയിലിരുന്നു. എന്നിട്ടു പറഞ്ഞു.

"ഉം ചോദിച്ചോളൂ."

"എങ്ങനെയുണ്ട് സൽമ?"

"സൗഖ്യം."

"ഞാനൊന്നു ചോദിക്കട്ടെ, നിങ്ങൾ അവളെ സ്നേഹിക്കുന്നുണ്ടോ?"

"ഇപ്പോൾ ചോദിക്കാൻ?"

"ഉത്തരം പറയൂ." പറഞ്ഞത് പുഞ്ചിരിച്ചുകൊണ്ടാണെങ്കിലും അതൊരു ആജ്ഞയായിരുന്നു.

"ഉണ്ട്."

"എത്രത്തോളം."

"വളരെയധികം."

"എന്നെ?" ഒരു കുസൃതിച്ചിരി.

"നിന്നെയും" അൻവറുടെ മുഖത്ത് ജീവനില്ലാത്ത ഒരു പുഞ്ചിരി പരന്നു.

"നിങ്ങൾക്ക് എത്ര ഹൃദയങ്ങളുണ്ട്?"

"ഒന്ന് മാത്രം."

ജമീല ഉച്ചത്തിൽ ചിരിച്ചു. "ഞാൻ വിചാരിച്ചത് നിങ്ങൾക്ക് രണ്ട് ഹൃദയങ്ങളുണ്ടെന്നാണ്" അവൾ പറഞ്ഞു.

"എന്തുകൊണ്ട്?"

"എന്തുകൊണ്ടെന്നാൽ, ഈയിടെയായി ഒറ്റ ഹൃദയമുള്ളവർ വളരെ ചുരുക്കമാണ്. ആകട്ടെ, രണ്ട് ഹൃദയങ്ങളുടെ സ്ഥാനം ഏതൊക്കെയാണെന്ന് നിങ്ങൾക്കറിയുമോ?" ചിരി മുഴങ്ങി:

"കോഫിക്ക് പറയട്ടെ?"

"ചോദ്യങ്ങൾ തീർന്നില്ല!"

"ചോദിക്കാമല്ലോ."

"ഏതായാലും കോഫിക്ക് പറഞ്ഞോളൂ. അല്ലെങ്കിൽ വേണ്ട. കൂൾ സംതിങ്. അതിനുശേഷം ചോദ്യം തുടരാം." അൻവർ ഫോണിലൂടെ ഓർഡർ കൊടുത്തു.

"ഇനി ചോദിച്ചോളൂ."

"ആ രണ്ട് ഹൃദയങ്ങളുടെ കാര്യങ്ങളെപ്പറ്റി സംസാരിക്കാം."

"നമുക്ക് മറ്റു വല്ലതിനെപ്പറ്റിയും സംസാരിക്കാം ജമീലാ."

'വേണ്ട അൻവർ. ഇന്ന് ഹൃദയങ്ങളെ സംബന്ധിച്ച് തന്നെ സംസാരിക്കണം." വീണ്ടും കുസൃതി കലർന്ന പുഞ്ചിരി.

"അത്രയ്ക്ക് വാശിയാണെങ്കിൽ... ഏതൊക്കെയാണ് രണ്ട് ഹൃദയങ്ങൾ?" അയാൾ ചിരിക്കാൻ ശ്രമിച്ചു.

"നിങ്ങൾ ഇതുവരെ ഒരൊറ്റ ഹൃദയമുള്ള എത്രപേരെ കണ്ടിട്ടുണ്ട്?"

"നീയും ഞാനും, മറ്റെല്ലാവരും ഒരേയൊരു ഹൃദയമുള്ളവരല്ലേ?"

“വെറും വിഡ്ഢിത്തം, ഡോക്ടർ അൻവർ ഹുസൈൻ എം കോം, എൽ എൽ ബി ഈ സമ്മാനം വിഡ്ഢിത്തമാണ്” ജമീല ഉറക്കെ ചിരിച്ചു.

“നിങ്ങൾക്ക് ചുരുങ്ങിയത് രണ്ട് ഹൃദയങ്ങളെങ്കിലും ഉണ്ടായിരിക്കുമെന്ന് തീർച്ച. എന്നാലും, ഒരുപക്ഷേ, നാലഞ്ചു ഹൃദയങ്ങളെങ്കിലുമുണ്ടായിരിക്കാം. അതുപോലെ ഭൂരിഭാഗം ആളുകൾക്കും രണ്ടോ നാലോ ഹൃദയങ്ങൾ കണ്ടേക്കും.” അവൾ പറഞ്ഞു.

“എന്തിനെയാണ് നീ ഹൃദയമെന്ന് വിളിക്കുന്നത്?”

“അതിനെത്തന്നെ. നോട്ട് ദ ഫിസിയോളജിക്കൽ വൺ.”

അൻവർ ഒന്നും പറഞ്ഞില്ല. ജമീല തുടർന്നു:

“ഒരൊറ്റ ഹൃദയമേ ഉള്ളൂ എന്ന് ആരെപ്പറ്റി ഉറപ്പിച്ച് പറയാമെന്ന് നിങ്ങൾക്കറിയാമോ?”

“ഇല്ല... ആരെക്കുറിച്ചാ?”

“ജന്മനാൽത്തന്നെ അന്ധനായ ഒരാളെക്കുറിച്ച് മാത്രം ഒരന്ധന് അനേകം ഹൃദയങ്ങളുണ്ടാവാൻ ഇടയില്ല. എന്തുകൊണ്ട്?” അവൻ വെറൈറ്റി ഓഫ് ഹാർട്ട് കണ്ടിരിക്കാനിടയില്ല. തന്റെ ഹൃദയത്തെപ്പറ്റി മാത്രമേ അവനറിവുണ്ടാകൂ. മാത്രമല്ല, മറ്റുള്ളവർക്കും ഇതേ തരം ഹൃദയമാണുണ്ടാവുകയെന്നാണ് അവൻ ധരിച്ചിരിക്കുക. അതിനാൽ, അവന് മറ്റൊരു ഒറ്റയായ, യഥാർഥമായ ഹൃദയത്തെ മനസിലാക്കാൻ പ്രയാസം ഉണ്ടാവില്ല. നിങ്ങൾ അതുപോലുള്ള അന്ധനുമായി ഇടപഴകുമ്പോൾ ഒരേയൊരു ഹൃദയമുള്ളവനായിരിക്കേണ്ടി വരും. നിങ്ങളുടെ അഡീഷണൽ ഹൃദയങ്ങളെ മുഴുവൻ അഴിച്ച് മാറ്റിയിട്ട് വേണം അവന്റെ അഥവാ അവളുടെ അരികിൽ പോകാൻ” ജമീല ചിരിച്ചു.

“എന്തിനാണിപ്പോൾ അന്ധന്മാരുടെ മന:ശാസ്ത്രം?”

“കണ്ണുള്ളവരുടെ മന:ശാസ്ത്രം കണ്ടും കേട്ടും മടുത്തു. ശേഷിച്ച ജീവിതമെങ്കിലും ഒരു ഫിലോസഫിക്ക്, ഒരു പരീക്ഷണത്തിന് നീക്കിവെക്കണമെന്നാണ് വിചാരിക്കുന്നത്. എന്തായാലും, ആരായാലും ഈ ദേഹം ചീഞ്ഞളിയേണ്ടതാണെന്ന് എനിക്ക് ബോധ്യം വന്നിരിക്കുന്നു.” അവൾ വീണ്ടും ചിരിച്ചു.

അൻവറുടെ ഹൃദയം കാരുണ്യത്തിന്റെ ഉറവയായി മാറി. ജമീലയെ കെട്ടിപ്പിടിച്ചുകൊണ്ട് അവൻ പറഞ്ഞു: “യൂ സീം ഡിസ്റ്റർബ്ഡ്”.

“ഷട്ടപ്പ്!' യു ആർ റോങ്” ജമീല വീണ്ടും ചിരിച്ചു. പ്രപഞ്ചത്തിലെ എല്ലാ രഹസ്യങ്ങളും മനസിലാക്കിയ ചിരിയാണ് അതെന്ന് അൻവറിന് തോന്നി. എന്തിനാണ് ചിരിക്കുന്നതെന്ന് ചോദിക്കാനുള്ള ധൈര്യം അയാൾക്കില്ല.

കെട്ടടങ്ങാൻ തുടങ്ങിയ തന്റെ കാമവികാരത്തെ വീണ്ടും ആളിക്കത്തിക്കാനുള്ള ഒരു തീവ്ര ശ്രമത്തിലാണ് അയാൾ.

ജമീല എഴുന്നേറ്റു ചെന്ന് കട്ടിലിൽ മലർന്നു കിടന്നു. എന്നിട്ട് അവൾ പറഞ്ഞു: “ഇവിടെ, എന്റെ അടുത്തിരിക്കാം.”

അയാൾ അതനുസരിച്ചു.

“ഞാനും സൽമയും തമ്മിൽ എന്താണ് വ്യത്യാസം” അവൾ ചരി ചിരിച്ചുകൊണ്ട് ചോദിച്ചു.

ജമീലയുടെ കഴുത്തും മുഖവും അയാൾ മൃദുവായി തഴുകി. പിന്നെ, താടി പിടിച്ചുയർത്തിക്കൊണ്ട് അയാൾ പറഞ്ഞു:

“ഒരു വ്യത്യാസവുമില്ല.”

“എങ്കിൽപ്പിന്നെ ഇങ്ങനെയൊരു മോഹം എന്തുകൊണ്ടാണ്? ഒന്ന് പോരേ? അതിൽത്തന്നെ തൃപ്തനായിക്കൂടേ? അങ്ങനെ തൃപ്തിപ്പെടുന്ന ഒരൊറ്റ പുരുഷനേയും ഞാനിതുവരെ കണ്ടിട്ടില്ല. അൻവർ, അത്തരത്തി ലുള്ള ഒരാൾ ഉണ്ടായിരുന്നെങ്കിൽ എന്റെ കുഞ്ഞിന് വാപ്പ ഇല്ലാതാകു മായിരുന്നില്ല. അറിയാമോ?”

അവളെ ഉറ്റുനോക്കിയ അൻവറുടെ ഹൃദയം ഒരിക്കൽക്കൂടി ദയാ പൂരിതമായി. ഒന്നും പറയാതെ അയാൾ അവളെ കെട്ടിപ്പിടിച്ചു.

അവൾ തുടർന്നു: “കേട്ടോ അൻവർ, ചീഞ്ഞളിഞ്ഞ് പുഴുക്കൾക്ക് ആഹാരമായിത്തീരുന്ന ദേഹം എന്നു ഞാൻ പറഞ്ഞത് ഓർക്കുമല്ലോ. അതിനർഥം ഞാനുടനെ മണ്ണിലേക്കു പോകുമെന്നല്ല. എനിക്കും മോഹ ങ്ങളുണ്ട്. ഞാൻ എന്റെ അന്വേഷണം തുടരുകയാണ്. എന്റെ പരീക്ഷണം പൂർത്തിയാവാതെ ഞാൻ കുഴിമാടത്തിലേക്ക് പോവില്ല. നോക്കൂ, അൻവർ, സ്റ്റിൽ അയാം വണ്ടർഫുൾ.”

ജമീല തന്റെ വസ്ത്രങ്ങൾ ഓരോന്നായി ഉപേക്ഷിച്ചുകൊണ്ടിരുന്നു...

അൻവർ സ്വയം മറക്കാൻ ഒട്ടും താമസിച്ചില്ല.

പിരിയാൻ നേരത്ത് അവൾ പറഞ്ഞു: “അവസാനിച്ചു.”

“എന്താണവസാനിച്ചത്?” കാര്യം പിടികിട്ടാത്ത അൻവർ അത്ഭുത ത്തോടെ ചോദിച്ചു.

“ഈ അധ്യായം.” അവൾ ചിരിച്ചു. ഇതുവരെ കാണാത്ത പുതിയ തരത്തിലുള്ള ചിരി. അത് മധുരിക്കുന്നതായിരുന്നില്ല; മധുരത്തിൽ പൊതിഞ്ഞ കയ്പ്പുള്ള ചിരി.

“എന്നുപറഞ്ഞാൽ?”

“ഇനി നിങ്ങൾ എന്നെ കാണില്ല.”

“കാരണം?” അൻവർ ചോദിച്ചു.

“ഞാൻ വീണ്ടും വിവാഹിതയാവാൻ പോകുന്നു.”

“എന്ത്...! വീണ്ടും വിവാഹിതയാവുന്നോ?”

“എന്താ ഞാനിപ്പോഴും സുന്ദരിയല്ലേ?”

“ജമീലാ നിനക്കെന്തുകൊണ്ട് വീണ്ടും വിവാഹിതയായിക്കൂടാ. എന്ന് കഴിഞ്ഞ തവണ നിങ്ങൾ ചോദിച്ചിരുന്നില്ലേ?” സ്വതസിദ്ധവും ശാന്തവും മനോഹരവുമായ ചിരിയോടെ അവൾ ചോദിച്ചു.

“ശരി ശരി. പക്ഷേ, നീ പുനർവിവാഹം ചെയ്യുന്നത് യാദൃച്ഛികമായി തോന്നുന്നു.”

“കുഴിമാടത്തിലുള്ള ഭർത്താവും ഇതുതന്നെ പറഞ്ഞെന്നു വരും! ഓ ഞാൻ വലിയ ഭാഗ്യവതി തന്നെ.”

"എന്തുകൊണ്ട്?"

"കഴിയുമെങ്കിൽ മനസിലാക്കൂ. ഇല്ലെങ്കിൽ വിടുകയാണ് നല്ലത്. ജീവിതമെന്നാൽ യാദൃച്ഛിക സംഭവങ്ങളുടെ പരമ്പരയാണ്. യാദൃച്ഛികമല്ലാത്തതായി എന്താണുള്ളത്. ങാ... അതിരിക്കട്ടെ ഏതായാലും ഇത് നമ്മുടെ അവസാനത്തെ കൂടിക്കാഴ്ചയാണ്. ഓർമയിരിക്കട്ടെ."

"നീ പറഞ്ഞത് സത്യമാണോ?"

"സത്യമാണ്. ഞാൻ ഒരിക്കലും കളവ് പറഞ്ഞിട്ടില്ല. ഒരു മാസത്തിനകം ഞാൻ മറ്റൊരാളുടെ ഭാര്യയാവുകയാണ്. അതിനുശേഷം, ഈ നാടുവിടാനും ആലോചനയുണ്ട്. എന്നെങ്കിലും തിരിച്ചു വരികയാണെങ്കിൽ നിന്നെ ഓർക്കുകപോലുമില്ല. നീ മരിച്ചതായിട്ടേ ഞാൻ കരുതുകയുള്ളൂ. ഞാൻ മരിച്ചതായി നീയും കരുതിയേക്കുക. ക്ഷമിക്കൂ, നീ എന്നാണ് വിളിച്ചത്."

"സാരമില്ല. അതെനിക്കിഷ്ടമാണ്."

"ശരി. എന്റെ പ്രതിശ്രുതവരൻ ആരാണെന്ന് ചോദിക്കരുതോ."

"ആരാ?"

"ബംഗാൾ നവാബിന്റെ വംശത്തിൽപ്പെട്ട ഒരു കോടീശ്വരൻ. ഏകദേശം എന്റെ പ്രായം. വിദ്യാസമ്പന്നൻ. ഒരുപക്ഷേ, സഹൃദയനായിരിക്കാം. ആയിരിക്കണമെന്നില്ല; അതെ."

"അതെന്താ അവൻ ഇതുവരെ കല്യാണം കഴിക്കാഞ്ഞത്?"

"അൻവർ അതൊരു വളഞ്ഞ ചോദ്യമാണ്. അവനെങ്ങനെ നിന്നെ കല്യാണം കഴിക്കും എന്ന് നേരെ ചോദിക്കണമായിരുന്നു. എങ്കിലേ ചോദ്യം ശരിയാവൂ. എനിക്കെന്താ തരക്കേട്? നീ ഇപ്പോൾ കണ്ടതല്ലേ? വല്ല കുറ്റവും പറയാനുണ്ടോ? പ്രസവിച്ചതിനെപ്പറ്റിയാണോ? ജാക്വിലിൻ കെന്നഡിക്ക് പുനർവിവാഹം ആകാമെങ്കിൽ എന്തുകൊണ്ട് മറ്റൊരു നിക്കാഹ് നടത്തിക്കൂടാ. എന്നാണ് മുശാബിർഷാ പറഞ്ഞത്."

"ആരാണ് ഈ മുശാബിർഷാ?"

"എന്റെ വാപ്പേടെ സുഹൃത്ത്. അതായത്, റഹിമാന്റെ വാപ്പ. റഹിമാൻ ആരാണെന്നറിയണോ? അവനാണ് എന്നെ കെട്ടാൻ പോകുന്നത്." ജമീല ഒന്ന് നിർത്തി പുഞ്ചിരിച്ചുകൊണ്ട് തുടർന്നു: "ഇനി നിന്റെ വളഞ്ഞ ചോദ്യത്തിനുള്ള ശരിയായ ഉത്തരം. എന്നെത്തന്നെ കെട്ടണമെന്നായിരിക്കും അവന്റെ തലയിലെ വര."

അവൾ ആഹ്ലാദത്തോടെ വീണ്ടും ചിരിച്ചുകൊണ്ട് തുടർന്നു: "അവന്റെ സഹൃദയത്വത്തെപ്പറ്റി പറഞ്ഞിരുന്നില്ലേ. അവനെ കണ്ടതിൽപ്പിന്നെ അക്കാര്യത്തിൽ എനിക്ക് സംശയമേ ഇല്ലാതായി."

എന്റെ സൗന്ദര്യം നീ ഇപ്പോൾ കണ്ടു കഴിഞ്ഞു. അങ്ങനെയുള്ള സൗന്ദര്യം കണ്ട് ഭ്രമിക്കാൻ അവന് ഇടവരില്ല. അതിനിടവരുത്താതെ, ഞാൻ അവനെ എന്റെ ബന്ദിയാക്കി മാറ്റും. ഞാനും അവന്റെ ബന്ദിയായി മാറും." പറഞ്ഞു നിർത്തിയ ജമീല ഉച്ചത്തിൽ ചിരിച്ചു. ആ ചിരിയിൽ ആഹ്ലാദവും ഉത്സാഹവും നിറഞ്ഞു തുളുമ്പുന്നതുപോലെ തോന്നി.

"എന്തേ ഇത്ര ചിരിക്കാൻ?"

"എന്റെ പ്രതിശ്രുതവരനും നിന്നെപ്പോലെ സുന്ദരനാണ്. കൊലുന്നനെയുള്ള ശരീരം. നിന്നെക്കാൾ ഉയരം കാണും. കണ്ടാൽ ഒരു കലാകാരനാണെന്നേ തോന്നൂ."

"അതിന് ഇത്ര സന്തോഷിക്കണോ?"

"സന്തോഷം അതുകൊണ്ടല്ല. അവന് ഞാൻ പ്രേമത്തിടമ്പ് മാത്രമല്ല. പ്രേമ വെളിച്ചവും കൂടിയാവുകയാണ്." അവൾ വീണ്ടും ചിരിച്ചു. അൻവർ ആശയക്കുഴപ്പത്തിലായതുപോലെ അവളുടെ മുഖത്തേക്കു തന്നെ നോക്കി. അപ്പോഴും അവളുടെ ചിരി മാഞ്ഞിരുന്നില്ല.

"നീ പറഞ്ഞത് മനസിലായില്ല."

"ഞാൻ പറഞ്ഞതിൽ കടങ്കഥയോ കള്ളമോ ഒന്നുംതന്നെ ഇല്ല. എല്ലാം സത്യമാണ്. വ്യക്തമാണ്. അത്ര പ്രധാനമല്ലെങ്കിലും ഒരു കാര്യം മാത്രം പറഞ്ഞില്ല."

"എന്താണത്?"

"റഹിമാൻ ജന്മനാ അന്ധനാണ്."

അമ്പരന്നുപോയ അൻവറുടെ കണ്ണുകൾ അവളിൽത്തന്നെ തറച്ചു നിന്നു.

ജമീല പെട്ടെന്ന് എഴുന്നേറ്റുകൊണ്ട് പറഞ്ഞു.

"എനിക്ക് നിന്റെ സഹാനുഭൂതിയൊന്നും ആവശ്യമില്ല. ഓർമിച്ചോളൂ. ഇറ്റ് ഈസ് മൈ ചോയ്സ് ടു. അതെ. കൺഗ്രാജുലേഷൻസ്. ഗുഡ് ലക് എന്നാണ് നീ പറയേണ്ടത്." ജീല അയാളുടെ നേരെ കൈ നീട്ടി.

നിർവീര്യനായ ഒരാളെപ്പോലെ അൻവർ ആ കൈപിടിച്ച് കുലുക്കി. ശ്രമപ്പെട്ട് ഒന്ന് പുഞ്ചിരിച്ചുകൊണ്ട് അയാൾ പറഞ്ഞു: "കൺഗ്രാജുലേഷൻസ് മൈ ബെസ്റ്റ് വിഷസ്."

"നിന്റെ ബെസ്റ്റ് വിഷസ് ആർക്കുവേണം? ഗുഡ് ലക്ക് എന്നുമാത്രം പറയൂ." അവൾ ചിരിച്ചു.

"ഓ കെ ഗുഡ് ലക്ക്."

"ശരി ഇനി ഞാൻ പോകട്ടെ" എന്നുപറഞ്ഞു ജമീല പൊട്ടിച്ചിരിച്ചു. എന്നിട്ടവൾ ഇറങ്ങിപ്പോവുകയും ചെയ്തു.

തന്റെ ജീവൻ പറന്നുപോയ ഒരു പ്രതീതിയാണ് അൻവറിനുണ്ടായത്. ആകെ തളർന്ന് അവശനായ അയാൾക്ക് പെട്ടെന്ന് ഇരിക്കേണ്ടിവന്നു.

പതിനെട്ട്

മുന്നിൽ വീതികൂടിയ ആൾക്കണ്ണാടി. അതിൽ പ്രതിബിംബിച്ച് കണ്ട തന്റെ രൂപത്തിന് സാരമായ എന്തോ മാറ്റം വന്നതുപോലെ അൻവറിന് തോന്നി. താനൊരു കിഴവനായോ? മുഖത്തെ ചുളിവുകൾ അതല്ലേ കാണിക്കുന്നത്? അപ്പോൾ പ്രായത്തെക്കുറിച്ച് അയാൾ ചിന്തിക്കാൻ

തുടങ്ങി. കേവലം ആറുമാസം മുമ്പാണ് ഇതേ ഹോട്ടലിൽവച്ച് തന്റെ നാൽപ്പത്താറാം പിറന്നാൾ ആഘോഷിച്ചത്. അതൊരു വയസാണോ?

വാർധക്യത്തിന്റെ യാതൊരു ലക്ഷണവും തൊട്ടുതീണ്ടാത്തതാണ് തന്റെ ഓരോ പ്രവൃത്തിയും. അപ്പോൾ, ഈ കണ്ണാടിയാണ് കുഴപ്പം. ആ തീരുമാനത്തിൽ അയാൾ എഴുന്നേറ്റ് നിന്നു. വല്ലാത്ത ക്ഷീണം. ഓർമ യിൽ ജമീല ഓടിയെത്തി. അയാൾ ചെന്ന് മെത്തയിൽ കിടന്നു. ഉള്ളിലെ വിടെയോ നിന്ന് ഒരുവിളി ഒരു നിലവിളി ഉയരുകയാണ്. ജമീല... ജമീല... ജമീല...

കണ്ണാടിയുടെ സ്ഥാനം ഇപ്പോൾ അയാളുടെ പിന്നിലായി. ഒരിക്കൽ മീനാക്ഷി അയാളുടെ ഭ്രാന്തായിരുന്നു. അതിന് ഒരു കൊല്ലത്തിന്റെ ദൈർഘ്യമുണ്ട്. അന്ന് അവൾ അയാളുടെ മനസിൽ നിറഞ്ഞുനിന്നു. ഓരോ നിമിഷവും മീനാക്ഷി, മീനാക്ഷി എന്ന ഏക ധ്യാനം. അയാ ളുടെ പി എച്ച് ഡി പഠനകാലത്ത് ബി എ ക്ക് ക്ലാസെടുക്കാൻ വന്ന മീനാക്ഷി കോളേജിലെ ഏറ്റവും വലിയ നോട്ടപ്പുള്ളിയായിരുന്നു.

പുരുഷ ഹൃദയത്തെ ഇളക്കിമറിക്കാൻ പോന്ന സൗന്ദര്യം. അവളെ മോഹിക്കാത്ത ആരും അന്നുണ്ടായിരുന്നില്ല. എങ്ങനെയോ അവളുടെ സ്നേഹം സമ്പാദിക്കുന്ന കാര്യത്തിൽ അൻവർ വിജയിക്കുകതന്നെ ചെയ്തു. പ്രവൃത്തിയിലും പെരുമാറ്റത്തിലും അത്യന്തം നിർഭയത്വം പുലർത്തിയിരുന്ന അവൾ വാക്കിലും വാദപ്രതിവാദങ്ങളിലും ഏതൊരു ധിഷണാശാലിക്കും ഒരു വെല്ലുവിളിയായിരുന്നു. അങ്ങനെയുള്ള മീനാക്ഷി ചൈതന്യത്തിന്റെ ഉറവിടമായിരുന്നു. സൗന്ദര്യഖനിയുമായി രുന്നു.

എത്രയെത്ര സായാഹ്നങ്ങൾ അവളോടൊപ്പം അൻവർ ചെലവഴി ച്ചു. പക്ഷേ, ഒരിക്കൽപ്പോലും അവളെ ശരിക്കൊന്ന് സ്പർശിക്കുവാൻ അൻവറിന് സാധിച്ചിട്ടില്ല. വല്ലപ്പോഴും അവളുടെ ദേഹത്തിൽ തന്റെ ദേഹം ഒന്നു തൊടുവിക്കാനുള്ള പഴുതുകൾ അയാൾക്ക് ലഭിച്ചിട്ടുണ്ടാ കാം. ഹോട്ടൽ ടെറസുകളിലെ ഉദ്യാനങ്ങളിലും കടൽക്കരയിലും വെച്ച് അവളെ ആലിംഗനം ചെയ്യാൻ അയാൾ ഒരു ശ്രമം നടത്തി. അപ്പോൾ അവൾ പറഞ്ഞു. "ഇങ്ങനെയുള്ള സമീപനമാണെങ്കിൽ നാളെമുതൽ നീ എനിക്ക് തീരെ അപരിചതനാകും. ഐ കാൻ ഇറൈസ് യു ഫ്രം മൈ മെമ്മറി." താക്കീത് ചെയ്തുകൊണ്ട് അവൾ തുടർന്നു പറഞ്ഞു: "അൻവർ നീ എന്താഗ്രഹിക്കുന്നുവോ അതിൽ സുഖമോ സന്തോഷമോ ഇല്ല. സുഖത്തിന്റെയും സമാധാനത്തിന്റെയും സമാധി മാത്രമാണ് അതിൽ സംഭവിക്കുന്നത്." അവൾ തുടർന്നു. "വിവാഹശേഷമുള്ള ബന്ധ ങ്ങളിൽപ്പോലും ദുരന്തം സംഭവിച്ചത് ഞാൻ എത്രയോ കണ്ടിട്ടുണ്ട്. അവി വാഹിതർക്കിടയിലെ ബന്ധങ്ങളിലാകട്ടെ ആ സുഖവും സന്തോഷവും വെറുമൊരു വിഭ്രാന്തി മാത്രമാണ്. ആനന്ദം കുടികൊള്ളുന്നത് സ്നേഹ ത്തിലാണ്. ലൈംഗിക ബന്ധങ്ങളിലല്ല. എന്റെയും നിന്റെയും മാംസ ത്തിന് യാതൊരു വ്യത്യാസവുമില്ല. വ്യത്യാസമുള്ളത് തലച്ചോറിലാണ്.

അത് വൃത്തികേടാകാതെ ശുദ്ധമായി സൂക്ഷിക്കുന്നത് ആരാണോ അവർക്കേ മന:ശാന്തി കിട്ടുകയുള്ളു. ഇതാണ് എന്റെ വീക്ഷണം."

മീനാക്ഷിയുടെ മനോഗതി ശരിക്കു മനസിലാക്കിയ അൻവർ സൂക്ഷിച്ചേ അവളോട് അതിനുശേഷം പെരുമാറിയിട്ടുള്ളു. അവളുടെ സാമീപ്യം ഒന്നുകൊണ്ടുമാത്രം അയാൾ തൃപ്തിയടയും. ആ മാറ്റം അവൾ തീരെ ശ്രദ്ധിച്ചില്ല. ഭിന്നസ്വഭാവമുള്ള അവൾക്ക് മീനാക്ഷി ഒരു സജീവ ചിത്രമായിത്തന്നെ അവശേഷിച്ചു. അവളുടെ വീക്ഷണത്തിലുള്ള സുഖവും സന്തോഷവും അനുഭവിച്ചറിയാൻ അയാളൊട്ട് പ്രാപ്തനുമായില്ല.

മീനാക്ഷി അവിടെ അധികകാലം നിന്നില്ല. ആഫ്രിക്കയിൽ ജോലി ചെയ്യുന്ന ഒരു ഡോക്ടറെ കല്യാണം കഴിച്ച മീനാക്ഷി തിരിച്ചുവന്നത് ജഡമായാണ്. ഭർത്താവായ ഡോക്ടർ അവളുടെ ശവം വിമാനം വഴിയാണ് നാട്ടിലേക്കയച്ചുകൊടുത്തത്. അവളുടെ അച്ഛന്റെ പേരിൽ.

മൺമറഞ്ഞ മീനാക്ഷിക്ക് പിന്നാലെ വന്നത് ജമീല. അവളും അൻവറിന്റെ ജീവനായി മാറി. ഡോക്ടറേറ്റ് പൂർത്തിയാക്കി ബോംബെയിൽ തിരിച്ചെത്തിയ അൻവർ ജമീലയെ മറന്നുകഴിഞ്ഞിരുന്നു. കല്യാണം കഴിച്ചത് മറ്റൊരുത്തിയെ. ജമീല അതിൽ തെല്ലും കുലുങ്ങിയില്ല.

മറ്റൊരാളെ വിവാഹംകഴിച്ച ജമീല ഒരു കുടുംബത്തിന്റെ അമ്മയായി. രണ്ടു കൊല്ലത്തിനുശേഷം ഭർത്താവ് അവളെ ഉപേക്ഷിച്ചു. അപ്പോൾ അവൾ വാപ്പയുടെ കൂടെയാണ് കഴിഞ്ഞത്. അവളുടെ തല അപ്പോഴും കുനിഞ്ഞില്ല. വിവാഹ മോചനത്തിനുശേഷം അതേ വ്യക്തി വീണ്ടും മറ്റൊരുവളെ വിവാഹം ചെയ്തു. മാസം ഒന്നുകഴിഞ്ഞില്ല. ഒരു വാഹനാപകടത്തിൽപ്പെട്ട് അയാൾ മൃതിയടഞ്ഞു.

"ഛെ, അങ്ങനെ സംഭവിക്കരുതായിരുന്നു" ജമീലയുടെ പ്രതികരണം അതിലൊതുങ്ങിയില്ല. അവൾ രണ്ടിറ്റു കണ്ണീർ പൊഴിക്കുകകൂടി ചെയ്തു. ജമീലയ്ക്ക് സന്തോഷിക്കാനുള്ള ഒരു സംഭവം. പക്ഷേ, അവളുടെ മനുഷ്യത്വം അതിനനുവദിച്ചില്ല. അൻവർ വീണ്ടും കൽക്കത്തയിൽവെച്ച് ജമീലയെ സന്ദർശിച്ചു. അന്നും അവൾ പഴയ ജമീല തന്നെ. ഒരിക്കൽക്കൂടി അവളുടെ ശരീരം തനിക്ക് കാഴ്ചവെച്ചത് ഏത് ഭാവത്തിലാണെന്നോ, ഏതടിസ്ഥാനത്തിലാണെന്നോ അയാൾക്ക് വ്യക്തമായില്ല. അവളുടെ ഉയരങ്ങളിലേക്ക് എത്തിനോക്കാൻപോലും അയാൾക്ക് സാധിച്ചതുമില്ല. പരിത:സ്ഥിതിയുടെ കടിഞ്ഞാൺ എപ്പോഴും അവളുടെ പിടിയിൽത്തന്നെയായിരുന്നു.

താൻ വീണ്ടും വിവാഹിതയാവാൻ പോകുന്നു – ഒരു അന്ധനാണ് ഭർത്താവ് എന്നുപറഞ്ഞ് ചിരിച്ചുകൊണ്ട് ഇറങ്ങിപ്പോയപ്പോഴും അവളിൽ ഒരു വ്യത്യാസവും ഉണ്ടായില്ല.

അയാൾ ജമീലയെ മറക്കാൻ ശ്രമിച്ചു. "സൽമയും ഞാനും ഒരുപോലെയാണെങ്കിൽ നിനക്ക് രണ്ട് ശരീരങ്ങളുടെ ആവശ്യമുണ്ടോ? ഒന്നു പോരേ?" എന്ന് അവൾ ചോദിച്ചത് അപ്പോൾ അയാൾ ഓർത്തുപോയി.

മീനാക്ഷിയുടെ ഹൃദയമോ ദേഹമോ അൻവറിന് കിട്ടിയില്ല. ജമീല

യാകട്ടെ, തന്റെ ദേഹം അയാൾക്കു നൽകി. പക്ഷേ, അവളുടെ ഹൃദയം! അതാർക്കും കിട്ടാത്തതായിരുന്നു. സ്വന്തം മനസ്സ് നിയന്ത്രിക്കാനുള്ള അസാധാരണമായ കഴിവുള്ളവളാണ് ജമീല.

അൻവറുടെ ആലോചന നീണ്ടുപോയി. താൻ സൽമയോട് കൂടുതൽക്കൂടുതൽ അടുക്കേണ്ടിയിരിക്കുന്നു. തന്റെ പ്രേമസായൂജ്യം അവളിലേ തനിക്ക് കണ്ടെത്താൻ കഴിയൂ. കണ്ണാടിയിൽ ഇപ്പോൾ കണ്ട വൈവശ്യമാർന്ന തന്റെ രൂപത്തിൽ പതിന്മടങ്ങ് ഊർജസ്വലത കൈവരുത്തണം. ഇനി താൻ ആരുടെയും പിടിയിലൊതുങ്ങാൻ പാടില്ല. മറിച്ച്, മറ്റുള്ളവരെ ഒതുക്കാൻ തനിക്ക് കഴിയണം. അതുപോലെ, താൻ മറ്റുള്ളവർക്ക് തൊഴിക്കാനുള്ള ഒരു കാൽപ്പന്താകരുത്. പകരം മറ്റുള്ളവരെ തൊഴിക്കാനുള്ള പ്രാപ്തി താൻ നേടിയെടുക്കണം. മേലിൽ തനിക്ക് ഒരു തെറ്റും പറ്റരുത്. പക്ഷേ... അൻവർ ആലോചിച്ചു.

രാവിലെ കോൺഫറൻസിൽ പങ്കെടുത്ത് തിരിച്ചെത്തിയ അയാൾ ഉച്ചയ്ക്ക് ഊണ് കഴിച്ച് കിടന്നതായിരുന്നു. ഉണരുമ്പോൾ മണി അഞ്ച്. വൈകുന്നേരത്തെ കാപ്പി കഴിച്ച് പത്രത്തിൽ കണ്ണോടിച്ച് കൊണ്ടിരിക്കവെ അയാളുടെ ശ്രദ്ധ വാതിൽക്കലേക്ക് തിരിഞ്ഞു. പാതി തുറന്ന വാതിലിലൂടെ സുന്ദരമായ ഒരു മുഖം അകത്തേക്ക് എത്തി നോക്കുകയാണ്.

"ഡു യു റിക്വയർ എനി സർവീസ്." മധുരമായ സ്വരം, അതോടൊപ്പം ഹൃദയഹാരിയായ അത്തറിന്റെ സൗരഭ്യം അവിടമാകെ പരക്കുകയും ചെയ്തു.

"പ്ലീസ് കം ഇൻ." ചിറകു വിടർത്തി പറക്കാൻ തയാറായ ഒരു പക്ഷിയെപ്പോലെ എഴുന്നേറ്റുനിന്ന് അൻവർ പറഞ്ഞു.

* * *

മഹേശും ശീലയും ഏറെ നിർബന്ധിച്ചശേഷമാണ് സൽമ വെള്ളത്തിലേക്കിറങ്ങിയത്.

വേണ്ടപ്പെട്ടതെല്ലാം ശീല സജ്ജീകരിച്ചിരുന്നു. മേക്കിനിയിട്ട് അവൾ വെള്ളത്തിലിറങ്ങി. ആ വേഷത്തിൽ അവളെ കാണുന്നത് അന്നാദ്യമാണ്.

വിചാരിച്ചതുപോലെ ഇവളുടെ മേനിയിലും കുറച്ചൊക്കെ നിമ്നോന്നതങ്ങളുണ്ട് എന്ന് അപ്പോൾ എനിക്ക് തോന്നി. ഉടുത്തിരുന്ന സാരിയോടുകൂടി വെള്ളത്തിൽ ഇറങ്ങാൻ തുടങ്ങിയ എന്നെ ശീല ഒന്നു നോക്കി.

"ഛെ, അത് മോശം തന്നെ, സാരിയൊന്നും വേണ്ടന്നേ... ഒരു അപരിഷ്കൃതയെപ്പോലെ ആകാതിരിക്ക്" അവൾ പറഞ്ഞു. ഞാൻ സാരി അഴിച്ചു വെച്ചപ്പോഴേക്കും അവൾ എന്റെ കൈയ്ക്ക് പിടിച്ച് വെള്ളത്തിലേക്ക് വലിച്ചിറക്കി. ആ മൂന്ന് പുരുഷന്മാരുടെ മുന്നിൽ അങ്ങനെ പ്രത്യക്ഷപ്പെട്ടപ്പോഴേക്കും എനിക്ക് നാണം തോന്നി. അൻവറിന്റെ നേരെ ഞാനൊന്ന് നോക്കി. അവനത് അത്ര കാര്യമായി എടുത്തിട്ടുണ്ടെന്ന് തോന്നിയില്ല. ഇത്തവണ കൽക്കത്തയിൽനിന്ന് തിരിച്ചുവന്നതിൽപ്പിന്നെ അവന്റെ വായാടിത്തത്തിന് അൽപ്പം മാറ്റം കാണുന്നുണ്ട്. മാത്രമല്ല, മനസിന് ഒരയവും വന്നിട്ടുണ്ടെന്ന് വേണം കരുതാൻ.

രാകേശ് ഒറ്റയ്ക്കൊരിടത്ത് തിരകളോടൊപ്പം കളിക്കുകയാണ്, ഇടയ്ക്കിടെ എന്നെ ഒരാൾ ഒളികണ്ണിട്ട് നോക്കുന്നത് ഞാൻ ശ്രദ്ധിച്ചു. അത് മഹേശാണ്. എന്നെ ഈ നിലയിൽ കാണാനുള്ള പുതിയൊരു ആഗ്രഹമൊന്നും രാകേശിനില്ലെന്നും തോന്നി. വെള്ളത്തിൽ മുങ്ങി നിവർന്ന എനിക്ക് ലജ്ജ കുറഞ്ഞതുപോലുള്ള ഒരനുഭവം. എങ്കിലും ഈറൻ പാവാട ശരീരത്തിൽ ഒട്ടിപ്പിടിച്ചപ്പോൾ ഒരു വല്ലായ്മയും. ശീലയെപ്പോലെ അത്ര നന്നായി നീന്താൻ വശമില്ലാത്ത ഞാൻ ഇതിനുമുമ്പ് കടലിൽ നീരാടിയിട്ടില്ല. ശീലയുടെ നിർബന്ധമില്ലായിരുന്നെങ്കിൽ ഈ സമുദ്രം എനിക്ക് അപ്രാപ്യമായേനെ. വെള്ളത്തിലിറങ്ങിയ എന്നെ ഒരു തിര വന്ന് തട്ടിക്കളഞ്ഞു. അതിനുശേഷം പേടി എന്ന ഒന്ന് തീരെ ഇല്ലാതായി. ആ തിര തള്ളിക്കൊണ്ടുവന്ന പെരുംവെള്ളത്തിൽ കുറച്ചുനേരം ഞാൻ പൊങ്ങിക്കിടന്നു. ഇതേവിധം ഒഴുകിയൊഴുകി. ആരുടേയും കണ്ണിലൊ കൈയിലോ പെടാതെ അങ്ങകലെ പോയെങ്കിൽ! തലതിരിഞ്ഞ ഒരാലോചന തലയിൽ മിന്നിമറഞ്ഞു.

രാകേശും മഹേശും നീന്തുകയാണ്. അൻവറിന് നീന്തൽ അത്ര വശമല്ല. അതുകൊണ്ട് അവൻ മുട്ടോളം വെള്ളത്തിൽനിന്നും, ഇരുന്നും തിര വരുമ്പോൾ ഭയപ്പെട്ട് കരയിലേക്ക് ഓടിയും കൊണ്ടിരുന്നു.

“മിസ്റ്റർ അൻവർ, സമുദ്രക്കരയിൽ ജനിച്ചുവളർന്നിട്ടും തിര കാണുമ്പോൾ എന്താ ഇത്ര പേടി?” മഹേശ് ചോദിച്ചു.

“കുളത്തിലാണെങ്കിൽ ഞാൻ നല്ലതുപോലെ നീന്തിയേനെ. എന്തുകൊണ്ടോ നീന്താനായി കടലിലേക്കിതുവരെ ഇറങ്ങിയിട്ടേയില്ല” അൻവർ പറഞ്ഞു.

“കടലിൽ നീന്തുന്നവനാണ് ശരിക്കും നീന്തലറിയുന്നവൻ.” മഹേശിന്റെ ഈ അഭിപ്രായം കേട്ടപ്പോൾ അൻവർ പറഞ്ഞു: “ങാ അതുകൊണ്ടെന്താ...?. നീന്തൽ മത്സരത്തിനൊന്നും ഞാൻ പോകുന്നില്ലല്ലോ. അതുമല്ല, കടൽക്കരയിലേക്ക് വരാൻതന്നെ എവിടെയുണ്ട് സമയം? കൊല്ലത്തിലൊരിക്കലോ മറ്റോ വന്നാൽത്തന്നെ ധാരാളമായി.”

“ഈ വാചകമടിയുടെ ആവശ്യമെന്താണ്? നീന്തൽ വശമില്ലെന്ന് തുറന്നുപറഞ്ഞാൽ പോരേ?” ഞാൻ സ്വയം പറഞ്ഞുപോയി.

കളിയുടുപ്പണിഞ്ഞ അൻവർ, രാകേശ്, മഹേശ്. ഈ മൂന്നുപേരിൽ രാകേശിനെയാണ് കൂടുതൽ സുന്ദരനായി കാണാൻ കഴിഞ്ഞത്. മറ്റു രണ്ടുപേരെക്കാൾ പതിനെട്ടും പതിനാലും വയസിന് ഇളപ്പമാണ് രാകേശ്. ഉയരത്തിൽ രാകേശും മഹേശും സമന്മാരാണ്. എങ്കിലും മഹേശിന്റെ ദേഹത്തിന് കുറച്ച് മേദസ് കൂടും. പ്രത്യേകിച്ച് അരക്കെട്ടിൽ. തന്റേത് യഥാർഥ മേദസല്ലെന്നാണ് മഹേശിന്റെ അഭിപ്രായം. ഒരിക്കൽ മരണഹേതുവായേക്കാവുന്ന ഒരു അലർജി പിടിപെട്ടപ്പോൾ കഴിച്ച മരുന്നിന്റെ പ്രത്യാഘാതമായി സംഭവിച്ച സ്ഥിരം ഇറിവേഴ്സിബിൾ ഫാറ്റ് ആണ് അതെന്ന് മഹേശ് ചിലപ്പോൾ പറയാറുണ്ട്. വാസ്തവം എന്തോ ആകട്ടെ. മഹേശിന് അതത്ര യോജിക്കുന്നില്ല.

രൂപഗുണത്തിൽ അൻവറും മോശമല്ല. അധികം വണ്ണമില്ലാത്ത, വടിവുള്ള അവന്റെ ശരീരം വളരെ മൃദുലമാണ്.

കരുത്തുറ്റതാണ് രാകേശിന്റെ ശരീരം. രോമാവൃതമായ വിരിഞ്ഞ മാറിടം. ഉറച്ച മാംസപേശികളോടുകൂടിയ തോളും കാലുകളും നേർത്ത വയറും. എല്ലാം അത്യന്ത്യം ആകർഷകമാണ്. കറുത്തിരുണ്ടതും സമൃദ്ധവുമായ തലമുടി ആ വട്ടമുഖത്തിന്റെ സൗന്ദര്യത്തിന് മാറ്റുകൂട്ടുന്നതായിരുന്നു. മൂക്ക് അൽപ്പംകൂടി കൂർത്തിരുന്നുവെങ്കിൽ എത്ര നന്നായിരുന്നുവെന്ന് അപ്പോൾ തോന്നി. ഇടതൂർന്ന പുരികങ്ങൾ ആ ശരീരത്തിൽ യോജിച്ചതാണോ എന്ന് തീരുമാനിക്കാനാവില്ല. അൻവറിനും അതേ പുരികങ്ങളാണ്. എന്നാൽ, അൻവറിന്റെ ശരീരഘടകങ്ങളിലൊന്ന് എന്നെ ഏറ്റവുമധികം വെറുപ്പിക്കുന്നു. അത് അവന്റെ ചെവിക്കുമുകളിലെ രോമങ്ങളാണ്. അത്തരം രോമം രാകേശിനില്ല. തടിച്ച പുരികങ്ങൾക്കിടയിൽ തിളങ്ങുന്ന രാകേശിന്റെ കണ്ണുകൾ അൻവറുടെ കണ്ണുകളെപ്പോലെ തന്നെ മനോഹരമാണ്. രാകേശ് പുഞ്ചിരിക്കുമ്പോൾ ആ മുഖത്ത് ഒരു നിഷ്കളങ്ക ഭാവമാണ് കാണാൻ കഴിയുക, ഒരു കുഞ്ഞിന്റേതുപോലെ. മറിച്ച് കപടമനസ്കനായ ഒരു വില്ലന്റെ ഭാവങ്ങളാണ് അൻവറിന്റെ മുഖത്ത് കാണുക. അൻവറെ ശരിക്ക് മനസിലാക്കിയതുകൊണ്ടാവാം എനിക്കങ്ങനെ തോന്നുന്നത്...

രാകേശിന്റെ ശാരീരിക വടിവ് ഞാൻ ശ്രദ്ധിച്ചത് ഇപ്പോൾ മാത്രമാണെന്ന വസ്തുത എന്നെ തെല്ലൊന്ന് ആശ്ചര്യപ്പെടുത്തി. അല്ലെങ്കിൽ ആശ്ചര്യപ്പെടാൻ എന്താണുള്ളത്? എല്ലാം എല്ലായ്പ്പോഴും ശ്രദ്ധിക്കാൻ പറ്റിയെന്ന് വരില്ല. അതത് സന്ദർഭങ്ങളിലെ മാനസികാവസ്ഥയുമായി ബന്ധപ്പെട്ടവയെ മാത്രമേ ആരും കൂടുതൽ ശ്രദ്ധിക്കാറുള്ളൂ. ആ യാഥാർഥ്യം കണക്കിലെടുത്തപ്പോൾ എനിക്ക് ആശ്ചര്യമേ ഇല്ലാതായി.

യാദൃശ്ചികമെന്നേ പറയേണ്ടൂ. അപ്പോൾ എമിലിസോളയുടെ *ഥെറേസാര്യാക്വീനി*നെ കുറിച്ച് ഓർത്തുപോയി. അതുപോലെ പ്രവർത്തിച്ചാൽ എങ്ങനെയിരിക്കും? രാകേശ് അൻവറെ വെള്ളത്തിലേക്ക് തള്ളണമെന്നില്ല. വലിയ ഒരു തിരവന്ന് അൻവറെ വലിച്ചുകൊണ്ടുപോയാലും മതി. രക്ഷപ്പെടുത്താൻ സാധിക്കുമെങ്കിലും രാകേശ് അതിന് മുതിരുന്നില്ല. അപ്പോൾ തിരമാലകൾ അവനെ അറേബ്യയിലേക്ക് കൊണ്ടുപോകുന്നുവെന്ന് വയ്ക്കുക. അതും നല്ലതുതന്നെ.

കുളി കഴിഞ്ഞ ഞാൻ ഒരു പാറയുടെ മറപറ്റി ഉടുപ്പ് മാറുകയാണ്. അൻവറുടെ കണ്ണുകൾ ഏതോ ഒരു പുതിയ ഭാവത്തിൽ എന്റെ ശരീരത്തെ ഉഴിയുന്നതായി തോന്നി. അതിനൊരു കാരണവും ഉണ്ടായിരിക്കാം.

ഇതുവരെ ആടയാഭരണങ്ങളണിഞ്ഞ നിലയിൽ മാത്രമായിരിക്കും ശീലയെ അൻവർ കണ്ടിരിക്കുക. അതിന്റെ പിന്നിലുള്ള അവളുടെ തനിസ്വരൂപം ഇപ്പോഴാണവൻ കാണുന്നത്. അതിൽപ്പിന്നെ ഞാൻ കുറേക്കൂടി ആകർഷണീയയാണെന്ന് അവൻ കരുതിയിരിക്കണം. അഥവാ എന്നെ അവൻ മറ്റേതോ ഒരുത്തിയായി കാണുന്നുണ്ടായിരിക്കുമോ?

സ്വന്തം ഭാര്യയെ മറ്റൊരുവളായിട്ട് കാണുന്നതിൽ രസം കണ്ടെ

ത്തുന്ന ചിലരുണ്ടത്രെ! അത്തരക്കാർക്ക് വല്ല പെണ്ണിനെയും സ്വന്തം ഭാര്യയായി സങ്കൽപ്പിക്കുന്നതിലും രസം തോന്നാതിരിക്കില്ല.

പക്ഷേ, അൻവറിന്റെ മുഖം നിർവികാരമാണ്. കണ്ണുകൾ എന്നിലാണെങ്കിലും കാണുന്നത് എന്നെത്തന്നെയാണോ? അവൻ നോക്കുന്നതും കാണുന്നതും ആരെയാണ്? എന്തിനെയാണ്?

അൻവറിന്റെ ഈ സ്ഥിതി തീർത്തും പുത്തനാണെന്ന് തോന്നുന്നു. അൻവറെ ഞാൻ മനുഷ്യനായി കണ്ടിട്ടുണ്ടെങ്കിൽ അവനൊരു കുരങ്ങനെപ്പോലെ പെരുമാറുന്ന അവസരങ്ങളിൽ മാത്രമാണ്; ഇത്തരം മന:സ്ഥിതിയിലുള്ളപ്പോൾ അല്ല.

പത്തൊൻപത്

'**ക**ണ്ടെത്തലിൽ' ഞാൻ രോമാഞ്ചം കൊണ്ടു, അതുപോലെ വിവരാണാതീതമായ ഒരാനന്ദവും എന്നിലുണ്ടായി. ഒപ്പം വിചിത്രമായ ഒരു പേടി. തൊട്ടുപുറകെ, ഉന്മത്തമായ ധൈര്യവും എനിക്ക് തോന്നാതിരുന്നില്ല.

മുമ്പൊരിക്കൽ ഒരു കൊലയാളിയെപ്പോലെ ഞാൻ ചിന്തിച്ചിരുന്നു. ഒരിക്കലും കണ്ടുപിടിക്കാൻ ഇടവരാത്ത വിധത്തിൽ പുതിയ രീതിയിലായിരിക്കണം കൊല്ലുന്നതെന്ന് മനസിലുറപ്പിച്ചതും കൊല്ലാതെ കൊല്ലണമെന്ന് വിചാരിച്ചതും എന്റെ ഓർമയിലെത്തി.

കണ്ടുപിടിക്കാൻ ഇടവരാത്ത കൊലകളിൽ രണ്ടുരീതികളുണ്ട്. കൊല്ലപ്പെട്ട വ്യക്തിക്ക് അത് കൊലയാണെന്നറിയാൻ വയ്യാത്ത കൊലയും, തന്റെ കൊലയാളി ആരാണെന്ന് കൊല്ലപ്പെട്ടവൻ മനസിലാക്കിയിരുന്ന കൊലയും.

തന്റെ കൊലയാളി ആരെന്നറിഞ്ഞിട്ടും അത് പറയാതെ മരിച്ചവരുണ്ടാകും. കാരണം, ജീവൻ പോകും മുമ്പ് തന്റെ ഘാതകനെ കണ്ടിരിക്കാമെങ്കിലും അത് പറയാൻ വയ്യാത്ത സ്ഥിതിയിലായിരിക്കണമല്ലോ അപ്പോൾ അയാൾ.

മരിക്കാനിടയാക്കിയ പ്രഹരത്തിന്റെയും കൊലയ്ക്കിരയായവന്റെ ജീവഹാനിയുടെയും ഇടവേളയിൽ അവനെ ഏതുപേരിൽ വിളിക്കണം?... കൊല്ലപ്പെട്ടിരിക്കുന്നു. മരിക്കുമെന്നത് തീർച്ച; പക്ഷേ, ഇനിയും മരിച്ചിട്ടില്ല എന്ന് സാമാന്യമായി അവനെപ്പറ്റി പറയാമെന്ന് തോന്നുന്നു. ആ സ്ഥിതിയിലയാൾ ജീവിച്ചുമില്ല. മരിച്ചിട്ടുമില്ല എന്നർഥം. ഇപ്പോൾ എന്റെ മുന്നിലുള്ള ചോദ്യമിതാണ്. ആ ഇടവേളയ്ക്ക് എത്ര ദൈർഘ്യമുണ്ടാകും? അംബരചുംബിയായ ടെറസിൽനിന്ന് ഞാനവനെ തള്ളുകയാണെങ്കിൽ അതായിരിക്കും ഏറ്റവും കുറഞ്ഞ സമയം. വെറും ഒന്നോ രണ്ടോ സെക്കറന്റുകൾ മാത്രം.

ഏറ്റവും നീണ്ടതായാലോ?

അത് ഒരു ജീവിതം മുഴുവൻ ആകാമല്ലോ. ഒരു മനുഷ്യന്റെ കണ്ണു

കളും കൈകളും നാക്കും പറിച്ചെടുത്താൽ അയാൾക്ക് തന്റെ കൊലയാളിയെ ഒരിക്കലും കണ്ടുപിടിക്കാൻ സാധ്യമല്ല. ഇതൊരു വിചിത്രവധമായി തോന്നുന്നുവെങ്കിൽ തലച്ചോറിന്റെ ഏതെങ്കിലുമൊരു ഭാഗത്തെ പ്രവർത്തനരഹിതമാക്കാവുന്നതാണ്.

അങ്ങനെ മരിച്ച അല്ലെങ്കിൽ കൊല്ലപ്പെട്ട എത്രയോ വ്യക്തികൾ നമുക്ക് ചുറ്റും കഴിയുന്നുണ്ട്. തങ്ങളുടെ കൊലയാളിയോ കൊലയാളികളോ ആരെന്ന് അവർക്കറിയാം. പക്ഷേ, പറയില്ല.

സന്തോഷിക്കാൻ വകയുള്ളതായിരുന്നു എന്റെ ഗവേഷണം. മാത്രമല്ല ഇതേ സംബന്ധിച്ച് ഇനിയും കൂടുതൽ ചിന്തിക്കാനുണ്ടെന്നും തോന്നി. ഞാൻ 'കണ്ടെത്തലി'ന്റെ വ്യഗ്രതയിൽ കഴിയവെ, ഒരുദിവസം വൈകുന്നേരം രാകേശ് വീട്ടിൽ വന്നു.

അപ്പോൾ അൻവർ എത്തിയിരുന്നില്ല.

"അയാം ത്രിൽഡ്" സന്തോഷാധിക്യത്താൽ ഞാൻ പറഞ്ഞുപോയി.

"ങും...?"

"ബൈ എ ഡിസ്കവറി."

"എന്താണത്?"

"ഗസ്സ്" ഞാൻ പറഞ്ഞു.

"ഒന്നും തോന്നുന്നില്ലല്ലോ."

കുറഞ്ഞൊരു ആലോചനയ്ക്കുശേഷം ഞാൻ പറഞ്ഞു:

"ഇത്രയും കൊല്ലങ്ങൾക്കിടയിൽ നടക്കാത്തൊരു കാര്യം ഇപ്പോൾ നടന്നതുപോലെ തോന്നുന്നു."

അപ്പോഴും അവന് കാര്യം മനസിലായില്ല.

"താനൊരു മണ്ടൻ, തനിക്ക് ഐ എ എസിന് സെലക്ഷൻ കിട്ടുന്ന കാര്യം സംശയമാ." ഞാൻ ചിരിച്ചുകൊണ്ടു പറഞ്ഞു.

"നിങ്ങളുടെ വാക്ക് വല്ലാത്തൊരു കടങ്കഥ പോലുണ്ടല്ലോ."

"ഒരു വ്യക്തിയെ സംബന്ധിച്ച കടങ്കഥ പരിഹരിക്കപ്പെട്ടാൽത്തന്നെ അതേ വ്യക്തി മറ്റൊരാൾക്ക് ഒരു കടങ്കഥയാവാറുണ്ട്."

"ഏത് കടങ്കഥയാണ് പരിഹരിക്കപ്പെട്ടത്?" അവൻ ചോദിച്ചു.

"കഴിഞ്ഞ പന്ത്രണ്ട് കൊല്ലമായി പരിഹരിക്കപ്പെടാതിരുന്ന കടങ്കഥ."

രാകേശിനുണ്ടായ ആശ്ചര്യം ചിന്തയായി പരിണമിക്കുകയാണ്.

"ഇത് തീരെ പ്രതീക്ഷിക്കാത്ത ഒന്നല്ല കേട്ടോ. കുഞ്ഞ് പെണ്ണാണെന്ന് തോന്നുന്നു."

ചിന്തയിൽ നിന്നുണർന്ന രാകേശിന്റെ മുഖത്ത് തൽക്ഷണം ഒരു ഗാംഭീര്യഭാവം സ്ഫുരിക്കുന്നത് കണ്ടു.

"ഞാനെന്നും ആശിച്ചുകൊണ്ടിരുന്നത് ഒരു പെണ്ണിനെയാണ്. കുഞ്ഞ് തീർച്ചയായും പെണ്ണുതന്നെയായിരിക്കും." ഞാൻ ആഹ്ലാദത്തോടെ പറഞ്ഞു.

രാകേശ് ഒന്നും മിണ്ടിയില്ല. അവൻ നിലത്ത് നോക്കി ഇരിക്കുകയാണ്.

"എന്താ ആലോചിക്കുന്നത്?" ഞാൻ ചോദിച്ചു.

അവൻ പിന്നെയും മൗനമായി ഇരുന്നതേയുള്ളൂ.

"പറയില്ലേ." ഞാൻ നിർബന്ധിച്ചു.

"എന്തോ ഒരു തുമ്പ്കേട്."

"പേടിയാണോ?"

"അതെ, ചെറിയതോതിൽ. എന്തായിരിക്കും അൻവറിന്റെ പ്രതികരണം?"

"ഹു കേർസ്? ഒരുകാര്യം അവനറിയാം; എനിക്കും."

"എന്തുകാര്യം?"

"എനിക്ക് അമ്മയാകാൻ കഴിയും, അവന് അച്ഛനാകാൻ കഴിയില്ല. പക്ഷേ, ഈ കാര്യം അവനെന്നോട് പറഞ്ഞിട്ടില്ല. ഞാൻ അവനോടും പറഞ്ഞിട്ടില്ല. ഇത്തരം പരിത:സ്ഥിതികളിൽ സമൂഹത്തിന്റെ നിലപാട് ഏതുകാര്യത്തിലുള്ളതാണെന്ന് അറിയുമോ? അജ്ഞതയുടെ അടിത്തറയിന്മേലാണ് സമൂഹം ഇന്ന് നിലയുറപ്പിച്ചിരിക്കുന്നത്. ആ സമൂഹം സ്ത്രീയെ മച്ചി എന്ന് വിളിച്ച് അവഹേളിക്കുകയാണ്. അതേസമയം പുരുഷനെ വിളിക്കേണ്ടത് ഏതുപേരാണെന്ന് സമൂഹത്തിനറിഞ്ഞുകൂട. അതിന് പറ്റിയ പദം സമൂഹം കണ്ടെത്തിയിട്ടുമില്ല. പുരുഷ പ്രധാനമാണല്ലോ സമൂഹം. സ്ത്രീയുടെ കണ്ഠത്തിൽനിന്ന് പുറത്തുവരുന്നത് പുരുഷന്റെ ശബ്ദവും ആശയങ്ങളുമാണ്. മച്ചി എന്നത് അവഹേളനമല്ല. ഒരു സാങ്കേതികപദം മാത്രമാണെങ്കിൽ ഇറ്റ് ഷുഡ് നോട്ട് ബി യൂസ് ഫോർ ദ റോങ് പേഴ്സൺ. മച്ചി എന്ന വാക്ക് പുല്ലിംഗമായും ഉപയോഗിച്ചുകൂടെ...?"

"നിങ്ങളുടെ വാദം ശരിയാണ്."

"നിനക്ക് എന്ത് തോന്നുന്നു?"

"എനിക്കും അങ്ങനെതന്നെ തോന്നുന്നു" അവൻ പുഞ്ചിരിക്കാൻ ശ്രമിച്ചു.

"എങ്ങനെ?"

"ദി ഫുൾഫിൽമെന്റ് ഓഫ് ദ മേരീഡ് ലൈഫ് ഈസ് പേരൻഹുഡ്. ഹി നോസ് ഹി കാണ്ട് അറ്റെൻ ഇറ്റ് ആന്റ് ഹി കാണ്ട് മെയ്ക്ക് യു അറ്റൈൻ ഇറ്റ്. ആന്റ് ദാറ്റ് കോസസ് എ സൈക്കോളജിക്കൽ സീക്കിനസ്. സുന്ദരിയായ ഭാര്യയെ ബന്ധനത്തിൽ വച്ച്, കണ്ണിൽക്കണ്ട ഒരു പെണ്ണിനെ കെട്ടിപ്പുണരാൻ വെമ്പുന്നതും ആ രോഗത്തിന്റെ ലക്ഷണങ്ങളിലൊന്നാണ്" പറഞ്ഞുനിർത്തിയ രാകേശിന്റെ മുഖം സന്തോഷം കൊണ്ട് വികസിച്ചു.

"ശരി, നിനക്ക് ഐ എ എസിൽ സെലക്ഷൻ തീർച്ചയായി" ഞാൻ ചിരിച്ചുകൊണ്ട് പറഞ്ഞു.

അവനും ചെറുതായൊന്ന് ചിരിച്ചു.

"നമുക്ക് വിവാഹിതരാകാം എന്താ?"

എന്റെ അഭിപ്രായം കേട്ട രാകേശ് വല്ലാതെ പരിഭ്രമിച്ചതുപോലെ തോന്നി.

"ഭയന്നോ? ഞാനൊരു തമാശ പറഞ്ഞതാ. ങാ... പിന്നെ, നിന്റെ ഐ എ എസ് റിസൾട്ട് എന്ന് വരും?"

"മിക്കവാറും ഈ മാസംതന്നെ കാണും."

"സെലക്ഷൻ കിട്ടിയാൽ വിവരം പറയാതെ പോകില്ലല്ലോ?"

"ഇതെന്തൊരു ചോദ്യം?"

"വെറുതെ ചോദിച്ചു."

"വിചിത്രമായതൊന്നും സംഭവിച്ചിട്ടില്ല രാകേശ്. ചിലപ്പോൾ ഇങ്ങനെയും സംഭവിക്കാറുണ്ട്. ഇതിൽ ഒരു തെറ്റുമില്ലെന്ന അഭിപ്രായക്കാരിയാണ് ഞാൻ."

"നിങ്ങൾക്ക് ഒരു പേടിയുമില്ലേ?"

"എന്ത് പേടി?"

"അൻവറിന്റെ കാര്യത്തിൽ...?"

"രാകേശ് ഞാൻ എന്തിനും ഒരുക്കമാണ്. മരിക്കാൻ എനിക്ക് ഭയമില്ല. ജീവിക്കാൻ പേടിയുമില്ല. അൻവർ എന്നെ കൊല്ലാൻ ആഗ്രഹിക്കുന്നുവെങ്കിൽ, വേണ്ടുന്ന ആയുധം നൽകാനും ഞാൻ തയാറാണ്. ഈ സമൂഹത്തിന്റെ വാക്കുകളിലോ നിബന്ധനകളിലോ ഒന്നുംതന്നെ ഞാൻ വിശ്വസിക്കുന്നില്ല. ഇഫ് ഐ ലിവ് ഐ വിൽ ലീവ് അസ് എ മദർ. ഇഫ് ഐ ഡൈ ഐ ഡൈ" ഞാൻ ആവേശപൂർവം പറഞ്ഞു.

രാകേശ് ഒന്നും പറഞ്ഞില്ല.

"രാകേശ് നിന്റെ സന്തോഷത്തിനായി ഞാൻ ഒരു വാക്ക് പറയേണ്ടിയിരിക്കുന്നു."

"എന്താണത്?"

"ഒക്കെ മറന്നേക്കൂ."

"അതിന്റെ ആവശ്യം?"

"ഇതൊക്കെ വെറും നിസ്സാര സംഗതികൾ."

ഞാൻ പുഞ്ചിരിച്ചു.

അവൻ മിണ്ടിയില്ല.

"അൻവറും മഹേശും വമ്പ് പറയുന്നത് നീ കേട്ടിരുന്നോ?"

"കുറച്ചൊക്കെ."

"നീയും അതുപോലെ പറയണമെന്നില്ല കേട്ടോ."

രാകേശ് മുഖംകുനിച്ച് ഇരിക്കുകയാണ്.

"വിൽ യു ലൗവ് യുവർ വൈഫ്."

"എന്ന് ചോദിച്ചാൽ...?"

"യു മസ്റ്റ് ലൗ യുവർ വൈഫ്."

ഞാനെന്തൊക്കെയാണ് പുലമ്പിയതെന്ന് എനിക്ക് നിശ്ചയമില്ല. ആകുല ചിത്തയായ ഞാൻ സ്വയം നിയന്ത്രിച്ചുകൊണ്ട് മൗനമായി ഇരുന്നു.

രാകേശ് ആലോചനയിൽ മുഴുകിയിരിക്കുകയാണ്. വാതിൽ തുറന്ന നിലയിലാണ് ഉള്ളത്. പെട്ടെന്ന് അൻവർ കയറിവന്നു.

അൻവറെ കണ്ടപ്പോൾ രാകേശിന്റെ മുഖം വല്ലാതെ മങ്ങിപ്പോയി. അവൻ പണിപ്പെട്ട് പുഞ്ചിരിച്ചു. അപ്പോഴത്തെ ആ ഭാവപ്പകർച്ച അൻവർ കണ്ടിരിക്കുമോ? എനിക്ക് സംശയമായി.

"ഹലോ രാകേശ്! എപ്പോൾ വന്നു?"

"ഇപ്പോൾ എത്തിയതേയുള്ളൂ."

പതറിയ സ്വരത്തിലാണ് അവൻ ഉത്തരം പറഞ്ഞത്. എങ്കിലും ആ വൈകാരിക ഭാവത്തെ അവൻ സമർഥമായി കൈകാര്യം ചെയ്തു.

അൻവർ പൊടുന്നനെ ഒന്ന് തിരിഞ്ഞ് എന്നെ ശ്രദ്ധിക്കുകയായിരുന്നു, സ്വയം പരാജിതനായപോലെ.

ഭാവവികാരങ്ങളെ വെളിപ്പെടുത്താതിരിക്കുന്ന കാര്യത്തിൽ സൽമ അതിസമർഥയാണ്. ഇത്രകാലവും അവൾ ചെയ്തുവന്നത് അതുതന്നെയല്ലേ? എന്റെ മുഖത്തുണ്ടായിരുന്നത് വെറും പുഞ്ചിരിമാത്രമായിരുന്നു.

ഞാൻ തെല്ല് ഗൗരവത്തിൽ എഴുന്നേറ്റ് ചായ ഉണ്ടാക്കാനായി അകത്തേക്ക് ചെന്നു.

ഷൂ ഊരിവച്ച് ബെഡ്റൂമിലേക്ക് കടന്ന അൻവർ ടൈ മാത്രം അഴിച്ചുമാറ്റി ബാത്ത്റൂമിലേക്ക് ചെന്ന് തിരിച്ചെത്തി.

അപ്പോഴേക്കും ചായ തയാറായി.

ചായ കഴിച്ചുകൊണ്ടിരിക്കെ ആരും ഒന്നും സംസാരിച്ചില്ല. സഭ്യതയെ ഓർത്ത് സൽമയ്ക്ക് വല്ലതും പറയാമായിരുന്നു. പക്ഷേ, അങ്ങനെയുള്ള പേടിയൊന്നും അവൾക്കില്ല. പ്രത്യേകമായ ഒരു സന്തോഷത്താൽ ചായക്കോപ്പ ആദ്യം കാലിയാക്കിയതും അവൾ തന്നെ.

ചായയ്ക്കുശേഷം രണ്ടുനിമിഷമേ രാകേശ് ഇരുന്നുള്ളൂ.

"ഞാൻ വരട്ടെ" അവൻ വിനയപൂർവം പറഞ്ഞു. എന്നിട്ട് മന്ദം ഇറങ്ങിപ്പോയി. അത് പറയുമ്പോൾ അവൻ നോക്കിയത് എന്റെ മുഖത്തായിരുന്നു, പിന്നെ അൻവറിനെയും.

രാകേശിന്റെ ഹൃദയത്തിൽ എന്തോ ആശങ്കകളും പേടിയും കടന്നുകൂടിയിട്ടുണ്ടെന്ന് എനിക്ക് തോന്നി. അത് എന്നെക്കുറിച്ചുള്ളതാകാം.

ഇരുപത്

രാകേശ് പോയശേഷം അൻവർ എന്നെയൊന്ന് നോക്കി. തുളച്ചുകയറുന്ന നോട്ടം. പിന്നെ ഗംഭീരഭാവത്തിൽ ഒരു ചോദ്യവും.

"അവനെന്തിനാ ഈയിടെയായി ഇടയ്ക്കിടെ ഇങ്ങോട്ട് വന്നുകൊണ്ടിരിക്കുന്നത്?"

"എന്തോ എനിക്കറിയില്ല" ഞാൻ പറഞ്ഞു.

"അതും ഞാനില്ലാത്തപ്പോൾത്തന്നെ?"

"അങ്ങനെ പ്രത്യേകിച്ചൊന്നും ഉദ്ദേശിച്ചിരിക്കില്ല."

"കോളേജിൽവച്ച് അവന്റെ പെരുമാറ്റം എങ്ങനെ?"

"എന്നുപറഞ്ഞാൽ?"

"അവൻ നിന്റെ സൗന്ദര്യത്തിൽ ആകൃഷ്ടനായതുപോലെ ചിലപ്പോൾ എനിക്ക് തോന്നിയിട്ടുണ്ട്. അത്തരത്തിൽ വല്ലതും..." ക്ഷമ യറ്റതുപോലെ അൻവർ വീണ്ടും ചോദിച്ചു. "നീയും അവനുമായുള്ള ബന്ധം?"

"എന്റെ സഹപ്രവർത്തകൻ എന്ന ഒരു ബന്ധം."

"അത് കോളേജിൽ."

"അത് ശരി. അപ്പോൾ ഞാനും അവനുമായുള്ള ബന്ധം ഇവിടെ എങ്ങനെയാണെന്ന്?" ഞാൻ പൊട്ടിച്ചിരിച്ചു.

"എന്താ ചിരിക്കുന്നത്?" ക്രോധവും വിസ്മയവും കൂടിക്കലർന്ന സ്വരത്തിൽ അവൻ ചോദിച്ചു.

"ബന്ധമെന്ന് പറഞ്ഞില്ലേ അതോർത്തിട്ടാ.."

"എന്താണതിൽ ചിരിക്കാനുള്ളത്?"

"ബന്ധമൊന്നുമില്ലെന്നതും ഒരു ബന്ധമല്ലേ?"

"അതിന്റെ അർഥം?"

"വിശ്വാസം ഇല്ലാ എന്നതും ഒരു വിശ്വാസം തന്നെയല്ലേ?"

"ലെക്കില്ലാതെ സംസാരിക്കരുത്."

"അവനും നിങ്ങളെപ്പോലെ ഒരു മനുഷ്യനാണ്."

ഭാവം മാറ്റിക്കൊണ്ട് കുറച്ച് കടുത്തസ്വരത്തിൽ തന്നെ ഞാൻ പറഞ്ഞു.

ഒരാലോചനയ്ക്കുശേഷം അൻവർ തുടർന്നു.

"അവനെയൊന്ന് താക്കീത് ചെയ്താലെന്തെന്ന് ആലോചിക്കുക യാണ്. അത് നിനക്കാവില്ലെങ്കിൽ..."

"അതിന്റെ ആവശ്യമുണ്ടോ?"

"എന്തുകൊണ്ടില്ല?"

"താമസിയാതെ അവൻ പോകുമെന്നാണ് തോന്നുന്നത്."

"എങ്ങോട്ട്?

"അവന് ഐ എ എസിന് സെലക്ഷൻ കിട്ടാൻ സാധ്യതയുണ്ട്."

"ആ പറച്ചിൽ തുടങ്ങിയിട്ട് മാസം ആറായല്ലോ. ഡു യു തിങ്ക് ഹി വിൽ ഗറ്റ് ഇറ്റ്"? "ഐ തിങ്ക് ഹീ ഹാസ് ഹോട്ട് ഇറ്റ്." പുഞ്ചിരിച്ചുകൊണ്ട് ഞാൻ പറഞ്ഞു.

"അങ്ങനെ അവൻ നിന്നോട് പറഞ്ഞോ?"

"ഏതാണ്ട് പറഞ്ഞു."

"അതെന്താ നിന്നോട് മാത്രം. ഒരു പാവയെപ്പോലെ കുറേനേരം ഇവിടെയിരുന്നല്ലോ. എന്തേ എന്നോടൊന്നും പറഞ്ഞില്ല?"

അവൻ പറഞ്ഞത് വെറും ബാലിശമാണെന്ന് തോന്നിയതിനാൽ ഞാൻ ചിരിച്ചുപോയി.

"എന്താ വീണ്ടും ചിരിക്കുന്നത്?" ദേഷ്യത്തിലാണ് ചോദ്യം.

"ഈ ആണുങ്ങളെന്താ ഇങ്ങനെയെന്നോർത്തിട്ടാ."

"എങ്ങനെ?"

"ഒരു പുരുഷനെ ചൂണ്ടിക്കാണിച്ചുകൊണ്ട് സ്വന്തം ഭർത്താവിനോട് നോക്കൂ, 'എത്ര സുന്ദരൻ' എന്ന് പറയാൻ എത്ര സ്ത്രീകൾക്ക് സാധിക്കും?" ഇത് പറഞ്ഞ് ഞാൻ പതുക്കെ ചിരിച്ചു.

"ഒരു സ്ത്രീയെ ചൂണ്ടിക്കാണിച്ച്, സ്വന്തം ഭാര്യയോട് 'ഹാ എത്ര സുന്ദരി' എന്ന് പറയാൻ എത്ര പുരുഷന്മാർക്ക് കഴിയും?"

"ഒരുപക്ഷേ, നിങ്ങൾക്ക് കഴിഞ്ഞെന്നുവരും" ഞാൻ പൊട്ടിച്ചിരിച്ചു.

"ബികോസ് അയാം ബ്രോഡ് മൈന്റ്റ്."

"അങ്ങനെയാണെങ്കിൽ സകലതും ബന്ധത്താലാണെന്ന് നിങ്ങൾ ധരിക്കുന്നതും ശരിയല്ല" ഗൗരവത്തിൽത്തന്നെ ഞാൻ പറഞ്ഞു.

അവൻ ഒന്നും മിണ്ടിയില്ല.

* * *

ഇഫ്തിക്കറുടെ കത്ത് വീണ്ടും വന്നു. കൂടെ സ്പോൺസർഷിപ്പ് ലറ്ററും. അപ്പോയിന്റ്മെന്റ് ലറ്ററുമുണ്ട്. ജോലി സംബന്ധമായ എല്ലാ കാര്യങ്ങളും ശരിപ്പെടുത്തിയിട്ടുണ്ടെന്നും ധൈര്യമായി പുറപ്പെടാമെന്നും റിസൈൻ ചെയ്യാതെ ഒരുമാസം അവധിയെടുത്താൻ മതിയെന്നും കത്തിൽ പറയുന്നു. നീ ഇവിടെ എത്തിച്ചേർന്നാൽ മതിയെന്നും സൽമ യെക്കൂടി കൊണ്ടുവന്നാൽ അവൾക്കും ജോലി ലഭിക്കാൻ വേണ്ടത് കൂടി ചെയ്തിട്ടുണ്ടെന്നും തുടർന്ന് എഴുതിയിട്ടുണ്ട്.

കത്ത് സൽമയെ കാണിച്ചുകൊണ്ട് അൻവർ പറഞ്ഞു: "ഏതാ യാലും മെയ് രണ്ടാമത്തെ ആഴ്ച പുറപ്പെടാം. ഇപ്പോൾ വെക്കേഷനാ ണല്ലോ. ജൂൺമാസം മുഴുവൻ ലീവെടുത്തേക്കൂ. നമ്മൾ രണ്ടുപേരും ഒരുമിച്ച് പോകുന്നതാണ് നല്ലത്. പിന്നീട് നീ തനിച്ച് വരുന്നത് ബുദ്ധിമു ട്ടായേക്കും. സംഗതിവശാൽ അവിടെ വല്ല കുഴപ്പമോ മറ്റോ അനുഭവപ്പെ ടുകയാണെങ്കിൽ ലീവ് തീരും മുമ്പ് തിരിക്കുകയും ചെയ്യാം. ഇഫ്ത്തി ക്കർ ഇത്രയും ഉറപ്പുതന്ന സ്ഥിതിക്ക് ഒന്നും പേടിക്കാനില്ല."

"ഞാൻ വരാതിരുന്നാലെന്താ?" സൽമ താൽപ്പര്യമില്ലാത്തതുപോലെ പറഞ്ഞു.

"നിനക്കും ഉദ്യോഗം ലഭിക്കുമെന്ന് എഴുതിയിട്ടുണ്ടല്ലോ?"

"എനിക്കതിഷ്ടമില്ല. ഈ ഉദ്യോഗം മതി."

"കുറേക്കാലമായി നമ്മൾ രണ്ടുപേരും അധ്വാനിക്കുന്നു. എന്തുനേ ട്ടമാണുള്ളത്? മാസത്തിൽ ഒരു അഞ്ഞൂറ് രൂപപോലും നമുക്ക് മിച്ചം വയ്ക്കാൻ കഴിയുന്നുണ്ടോ? അവിടെ ഒരു നാലഞ്ചുകൊല്ലം ജോലി ചെയ്തശേഷം ഇവിടെവന്ന് സുഖമായി കഴിയുന്നതല്ലേ നല്ലത്?

"രാജ്യം വിട്ടുപോകുന്നതിൽ എനിക്ക് ഒട്ടുംതന്നെ താൽപ്പര്യമില്ല."

"ഇവിടെത്തന്നെ ചടഞ്ഞുകൂടിയാൽ തലനിറയെ ഇത്തരം ആലോ ചനകളേ ഉണ്ടാകൂ. കിണറ്റിലെ തവളയെപ്പോല."

"ഒരുപാട് സമ്പാദിക്കാൻ കഴിഞ്ഞെന്ന് വരും. പക്ഷേ, ഈ സൈര്യവും സമാധാനവും അവിടെക്കിട്ടാൻ പോകുന്നില്ല."

"അതൊക്കെ തോന്നലാണ്."

"തോന്നലൊന്നുമല്ല. അവിടം വെറുമൊരു മണൽക്കാടല്ലേ; എണ്ണ കൊണ്ട് മാത്രമാണ് അതും നേടാനായത്. വെള്ളവും മണ്ണുംകൂടി ഇറക്കുമതി ചെയ്താണത്രെ അവിടത്തെ ജീവിതം. പോരാത്തതിന് അതിവിചിത്രങ്ങളായ നിയമങ്ങളും."

"നമ്മളെന്താ അവിടെ സ്ഥിരതാമസത്തിനാണോ പോകുന്നത്? ഏറിയാൽ ഒരഞ്ചുകൊല്ലം."

"മാസംതോറും പതിനായിരങ്ങൾ ശമ്പളംപറ്റി ലക്ഷങ്ങളാക്കാനുള്ള ധ്യാനത്തിൽ മുഴുകി കഴിയുകയാണ് അവിടെ നമ്മുടെ ആളുകൾ. അവർ സ്വദേശത്തേക്ക് തിരിക്കുന്ന കാര്യംപോലും വെറും വാക്കായി കലാശിക്കുകയാണെന്നും അറിയാൻ കഴിഞ്ഞു."

"ഇതൊക്കെ നീയെങ്ങനെ മനസിലാക്കി?"

"ഞാനെന്താ കൊച്ചുകുഞ്ഞാണോ? അല്ലെങ്കിൽ അക്ഷരമറിയാത്തവളാണോ? പല കാര്യങ്ങളും നിങ്ങൾ മനസിലാക്കുന്നുണ്ടല്ലോ? അതുപോലെ ഞാനും മനസിലാക്കുന്നു."

"അതെന്തോ ആകട്ടെ. എന്റെ കൂടെ നീയും വരണം. നീ ഇല്ലാതിരുന്നാൽ ദിവസംപോക്കാൻ എനിക്ക് വിഷമമായേക്കും."

"അതൊന്നും വേണ്ടിവരില്ല. സൗദി അറേബ്യയല്ലേ, അവിടെയുണ്ടോ പെണ്ണുങ്ങൾക്ക് ക്ഷാമം?"

അൻവർ അമ്പരപ്പോടെ എന്റെ മുഖത്തേക്ക് നോക്കി. സൽമ തന്നെയാണോ ഇതൊക്കെ പറയുന്നത് എന്ന് അവൻ അത്ഭുതപ്പെടുകയാവാം.

"പുതിയ പുതിയ കാര്യങ്ങളാണല്ലോ ഇന്ന് നീ സംസാരിക്കുന്നത്" അൻവർ പറഞ്ഞു.

"എനിക്കും ആദ്യമൊക്കെ ഇതെല്ലാം അതിവിചിത്രങ്ങളായി തോന്നിയിട്ടുണ്ട്."

"നിന്നോട് ആരാ ഇത്ര വിസ്തരിച്ച് അവിടത്തെ കാര്യങ്ങൾ പറഞ്ഞത്?"

"രണ്ടുകൊല്ലക്കാലം സൗദി അറേബ്യയിൽ ജോലിചെയ്ത് തിരിച്ചെത്തിയ ഒരു ലക്ചററുണ്ട്. ഞങ്ങളുടെ കോളേജിൽ."

"സ്ത്രീയോ പുരുഷനോ?"

"പുരുഷൻ."

"അയാൾ ഇത്തരം വിഷയങ്ങളെപ്പറ്റി നിന്നോട് പറഞ്ഞെന്നോ?"

അവന്റെ അസൂയയും സംശയവും ഫണമുയർത്താൻ തുടങ്ങി.

"ഛെ! ഛെ! പറഞ്ഞത് അയാളുടെ ഭാര്യയാ. കോളേജിന്റെ അടുത്താണ് അവരുടെ വീട്."

"അറേബ്യയെക്കുറിച്ച് അൽപ്പമൊന്ന് മനസിലാക്കാൻവേണ്ടി ഒന്നുരണ്ടുതവണ അവിടെ ഞാൻ പോയിരുന്നു."

"അത് നീ ഇതുവരെ എന്നോട് പറഞ്ഞില്ലല്ലോ?"

"പറഞ്ഞില്ല. നിങ്ങൾ എല്ലാം എന്നോട് പറയാറുണ്ടോ? പറയാതിരിക്കാൻ മറ്റൊരുകാരണവും കൂടിയുണ്ട്."

“ങും...?”

“അവൾക്ക് നന്നേ ചെറുപ്പം. കൂടാതെ എന്നേക്കാൾ സുന്ദരിയും. അതുകൊണ്ട് നിങ്ങൾ അവിടെങ്ങാനും ചെന്ന് അവളുടെ സൗന്ദര്യത്തിൽ ഭ്രമിക്കേണ്ടെന്നു തോന്നി അത്രേയേയുള്ളൂ.”

‘സൽമാ നീ കടന്ന് സംസാരിക്കുന്നു.”

“അന്ന് ഹംസരാജമേത്തയുടെ ഭാര്യയോട് നിങ്ങൾ പെരുമാറിയ രീതി ഞാൻ മറന്നിട്ടില്ല.”

“ങാ, ആ വിഷയം വിടൂ. നിന്നെ ഞാൻ എത്രമാത്രം സ്നേഹിക്കുന്നുണ്ടെന്ന് എനിക്കേ അറിയൂ. പക്ഷേ, ഒരു കാര്യം ഐ വർഷിപ്പ് ബ്യൂട്ടി. അതുതന്നെയാണ് എന്റെ വീക്ക്നസ്. അയാം അട്രാക്റ്റഡ് ഓൾ ദാറ്റ് ഈസ് ബ്യൂട്ടിഫുൾ. അത് സ്ത്രീയായിരിക്കാം, പൂവായിരിക്കാം. അല്ലെങ്കിൽ ഒരു സുന്ദരചിത്രമോ ശിൽപ്പമോ ആയിരിക്കാം. ഞാൻ നിന്നെ, നിന്റെ സൗന്ദര്യത്തെ ആരാധിക്കുന്നവനാണ്.”

“ഒരു ആരാധനയുടെ സ്വഭാവം എന്തെന്ന് എനിക്ക് നല്ലതുപോലെ അറിയാം. അതുകൊണ്ട് അതേപ്പറ്റി പറയാതിരിക്കുന്നതാണ് ഭേദം.”

“ഇന്റലക്ചൽ ആയ പലർക്കും ഇങ്ങനെ സംഭവിക്കാറുണ്ട്.”

“ഇന്റലക്ചൽ എന്നതിന്റെ അർഥം എംകോം, എൽ എൽ ബി, പി എച്ച് ഡി എന്നാണോ?” സൽമ പൊട്ടിച്ചിരിച്ചു.

“സൽമാ നിനക്ക് എന്തുപറ്റി, ഭ്രാന്തുണ്ടോ? എന്നെ നീ അവഹേളിക്കുകയാണ്” അൻവർ ആശ്ചര്യത്തോടെ പറഞ്ഞു.

“അല്ല ആരാണ് ഇന്റലക്ചൽ? വഴിയേ കാണുന്ന സാരിത്തുമ്പിന്റെ പിന്നാലെ പോകുന്നവരാണോ? സംശയമുണ്ട്. നിങ്ങളുടെ ഡിഗ്രിയെപ്പറ്റി പറഞ്ഞത് നേരമ്പോക്കുമാത്രം. എങ്കിലും ഒന്നുപറയാം. ഇന്റലക്ചൽ എന്ന് പറയാവുന്നവർക്ക് ഇങ്ങനെ സംഭവിക്കാറുണ്ടെന്നത് എനിക്കജ്ഞാതമാണ്. കലാകാരന്മാരായ ചിലർക്ക് അങ്ങനെ സംഭവിച്ചിട്ടുണ്ടെന്ന് അവരുടെ ജീവചരിത്രം വായിച്ചാലറിയാം.”

“കലാകാരന്മാരും ഒരുതരത്തിൽ ഇന്റലക്ചൽ തന്നെയല്ലേ?”

“ആയിരിക്കാം. പക്ഷേ, അങ്ങനെ എണ്ണപ്പെടുന്നവരെല്ലാം കലാകാരന്മാരാണോ? അവർക്കിടയിൽ കലയെ കൊലചെയ്യുന്നവരുമുണ്ട്. മാനഭംഗപ്പെടുത്തുന്നവരുണ്ട്. മാത്രമല്ല, കലയെ ചുട്ടെരിച്ച് അതിൽ കിഴങ്ങ് ചുട്ടെടുക്കുന്നവരും അതിനെ ഉന്മൂലനം ചെയ്യുന്നവരുമുണ്ട്. ഇതുപോലെ ഏതെല്ലാം തരക്കാർ.”

സൽമ അനർഗളമായി സംസാരിക്കുകയാണ്.

ഒരുനിമിഷം മിണ്ടാതിരുന്ന അൻവർ വിഷയം മറ്റൊനെന്ന പോലെ പറഞ്ഞു: “രണ്ടാഴ്ചയ്ക്കകം യാത്രതിരിക്കാൻ തീരുമാനിച്ചിരിക്കുകയാണ് കേട്ടോ. ഒരുങ്ങിക്കോളൂ. നീയും എന്റെ കൂടെ വരണം. വേണമെങ്കിൽ നമുക്ക് നിന്റെ ഉമ്മയെ ഒന്ന് കണ്ടുവരാം. എന്താ?”

സൽമ ഊമയെപ്പോലെ ഇരുന്നതേയുള്ളൂ.

ഇരുപത്തിയൊന്ന്

പാസ്പോർട്ടും വിസയും ശരിയായി. ഇനി പുറപ്പെടുന്ന ദിവസം നിശ്ചയിച്ച് ടിക്കറ്റെടുക്കണം. അതുമാത്രമേ ബാക്കിയുള്ളൂ.

മഹേശ് ഞങ്ങൾക്കുവേണ്ടി യാത്രയയപ്പ് സൽക്കാരത്തിന് ഏർപ്പാട് ചെയ്തു. ക്ഷണിക്കാനായി മഹേശിനു പുറമെ ശീലയും ശൈലേശും വന്നു. ഒപ്പം പിങ്കുനായയും.

"പോകാനുള്ള ഒരുക്കങ്ങളെല്ലാം പൂർത്തിയായോ? ശീല ചോദിച്ചു.

"ഓ മിക്കവാറും പൂർത്തിയായി. പക്ഷേ, സൽമ ഇപ്പോഴും അർധ മനസിലാണ്" അൻവർ പറഞ്ഞു.

ഞാൻ ഒന്നും പറഞ്ഞില്ല. സൗദി അറേബ്യയിലേക്കെന്നല്ല മഹേശിന്റെ സൽക്കാരത്തിന് പോകാൻകൂടി എനിക്ക് താൽപ്പര്യമില്ല. ശൈലേശിന്റെ പിറന്നാളാഘോഷനാളിൽ ഉണ്ടായ അനുഭവം ഞാനിന്നും മറന്നിട്ടില്ല.

അന്നത്തെ പൊയ്മുഖങ്ങളെക്കുറിച്ചോർത്ത് എനിക്ക് വല്ലാത്ത പേടി തോന്നി. മഹേശും മറ്റും തിരിച്ചുപോയപ്പോൾ ഞാൻ അൻവറോട് പറഞ്ഞു:

"ആ പാർട്ടിക്ക് പോകാൻ എനിക്ക് തീരെ ഇഷ്ടമില്ല."

"അത് ശരിയാണോ, നമുക്കുവേണ്ടിയല്ലേ അവർ പാർട്ടി ഏർപ്പെടുത്തിയത്. ആ സ്ഥിതിക്ക് നീ വരാതിരിക്കുന്നത് ഒട്ടും ഭംഗിയല്ല."

"ഇത്തരം പാർട്ടികളിൽ പങ്കുകൊള്ളാൻ എനിക്കിഷ്ടമില്ല."

"നീ കേവലമൊരു നാടൻ പെണ്ണായി പോയല്ലോ. സൽമ ബോംബെയിൽ ജനിച്ച് വളർന്നവളാണെന്ന് പറഞ്ഞാൽ ആരാണ് വിശ്വസിക്കുക?"

"അങ്ങനെ ഒരുത്തിയായി കഴിയുന്നതിലാണ് എനിക്ക് താൽപ്പര്യം."

"നീ എന്താണ് ഇങ്ങനെ സംസാരിക്കുന്നത്?"

"കഴിഞ്ഞ ബർത്ത്ഡേ പാർട്ടിതന്നെ എനിക്ക് വേണ്ടത്ര മതിയായിരുന്നു."

"മുഖംമൂടികളുടെ കാര്യമാണോ?"

"അതുമാത്രമല്ല, നിർബന്ധിച്ച് എന്നെക്കൊണ്ട് കുടിപ്പിച്ചത് ഓർക്കുന്നോ?"

"ഓ അതാണോ. സാരമില്ല. ഇത്തവണ കുടിക്കേണ്ട സാഹചര്യം ഉണ്ടാവില്ല. അതുപോരേ, ഡാൽസിന് നിർബന്ധിക്കുകയാണെങ്കിൽ ഒഴിഞ്ഞുമാറുകയും വേണ്ട. അൽപ്പം കൈയുംകാലുമനക്കി അരക്കെട്ട് ചലിപ്പിച്ചുകൊണ്ടിരുന്നാൽ മതി."

"മുഖംമൂടികളോ?"

"അത് പുറത്ത് വരാതെ ഞാൻ നോക്കിക്കൊള്ളാം. കഴിഞ്ഞത് പോകട്ടെ. അത് ജോൺസന്റെയും ഗ്രേസിന്റെയും ഐഡിയ ആയിരുന്നു. ഇത്തവണ ചീഫ് ഗസ്റ്റ് നമ്മളാണല്ലോ. നമ്മുടെ ആഗ്രഹത്തിനെതിരായി ആരുമൊന്നും പ്രവർത്തിക്കില്ല."

മനുഷ്യന് ഓരോ തരത്തിലുള്ള പൊയ്മുഖം സ്വന്തമായുണ്ട്.

അവരുടെ പെരുമാറ്റത്തിലും അത് പ്രകടമാണ്. എങ്കിൽപ്പിന്നെ ഇവർക്ക് വേറെ പൊയ്മുഖം എന്തിനാണ് പ്രത്യേകിച്ച്, കരടിയുടെയും കടുവയുടെയും. പൊയ്മുഖമെന്നാൽ എന്തെന്നുപോലും അറിയാത്ത മൃഗങ്ങളുടെ പൊയ്മുഖം. തമ്മിൽ ഭേദം ഒരാൾ മറ്റൊരാളുടെ പൊയ്മുഖം ധരിക്കുന്നതല്ലേ. ഞാൻ ചിന്തിച്ചുപോയി. രാകേശിനെ അൻവറിന്റെ പൊയ്മുഖത്തിലും മഹേശിനെ വിൽസന്റെ പൊയ്മുഖത്തിലും അൻവറിനെ മഹേശിന്റെ പൊയ്മുഖത്തിലുമൊക്കെ സങ്കൽപ്പിച്ചു നോക്കുമ്പോൾ രസം തോന്നി.

എന്റെ മുഖത്തുണ്ടായ നേരിയ പുഞ്ചിരികണ്ട് അൻവർ ചോദിച്ചു:

"എന്താ ഒരു പുഞ്ചിരി?"

"പ്രത്യേകിച്ചൊന്നുമില്ല" പുഞ്ചിരി ഒതുക്കിക്കൊണ്ട് ഞാൻ പറഞ്ഞു.

"എന്തോ ഉണ്ട് പറയില്ലേ?"

"പൊയ്മുഖങ്ങളെക്കുറിച്ച് ആലോചിച്ചതാ."

"ങും എന്താണാലോചിച്ചത്."

"എല്ലാവർക്കും പൊയ്മുഖം ഉണ്ടായിരിക്കുമെന്ന്."

"തെളിവ്?"

"സമൂഹത്തിന്റെ നടപടികളൊന്നും മനസിലാക്കാൻ കഴിയാത്തത് ഈ പൊയ്മുഖങ്ങൾ മൂലമല്ലേ എന്ന് തോന്നുകയാണ്."

"അദ്യം വ്യക്തിയെ മനസിലാക്കുക. എന്നാലേ സമൂഹത്തെ മനസിലാക്കാൻ പറ്റൂ."

"വ്യക്തിയെയും മനസിലാവുന്നില്ല. കാരണം, അങ്ങനെയൊരു വ്യക്തിയെ കാണാൻ തന്നെ പ്രയാസം. എന്നിട്ടുവേണ്ടേ മനസിലാക്കാൻ? കാണുന്നതോ? വെറും പൊയ്മുഖം" ഞാൻ ചിരിച്ചു.

"അത് എന്തുകൊണ്ടായിരിക്കും?"

"വാക്കും പ്രവൃത്തിയും തമ്മിലുള്ള പൊരുത്തക്കേട്. അതിന്റെ പിന്നിലെ പ്രേരകശക്തിയാവട്ടെ, സത്യത്തെ മൂടിവയ്ക്കുന്ന നുണകളാണ്. ഉച്ചസ്ഥായിയിൽനിന്ന് അത്യുച്ചസ്ഥായിയിലേക്കാണ് അത് ദ്രുതഗതിയിൽ നീങ്ങിക്കൊണ്ടിരിക്കുന്നത്. എല്ലാറ്റിനെക്കാളും പ്രധാനമായി എവിടെനോക്കിയാലും അതേ കാണൂ."

"എന്താണത്?"

"മറച്ചുവയ്ക്കാൻ വയ്യാത്തതും മറച്ചുവയ്ക്കാത്തതുമായ നുണ. ഒരാൾ മറ്റൊരാളോട് ബോധപൂർവം ഒരു നുണ പറയുന്നു. കേൾക്കുന്ന വ്യക്തിക്ക് അത് തികച്ചും നുണയാണെന്നറിയാം. എങ്കിലും പറഞ്ഞത് താൻ വിശ്വസിക്കുന്നതായി കേൾക്കുന്ന വ്യക്തി നടിക്കുന്നു. അതേ പോലെ പറയുന്ന വ്യക്തിയും നടിക്കുന്നു. എല്ലാം അഭിനയം."

"എന്ത്, എന്ത് നുണയോ? ആരാണത് പറയുന്നത്. എനിക്കൊന്നും മനസിലാവുന്നില്ല."

അൻവറിന്റെ മുഖത്ത് അമ്പരപ്പും കൗതുകവും നിറഞ്ഞുനിന്നു. ഞാൻ പുഞ്ചിരിച്ചുകൊണ്ട് നേരത്തെ പറഞ്ഞത് ഒന്നുകൂടി ഉറപ്പിച്ചു പറഞ്ഞു.

"താൻ പറയുന്നത് നുണയാണെന്ന് കേൾക്കുന്ന ആൾക്കും അറിയാമെന്ന് പറയുന്ന ആൾക്ക് അറിയാമെങ്കിലും കേൾക്കുന്ന ആൾ വിശ്വസിക്കുന്നതായി നടിക്കുന്നതുകൊണ്ടുതന്നെയാണ് പറയുന്ന ആളും നടിക്കുന്നത്."

"നിന്റെ വാക്കുകൾ വലിയൊരു ഫിലോസഫി പോലുണ്ടല്ലോ."

"ഫിലോസഫി ആലോചനയിൽ മാത്രം, വാക്കുകളിലില്ല. ഇത് വെറും ലോജിക്കാണ്. ശരിക്ക് പറഞ്ഞാൽ പൊയ്മുഖത്തിന് പുറകിലുള്ള ലോജിക്ക്. ബന്ധമല്ലാത്ത ബന്ധങ്ങളുടെ സ്നേഹമല്ലാത്ത സ്നേഹത്തിന്റ ലോജിക്ക്."

വിഷയം മാറ്റാനെന്നപോലെ ഒന്ന് ചിരിച്ചുകൊണ്ട് അൻവർ ചോദിച്ചു.

"ഏതാണ്ട് നിന്റെ പൊയ്മുഖം?"

"ഇപ്പോൾ നിങ്ങൾ കാണുന്നതുതന്നെ."

"എന്നുപറഞ്ഞാൽ?"

"വിവരിക്കേണ്ടത് എങ്ങനെയാണെന്ന് മനസിലാവുന്നില്ല." ഞാൻ പറഞ്ഞു.

"വാചകമടിയിൽ ചിലരെങ്കിലും ഫിലോസഫി സൃഷ്ടിക്കാറുണ്ട് അതുപോലെയാണ് ഇതും." അൻവർ പറഞ്ഞു.

"ഇത് അത്തരത്തിലുള്ളതല്ല. ഒരുദാഹരണം പറയട്ടേ."

"പറയൂ."

"നിങ്ങളുടെ ഒരു സുഹൃത്ത് ഏതെങ്കിലും ചടങ്ങിന് നിങ്ങളെ ക്ഷണിച്ചുവെന്നും ഇഷ്ടമില്ലാത്തതുകൊണ്ട് നിങ്ങൾ പോയില്ലെന്നും കരുതുക. നിങ്ങൾ വന്നില്ലല്ലോ എന്നുപറഞ്ഞ് പിന്നീട് കണ്ടുമുട്ടിയാൽ അയാൾ പരിഭവം പറയാറില്ലേ. ക്ഷമിക്കണം, വരാൻ പറ്റിയില്ല. അന്ന് ഞങ്ങളുടെ അയൽവീട്ടിലെ ഒരു കുട്ടി വീണു പരിക്ക് പറ്റി. പെട്ടെന്ന് ആ കുട്ടിയെ ആസ്പത്രിയിലേക്ക് കൊണ്ടുപോകേണ്ടിവന്നു എന്ന് നിങ്ങൾ സമാധാനവും പറയും. നിങ്ങൾ പറഞ്ഞത് നുണയാണെന്ന് ആ സുഹൃത്തിനറിയാം. അതുപോലെ അയാളത് വിശ്വസിച്ചിട്ടില്ലെന്ന് നിങ്ങൾക്കും ബോധ്യമുണ്ട്. എങ്കിലും നിങ്ങളുടെ വിവരണം വിശ്വസിക്കുന്നതുപോലെ അയാൾ തലകുലുക്കുന്നു."

ഇടയ്ക്കൊന്ന് നിർത്തിയ ഞാൻ പുഞ്ചിരിച്ചുകൊണ്ട് തുടർന്നു: "ഈ പൊയ്മുഖങ്ങളെക്കൊണ്ടുള്ള കളിയല്ലാതെ സമൂഹത്തിൽ മറ്റെന്താണുള്ളത്. ഉണ്ടെങ്കിൽ അത് വളരെ കുറച്ചുമാത്രം."

"ഇതിൽ ആശ്ചര്യപ്പെടാനെന്താണുള്ളത്?"

"പറയാം, നിങ്ങളുടെയും നിങ്ങളുടെ സ്നേഹിതന്റെയുമിടയിൽ ഇതേ തരത്തിലുള്ള ബന്ധം തുടർന്നുകൊണ്ടിരിക്കെ നിങ്ങൾ നിങ്ങളായിരിക്കില്ല. അയാൾ അയാളായിരിക്കില്ല. അപ്പോൾ അത് ആർക്കിടയിലെ സ്നേഹബന്ധമാണ്. ഈമാതിരി സന്ദർഭങ്ങൾ ആവർത്തിച്ചുകൊണ്ടിരിക്കും. ഒരാളുടെ മുഖം മറ്റൊരാൾക്ക് കാണില്ല. ഇതൊരു വല്ലാത്ത സ്ഥിതിവിശേഷംതന്നെ."

"നീ എന്തിനാ ഇത്തരം കാര്യങ്ങളെപ്പറ്റി ചിന്തിച്ച് തലപുണ്ണാക്കുന്നത്."

"എന്തിനെന്നോ-മനുഷ്യനായി ജനിച്ചതുകൊണ്ട്, ഞാൻ ജീവിക്കുന്നതുകൊണ്ട്."

എന്റെ സംസാരത്തിന്റെ തീക്ഷ്ണത അൻവർ ശ്രദ്ധിക്കുന്നുണ്ടായിരുന്നു. ഇത് ഏതോ പുതിയമട്ടിലുള്ളതാണെന്ന് അവന് തോന്നിയിരിക്കണം. അതുകൊണ്ടാവാം അവൻ ഒരുതരം ആശയക്കുഴപ്പത്തിൽ പെട്ടവനെപ്പോലെ എന്നത്തന്നെ നോക്കിക്കൊണ്ടിരുന്നത്.

"ഞാനൊരു ചോദ്യം ചോദിക്കട്ടെ" ഞാൻ അന്വേഷിച്ചു.

"ഇതെന്താ നിന്റെ ക്ലാസാണോ?" അൻവർ ചിരിച്ചുകൊണ്ട് പറഞ്ഞു. "ചോദിക്കാം ചോദിക്കാം."

"മുഖത്തിൽ നിന്നാണോ പൊയ്മുഖമുണ്ടാകുന്നത്? അല്ല പൊയ്മുഖത്തിൽനിന്ന് മുഖമോ?"

"ഒന്നിൽനിന്ന് ഭിന്നമായി മറ്റൊന്നുണ്ടാവുകയല്ല. മുഖംതന്നെ പൊയ്മുഖവും പൊയ്മുഖംതന്നെ മുഖവും അവസരത്തിനൊത്ത് അവ രണ്ടായി മാറുകയാണ്."

"ഏതാണ് സത്യം, ഏതാണ് മിഥ്യ?"

"സത്യമാണെന്ന് ഭാവിച്ചാൽ രണ്ടും സത്യമാണ്. മിഥ്യയാണെന്ന് ഭാവിച്ചാൽ രണ്ടും മിഥ്യതന്നെ."

"അപ്പോൾ രണ്ടുപേരുടെ, അവർ ഭാര്യാഭർത്താക്കന്മാരോ സുഹൃത്തുക്കളോ ആകട്ടെ, ഇടയിൽ നാലുതരത്തിലുള്ള കോമ്പിനേഷൻസ് സാധ്യമാണെന്ന് വരുന്നു" ഞാൻ പുഞ്ചിരിച്ചുകൊണ്ട് പറഞ്ഞു.

"എങ്ങനെയാണത്?" കാര്യം മനസിലാവാതെ അൻവർ ചോദിച്ചു.

"മുഖങ്ങൾ തമ്മിലും, മുഖവും പൊയ്മുഖവും തമ്മിലും, പൊയ്മുഖവും മുഖവും തമ്മിലും, പൊയ്മുഖങ്ങൾ തമ്മിലും."

ഞാൻ ആർത്തുചിരിച്ചു. അൻവർ ഒരു വിഡ്ഢിയെപ്പോലെ എന്റെ മുഖത്തുനോക്കിക്കൊണ്ട് അങ്ങനെയിരുന്നുപോയി.

"ഈ വിശകലനം സമൂഹത്തിലെ എല്ലാ ബന്ധങ്ങൾക്കും ബാധകമാക്കുകയാണെങ്കിൽ അവയിലെ യഥാർഥബന്ധം ഇരുപത്തഞ്ചു ശതമാനം മാത്രമായിരിക്കുമെന്ന് തോന്നുന്നു അല്ലേ?"

"സംതിങ് ഈസ് റോങ് വിത്ത് യു" അൻവർ പറഞ്ഞു.

"ഇറ്റ് സീസംസ്." ഞാനും പറഞ്ഞു. എന്നിട്ട് വിസ്തരിച്ചൊന്ന് ചിരിക്കുകയും ചെയ്തു.

ഇരുപത്തിരണ്ട്

ഏറക്കുറെ അതേതരത്തിലുള്ള പാർട്ടി. അതേതരത്തിലുള്ള ആളുകൾ! സിഗരറ്റ്, മദ്യം, മാംസം, ഡാൻസ്, സംഗീതം.

ഇതുപോലെ പാർട്ടിക്ക് എന്നാണ് തുടക്കംകുറിച്ചത്. ആരാണിത്

കണ്ടുപിടിച്ചത്? അതേപ്പറ്റി ചിന്തിക്കുകയായിരുന്നു സൽമ. കുറച്ച് നാളായിട്ട് ഒരു തമാശ എന്ന നിലയിൽ ചിന്തിക്കുകയും ഉള്ളാലെ ആഹ്ലാദിക്കുകയും ചെയ്യുക എന്നത് അവളുടെ ഒരു ശീലമായി മാറിയിരിക്കയാണ്.

മഹേശും ശീലയും നിർബന്ധിച്ചതിനാൽ സൽമയും അൻവറിനോടൊപ്പം ഡാൻസ് ചെയ്യുന്നതായി അഭിനയിച്ചു. ശോഷിച്ച പ്രകൃതക്കാരിയായ ശീലയുടെ കാമനൃത്തം കണ്ടപ്പോൾ സൽമയ്ക്ക് വല്ലായ്മ തോന്നി. ഗ്രേസിന്റെ ഡാൻസ് ആകർഷകമായിരുന്നു. മടുപ്പിക്കാത്ത രീതിയിൽ സ്വപ്നയും ഡാൻസ് ചെയ്യുന്നുണ്ട്. എങ്കിലും ഈ ഡാൻസ് എവിടെനിന്ന് വന്നു? ഇതിന്റെ ആവശ്യമെന്ത്? സൽമ ആലോചിച്ചു. ഇത്തരം സന്ദർഭങ്ങളിൽ മാത്രം ഭാര്യാഭർത്താക്കന്മാർ ഡാൻസ് ചെയ്യുന്നതിന്റെ ഉദ്ദേശ്യമെന്ത്?

വറുത്ത ആട്ടിറച്ചിയുടെ മണം വയറ്റിൽനിന്നും വായിലേക്ക് വരുന്നുണ്ടോ? ഛർദിച്ചേക്കുമോ? അവൾ ശങ്കിച്ചു. ആരെത്ര പറഞ്ഞിട്ടും വിസ്കി തൊടാൻ സൽമ കൂട്ടാക്കിയില്ല. കുടിച്ചാൽ അപകടം പിണയുമെന്ന് അവൾക്ക് തീർച്ചയുണ്ട്.

തങ്ങളുടെ കിടപ്പറയിൽവച്ചും ഇവരിങ്ങനെ ഡാൻസ് ചെയ്യാറുണ്ടോ?

ഛർദിച്ചേക്കുമെന്ന് ഭയപ്പെട്ട സൽമ അൻവറിന്റെ തോളിലെ പിടിവിട്ടു. പെട്ടെന്ന് അവൾക്ക് കുളിമുറിയിലേക്ക് ഓടേണ്ടിവന്നു.

ഡാൻസ് പരിപാടി അതോടെ അവസാനിച്ചു. അട്ടഹസിക്കുന്ന ടേപ്പ് റിക്കാർഡിനെ മൂളിപ്പാട്ടായി മാറ്റിക്കൊണ്ട് ശീലയും കുളിമുറിയിലെത്തി.

"എന്തുപറ്റി സൽമ?" ശീല ചോദിച്ചു.

ശീല നെറ്റി അമർത്തിപ്പിടിച്ച് ഛർദിക്കുകയാണ്. ഛർദി നിന്നപ്പോൾ മെല്ലെ എഴുന്നേറ്റ് വായും മുഖവും കഴുകി. നടക്കാൻ ശ്രമിക്കവെ തല കറങ്ങുകയാണെന്ന് തോന്നിയ സൽമയെ ശ്രമപ്പെട്ട് ശീല കിടപ്പറയിലെത്തിച്ചു.

"ആഹാരം വല്ലതും പിടിക്കാത്തതുകൊണ്ടായിരിക്കും." സ്വപ്ന പറഞ്ഞു.

"ഫുഡ് പോയ്സനോ മറ്റോ...?" എങ്കിൽ തങ്ങൾക്കും ഇങ്ങനെ സംഭവിക്കില്ലേയെന്ന് മറ്റുള്ളവരും ഭയപ്പെട്ടു.

സൽമയെ തന്റെ മെത്തയിൽക്കിടത്തിയ ശീല മുകളിലെ ഫാനിട്ടു. മുഖത്ത് ശക്തിയായി കാറ്റടിച്ചപ്പോൾ സൽമയ്ക്ക് തെല്ലൊരാശ്വാസം തോന്നി.

സൽമയുടെ കണ്ണും നാക്കും പരിശോധിച്ച ഡോക്ടർ മഹേശ് സ്റ്റെതസ്കോപ്പെടുത്ത് അവളെ കൂടുതൽ പരിശോധിക്കാൻ തുടങ്ങി.

സൽമയുടെ അടുത്തുനിൽക്കുകയായിരുന്ന ശീല ശൈലേശ് വിളിച്ചതു കേട്ട് അടുത്ത മുറിയിലേക്ക് ചെന്നു. അപ്പോൾ മഹേശ് ചോദിച്ചു.

"എത്രമാസമായി?"

"മൂന്ന്" സൽമ ഉടനെ പറഞ്ഞു.

"കൺഗ്രാജുലേഷൻസ്. ഷാൽ ഐ അനൗൺസ്" പരിശോധന പൂർത്തിയാക്കിയ മഹേശ് പുഞ്ചിരിച്ചുകൊണ്ട് ചോദിച്ചു.

"വേണ്ട, വേണ്ട." സൽമ പറഞ്ഞു.

"ധൃതിപ്പെടണമെന്നില്ല, ക്രമേണ പറയാമല്ലോ."

"അൻവറോട് പറയട്ടെ."

"അതും വേണ്ട, ഞാൻ തന്നെ നേരിട്ട് പിന്നീട് പറഞ്ഞുകൊള്ളാം."

"ശരി" മഹേശ് പുറത്തുകടന്നു.

"ചെറിയ ദഹനക്കേടുണ്ട്. സാരമില്ല. ഷീ ഈസ് പെർഫക്ട്ലി ഓൾ റൈറ്റ്." അയാൾ പറയുന്നത് സൽമ കേൾക്കുന്നുണ്ടായിരുന്നു.

അപ്പോഴേക്കും കാസറ്റ് തീർന്നതിനാൽ റെക്കോർഡും നിശ്ശബ്ദമായി. ശീല സൽമയെക്കൊണ്ട് ചില ഗുളികകൾ കഴിപ്പിച്ചു.

പാർട്ടിക്ക് വന്നവരൊക്കെ തിരിച്ചുപോകാനുള്ള ഒരുക്കത്തിലാണ്. എല്ലാവരും സൽമയെ ഒന്നുകൂടി കണ്ട് അൻവറിനും സൽമയ്ക്കും യാത്രാമംഗളം നേർന്നു.

"വിദേശവാസം സുഖമായിത്തീരട്ടെ. റിട്ടേൺറിച്ച്" അവർ ആശംസിച്ചു.

"തല കറങ്ങുന്നുണ്ടോ?" കിടക്കയിൽ എഴുന്നേറ്റിരുന്ന സൽമയോട് ശീല അന്വേഷിച്ചു.

"ഇല്ല" സൽമ പറഞ്ഞു.

നടക്കാനായി എഴുന്നേറ്റുനിന്ന അവളുടെ കൈ അൻവർ പിടിച്ചു. കൈ വല്ലാതെ തണുത്തിരുന്നു.

"നടന്നുപോകാൻ വിഷമമായേക്കും. ഐ വിൽ ഡ്രോപ്പ് യു." സഹായിക്കാനൊരുങ്ങിയ മഹേശ് പറഞ്ഞു.

"വേണ്ട കാറൊന്നും വേണ്ട എനിക്കിപ്പോൾ അസുഖമൊന്നുമില്ല."

സൽമ പറഞ്ഞത് ചെവിക്കൊള്ളാതെ മഹേശ് കാർ സ്റ്റാർട്ട് ചെയ്തു.

അൻവറും സൽമയും കാറിൽക്കയറി. കാർ നീങ്ങിയപ്പോൾ മഹേശാണ് തുടങ്ങിവച്ചത്.

"രാകേശ് വന്നില്ലല്ലോ."

'അവൻ അസൂയകൊണ്ട് വേവുകയല്ലേ?" അൻവർ പറഞ്ഞു.

"അവന് ഐ എ എസിന് സെലക്ഷൻ കിട്ടി എന്നല്ലേ കേട്ടത്."

"നേരോ എങ്ങനെയറിഞ്ഞു?"

"ആരോ പറയുന്നതു കേട്ടു."

"അവന്റെ തന്നെ ബഫ് ആയിരിക്കും."

അൻവറും സൽമയും പടികയറുന്നതുവരെ നോക്കിക്കൊണ്ടിരുന്ന മഹേശ് പുഞ്ചിരിച്ചു. അവർ ഇരുവരും കൈവീശി. മഹേശും കൈവീശി. പിന്നെ പരസ്പരം ഗുഡ്നൈറ്റ് പറഞ്ഞു. തുടർന്ന് മഹേശ് കാർ സ്റ്റാർട്ട് ചെയ്തു.

മുറിക്കുള്ളിലെത്തിയ സൽമ നേരെ ചെന്ന് കട്ടിലിൽ കിടപ്പായി.

അൻവർ അവളുടെ അടുത്തിരുന്നു. എന്നിട്ട് വളരെ മൃദുവായി ചോദിച്ചു: "എന്താണ് സൽമാ അസുഖം.?"

"അൽപ്പം ക്ഷീണമുണ്ട്. മറ്റൊന്നുമില്ല." അവൾ മറുപടി പറഞ്ഞു.

ഇരുപത്തിമൂന്ന്

രാകേശും ഞാനും മുമ്പെന്നപോലെ രഞ്ജിപ്പിലാണെങ്കിലും അവൻ വീട്ടിലേക്ക് വരാറേയില്ല. കോളേജിൽവച്ച് വല്ലപ്പോഴും സംസാരിച്ചെങ്കിലായി. അത്രതന്നെ. എന്നാൽ, അൻവറും രാകേശും തമ്മിൽ കണ്ടിട്ട് രണ്ടുമാസത്തിലധികമായെന്നു തോന്നുന്നു.

അതിനിടയിൽ ഒരുദിവസം അൻവർ ചോദിച്ചു: "ഈയിടെയായി രാകേശിനെ ഇങ്ങോട്ട് കാണാറില്ലല്ലോ?"

'അവനെക്കാണുമ്പോൾ നിനക്ക് വയറെരിച്ചിലല്ലേ. പിന്നെന്തിന് അവൻ വരണം' എന്റെ മനസ്സ് പറഞ്ഞു. പക്ഷേ, അപ്പോൾ ഞാനൊന്നും പറഞ്ഞില്ല.

യാത്രയയപ്പ് സൽക്കാരത്തിന്റെ പിറ്റേന്ന് ഡിപ്പാർട്ട്മെന്റ് റൂമിൽ ഞാൻ തനിച്ചിരിക്കുകയായിരുന്നു. പെട്ടെന്ന് രാകേശ് കയറിവന്നു.

"ഐ എ എസ് പരീക്ഷയുടെ റിസൾട്ട് അറിഞ്ഞു."

നിർവികാരനായിട്ടാണ് അവനത് പറഞ്ഞത്.

"എന്നിട്ട്..?" ഉൽക്കണ്ഠയോടെ ഞാൻ ചോദിച്ചു.

"സെലക്ഷൻ കിട്ടി."

"കൺഗ്രാജുലേഷൻസ്."

"താങ്സ്."

"എന്നാണ് പോകുന്നത്?"

"ഈ ആഴ്ചയിൽത്തന്നെ പോകും."

"എവിടേക്കാണ്...?"

എന്റെ ചോദ്യം തീരുംമുമ്പേ രാകേശ് പറഞ്ഞു:

"ആദ്യം പോകുന്നത് നാട്ടിലേക്ക്, പിന്നെ റോഡക്കിലേക്ക്."

"വളരെ സന്തോഷം. ഞങ്ങളെയൊന്നും മറക്കില്ലല്ലോ. ഐ മീൻ എന്നെ മറക്കില്ലല്ലോ?"

"മറക്കില്ല, പക്ഷേ, ഓർക്കുന്നുണ്ടെന്ന് നിങ്ങൾക്കെങ്ങനെ അറിയാൻ കഴിയും?"

"നിങ്ങൾ എനിക്കെഴുതണം. ഞാൻ ബഹുവചനം പ്രയോഗിച്ചത് മനഃപൂർവമാണ്."

"എഴുതാൻ പാടുണ്ടോ?" രാകേശ് സംശയം പ്രകടിപ്പിച്ചു.

"ഓ... ധാരാളം ധൈര്യമായെഴുതിക്കോളൂ" ഞാൻ പുഞ്ചിരിച്ചുകൊണ്ട് പറഞ്ഞു.

ഒന്നുരണ്ടു നിമിഷങ്ങൾക്കുശേഷം രാകേശ് ചോദിച്ചു: "എവിടേക്കാണെഴുതുക? നിങ്ങൾ അടുത്തുതന്നെ അറേബ്യയിലേക്ക് പോവുകയല്ലേ?"

"അതിന് പോകണ്ടേ? പോയെങ്കിൽ ഞാനിങ്ങോട്ടെഴുതാം. പക്ഷേ, ഞാൻ പോകുന്നില്ല."

"പോകാതിരിക്കാൻ പറ്റുമോ?"

“എന്തുകൊണ്ട് പറ്റില്ല?”

“അൻവർ സമ്മതിക്കുമോ?”

ഞാൻ ഒന്നും പറഞ്ഞില്ല. രാകേശും മിണ്ടാതിരിക്കുകയാണ്.

“നിങ്ങളുടെ വിവാഹകാര്യം എന്തായി?” ഞാൻ ചോദിച്ചു.

“അത് പ്രൊബേഷൻ പൂർത്തിയായശേഷം തീരുമാനിക്കാമെന്നാണ് വിചാരിക്കുന്നത്.”

“അതിൽ സന്തോഷമുണ്ട്. നിങ്ങളുടെ വൈവാഹിക ജീവിതം സുഖപ്രദമാകട്ടെ, ആശംസകൾ.”

ഒരുനിമിഷം കഴിഞ്ഞു. പിന്നെ രാകേശ് ശബ്ദം താഴ്ത്തിക്കൊണ്ട് പറഞ്ഞു: “നിങ്ങൾ വളരെ നല്ലവരാണ്.”

“സ്ത്രീയെക്കുറിച്ച് ഇങ്ങനെ പലരും പറയാറുണ്ട്” ഞാൻ മന്ദഹസിച്ചു.

“ഇത് മുഖസ്തുതിയല്ല.”

“എന്നെക്കാൾ വളരെ നല്ലവനാണ് നിങ്ങൾ.”

എന്തോ ഓർത്തിട്ടെന്നപോലെ കുറേനേരം മിണ്ടാതിരുന്ന രാകേശ് തുടർന്നുപറഞ്ഞു.

“എനിക്ക് ഡോക്ടർ അൻവറെ ഒന്ന് കാണണം. ഈ ആഴ്ചതന്നെ ഞാൻ പോവുകയല്ലേ? വിവരം അദ്ദേഹത്തെക്കൂടി അറിയിക്കണമെന്ന് വിചാരിക്കുന്നു. ഇന്നോ നാളെയോ വരാം, എന്താ?”

“ശരി, എന്നാൽ വീട്ടിലേക്ക് വരണമെന്നില്ല, ബാങ്കിൽ ചെന്ന് കാണുന്നതാണ് നല്ലത്. ഇവിടെ ഒരിടത്ത് വന്നതാണെന്നും പോകുന്ന വിവരം പറയാനാണ് വന്നതെന്നും പറഞ്ഞാൽ മതി.”

“അങ്ങനെ ചെയ്യാം.”

ഞാൻ അൻവറോട് ഇക്കാര്യം പറഞ്ഞത് രാകേശ് സ്ഥലംവിട്ട ശേഷമാണ്.

“രാകേശിന് ഐ എ എസ് സെലക്ഷൻ കിട്ടിയത് നിങ്ങളറിഞ്ഞില്ലേ? അവൻ ഇന്നലെയാണ് പോയത്.”

“ഉം... അറിഞ്ഞു. ഒരുദിവസം ബാങ്കിൽ വന്നാണ് വിവരം പറഞ്ഞത്.”

അതുവരേക്കും അൻവർ അക്കാര്യത്തെപ്പറ്റി പറയാതിരിക്കാൻ കാരണം അസൂയയല്ലാതെ മറ്റെന്താണ്? അതൊരു പ്രശ്നമേയല്ലെന്ന് അതു പറയുമ്പോൾ അൻവറിന്റെ മുഖഭാവം വിളിച്ചുപറഞ്ഞു.

താൻ ഐ എ എസിൽ തോറ്റതിനെപ്പറ്റി അൻവറിൽനിന്ന് ആദ്യമായി കേട്ടത് ഞാനോർക്കുന്നു.

“സെലക്ഷൻ കിട്ടാത്തത് ഏത് തരത്തിലും ഭാഗ്യമായി. ഒന്നാമത് സർക്കാരിന്റെ അടിമയാവണം. പിന്നെ വങ്കനായ വല്ല രാഷ്ട്രീയ നേതാവിന്റെയും കൈയിൽ കുടുങ്ങി താങ്ങാൻ വയ്യാത്ത ഉത്തരവാദിത്വങ്ങളും പേറി നടക്കണം. അങ്ങനെ നരകിക്കുന്നതിൽനിന്നും രക്ഷപ്പെട്ടു.”

പിന്നെ മറ്റൊരിക്കൽ. അതായത്, ബാങ്കിൽ ഉദ്യോഗം ലഭിച്ചപ്പോഴും അതേപ്പറ്റി അവൻ പറഞ്ഞു.

"ഒരു ഐ എ എസ് അധികാരിക്കുള്ള ശമ്പളം എനിക്കിപ്പോൾ ത്തന്നെ കിട്ടുന്നുണ്ട്. മാത്രമോ, ഇത്രയധികം സ്വാതന്ത്ര്യം മറ്റേതൊരു ദ്യോഗത്തിലാണ് കിട്ടുക?"

അതിനുശേഷം ഡിപ്പാർട്ട്മെന്റ് തലവനായി ഉയർത്തപ്പെട്ട അൻവർ അഭിമാനത്തോടെ പറഞ്ഞു.

"ഇപ്പോൾ ഞാനാണ് എന്റെ സെക്ഷന്റെ തലവൻ. ഒരു ഐ എ എസ് ഉദ്യോഗസ്ഥൻ വാങ്ങുന്നതിനേക്കാൾ ശമ്പളം ഞാൻ വാങ്ങുന്നു ണ്ട്."

അതൊക്കെ കേട്ടുകൊണ്ടിരുന്ന മഹേശും തന്റെ വായാടിത്തം പ്രക ടിപ്പിക്കുകയാണുണ്ടായി.

"വെൽക്കം ടു ദ ഹൈ ഇൻകെ ബ്രാക്കറ്റ്."

രണ്ടു പൊങ്ങച്ചക്കാർ! അവരുടെ വീമ്പ്പറച്ചിലുകൾ കേട്ട് കേട്ട് മടുത്ത എനിക്ക് അവരുടെ മുമ്പിൽനിന്ന് ഓടിപ്പോകാനാണപ്പോൾ തോന്നി യത്.

വിവാഹിതയായി എന്ന ഒറ്റക്കാരണത്താൽ തന്റെ വ്യക്തിത്വം നിലനിർത്താൻ കഴിയാത്ത സ്ത്രീയുടെ ദു:സ്ഥിതിയെ - എന്റെ ദു:സ്ഥിതിയെക്കുറിച്ചോർത്ത് ഞാൻ സ്വയം സഹതപിച്ചു. മനസാ വാചാ കർമണാ തനിക്ക് അനുരൂപനായ ഭർത്താവിനെ കൈവരിക്കുക എന്ന ഭാഗ്യത്തേക്കാൾ വലുതായ ഭാഗ്യം സ്ത്രീയെ സംബന്ധിച്ചിടത്തോളം വേറെ ഇല്ലേ? ആ ചോദ്യം മനസിൽ തലയുയർത്തി. അങ്ങനെയൊന്നു ണ്ടെങ്കിൽ അവിവാഹിതയായി കഴിയുന്നതിലാണ് സുഖമെന്നും അപ്പോൾ തോന്നി.

വിവാഹമെന്ന ചടങ്ങ് കഴിഞ്ഞ് അവനോടൊപ്പം കിടന്ന ശേഷമാണ് പുരുഷന്റെ തനിസ്വഭാവം സ്ത്രീക്ക് മനസിലാവുന്നത്.

വിവാഹത്തിന് മുമ്പ് ഗാഢമായ പ്രേമമുണ്ടായിരുന്നാൽപ്പോലും ഇതാണ് വസ്തുത. വിവാഹം എന്നതിലെ ഏറ്റവും വലിയ കുടുക്കും ഇതുതന്നെ. പുരുഷന്റെ അനുഭവം എന്താണെന്ന് എനിക്കറിയില്ല. ഞാനൊരു സ്ത്രീയാണല്ലോ?

ഇരുപത്തിനാല്

ഒരുദിവസം ഉച്ചയൂണിനുശേഷം അൻവർ പറഞ്ഞു.

"മെയ് പത്തൊമ്പതിനു പുറപ്പെടണം. ഇനി പത്തു ദിവസമേയു ള്ളൂ. കാറ് മേടിക്കാൻ ആളുണ്ട്. ഈ ആഴ്ച ടിക്കറ്റെടുക്കണം. പുറപ്പെ ടാനുള്ള തയാറെടുപ്പ് തുടങ്ങണം. അൽപ്പം തുണിത്തരങ്ങളും നല്ല സ്യൂട്ട്കേസും ഷൂസും മേടിക്കണം.

ഞാൻ മിണ്ടാതെ ഇരുന്നു.

"ഇന്നു രാത്രി ഭക്ഷണത്തിന് ലാ ശ്രാംഗി ലായിൽ ചെല്ലാം. അൽപ്പം മുൻകൂട്ടി പോകണം. ഞായറാഴ്ചയല്ലേ, ആളേറെയുണ്ടാകും. അടുത്ത

ശനിയാഴ്ച അവിടെ ചെറിയൊരു പാർട്ടി ഏർപ്പെടുത്താം. മഹേശിനെയും ശീലയെയും വേറെ നാലഞ്ചുപേരെയും മാത്രം ക്ഷണിച്ചാൽ മതി."

അപ്പോഴും ഞാൻ മൗനം തുടർന്നു.

ലാ ശ്രാംഗ്രി ലാ എന്ന പേരുകേട്ട് എന്റെ മനസ്സ് കർക്കശമായത് ഞാൻ പ്രകടിപ്പിച്ചു. ഈയിടെയായി എന്റെ വെറും ആലോചനകളും സങ്കൽപ്പങ്ങളും മനസിനെ വല്ലാതെ ഉത്തേജിപ്പിക്കുന്നു. ചിലപ്പോൾ അത്തരം ആലോചനകളും സങ്കൽപ്പങ്ങളും വളരെ അസംഗതവും ഹാസ്യാസ്പദവും ആയിരിക്കും. എങ്കിലും എനിക്ക് അവ സന്തോഷം നൽകുന്നുണ്ട്. അതിന് ഏകാന്തത ആവശ്യമാണ്. അൻവറാകട്ടെ, ഇട യ്ക്കിടെ എന്റെ ഏകാന്തതയെ മുറിപ്പെടുത്തുന്നു.

"എന്താ ഒന്നും പറയുന്നില്ലേ?" അൻവർ അൽപ്പം ദേഷ്യപ്പെട്ടു കൊണ്ട് ചോദിച്ചു. എനിക്കും ദേഷ്യം വന്നു. എങ്കിലും ആ ദേഷ്യം പ്രക ടിപ്പിക്കാൻ അതു ശരിയായ സന്ദർഭമാണെന്ന് തോന്നിയില്ല. ഒരിക്കൽ അവൻ ഞാൻ കിടന്നപ്പോൾ വന്ന് എന്റെ കഴുത്ത് ഞെരിച്ച ഓർമ എന്നെ ഭയപ്പെടുത്തു.

"ഞാനൊന്നും ആലോചിച്ചിട്ടില്ല" ഞാൻ പറഞ്ഞു.

"എന്തോന്ന് ആലോചിച്ചിട്ടില്ല?"

"നിങ്ങളോടൊപ്പം വരുന്നതിനെക്കുറിച്ച്."

"നീ വരുന്നോ ഇല്ലയോ എന്ന് ആരാ ചോദിച്ചത്?"

"എന്നുപറഞ്ഞാൽ?"

"എന്നുപറഞ്ഞാൽ ഇത്രതന്നെ, മുമ്പു പറഞ്ഞിരുന്നല്ലോ നീ എന്റെ ഒപ്പം പുറപ്പെടണം."

"എനിക്ക് ആ രാജ്യത്തേക്ക് വരാൻ ഇഷ്ടമില്ലെന്ന് ഞാനും പറഞ്ഞി രുന്നു."

"വേറെ ഏതുരാജ്യത്തേക്കു പോകാനാണ് ഇഷ്ടം നിനക്ക്?" അൻവർ വ്യംഗ്യഭാവത്തിൽ ചോദിച്ചു.

"ഏതു രാജ്യത്തുപോകാനും ഇഷ്ടമില്ല, ഈ രാജ്യമാണ് എനിക്ക് എല്ലാ രാജ്യത്തെക്കാളും നല്ലത്. ഇവിടെ കഴിയുന്നതാണ് എനിക്കിഷ്ടം. ഇവിടെയുള്ള സുഖസൗകര്യങ്ങൾ നമുക്ക് ധാരാളം മതി എന്നാണ് എനിക്ക് തോന്നുന്നത്."

"നീയൊരു കൂപമണ്ഡൂകമാണ്!" അവൻ ദേഷ്യപ്പെട്ടുകൊണ്ട് പറ ഞ്ഞു.

ഞാൻ മൗനമവലംബിച്ചു.

അവൻ തുടർന്നു:

"നിന്നെ തനിയെ വിട്ട് ഞാൻ പോകണമെന്നാണോ നിന്റെ അഭി പ്രായം?"

"എന്റെ അമ്മയെ വരുത്തിക്കൊള്ളാം."

"നിന്റെ അമ്മയെ പോറ്റാനല്ല ഞാൻ നിന്നെ വിവാഹം ചെയ്തത്. ഞാനുള്ളിടത്ത് നീയുണ്ടായിരിക്കണം."

ഈ വാക്കുകൾ കേട്ടപ്പോൾ എന്നിൽ ക്രോധം തിളച്ചു. എങ്കിലും അത് ഉള്ളിലടക്കി. അൻവറിന് ബാങ്കിൽ ജോലി നേടിക്കൊടുത്തത് എന്റെ അച്ഛനാണ്. അച്ഛന്റെ മരണാനന്തരം അമ്മയ്ക്ക് പണമയയ്ക്കുമെന്ന് ഞാൻ വാശി പിടിച്ചപ്പോൾ അൻവർ എന്റെ കഴുത്തു ഞെരിച്ചിരുന്നു. ആരുടെയൊക്കയോ ഔദാര്യത്തിൽ കഴിയുന്ന അമ്മയെ കാണാനായി ഞാൻ അൻവറെ അലട്ടണം. അവനോട് കെഞ്ചണം. എന്നാലും കൊല്ല ത്തിൽ ഒന്നോ രണ്ടോ തവണ മാത്രമേ അനുവദിക്കൂ. എന്നെ ഒറ്റയ്ക്ക് പോകാനും അനുവദിക്കില്ല. ഇവിടെ വന്ന് താമസിക്കാൻ പറഞ്ഞാൽ സ്വാഭിമാനിയായ അമ്മയും വഴങ്ങില്ല. അത് അൻവറിന് അറിയാവുന്ന വസ്തുതയുമാണ്. അൻവർ പോയശേഷം അമ്മയോട് വരാൻ പറ ഞ്ഞാൽ അമ്മ വരും. പക്ഷേ, ഞാൻ അധ്വാനിച്ചുണ്ടാക്കുന്ന കാശ് അമ്മയെ തീറ്റാനും പോറ്റാനും ചെലവാക്കരുത്. അത് ഓരോ മാസവും ബാങ്കിൽ നിക്ഷേപിക്കണം. ആയിരങ്ങൾ ലക്ഷമാകണം. ലക്ഷത്തിന്റെ കൂടെ ലക്ഷങ്ങൾ ചേരണം. ഇതാണ് അൻവറിന്റെ മോഹം. എന്തിനു വേണ്ടിയെന്ന ചോദ്യം അവൻ സ്വയം ചോദിക്കില്ല. ഞാൻ ചോദിച്ചാൽ എന്റെ ചോദ്യത്തിന് അവൻ ചെവികൊടുക്കുകയുമില്ല. ഇപ്പോഴാകട്ടെ, ഓരോ തവണയും ലക്ഷങ്ങൾ നേടാൻ പോകയാണ്. അതുപേക്ഷിക്കാൻ അൻവർ തയാറല്ല. അറേബ്യയിൽ ഞാനും ജോലിചെയ്താൽ കോടി കൾ തന്നെ നേടാൻ കഴിഞ്ഞേക്കും എന്ന വ്യാമോഹമാണ്. അതേ, അവൻ പറഞ്ഞതുപോലെ ഞാൻ കൂപമണ്ഡുകമാണ്. തെറ്റെന്താണ് അങ്ങനെ കഴിയുന്നതിൽ. എനിക്ക് വലിയ മോഹമൊന്നുമില്ല. കുളിർമ വേണമെന്ന ആഗ്രഹം ഉണ്ടായിരിക്കാം. നേരാണ്. അത് ജീവന്റെ ആഗ്ര ഹമാണ്. എന്റെ ആഗ്രഹമല്ല. ഞാൻ ഒരൊറ്റ ആശാഗോപുരവും കെട്ടി പ്പൊക്കിയിട്ടില്ല.

“വിവാഹം ചെയ്തത് എന്തിനാണ്?” എന്ന ഗംഭീര ചോദ്യം ഇപ്പോൾ അൻവർ, ഉന്നയിച്ചിരിക്കുകയാണ്. എനിക്കും അതേ ചോദ്യം ഉന്നയിക്കാ വുന്നതാണ്. പല സംഗതികളെയും ഉരച്ച് മായ്ക്കാമെന്നതുപോലെ ‘വിവാഹം’ എന്നതിനെയും ഉരച്ച് മായ്ക്കാൻ കഴിയില്ലേ? വിവാഹം ചെയ്തത് എന്നതിലെ ‘ചെയ്തത്’ എന്താണെന്ന ചോദ്യവും എന്നിലുണ്ട്.

ഞാൻ മിണ്ടാതെ ഇരുന്നു. അതാണ് എന്റെ ഏറ്റവും ശക്തമായ ആയുധം. എന്റെ പ്രതികരണം ലഭിക്കാഞ്ഞാൽ അൻവർ അങ്കലാപ്പിലാ വും. നിസ്സഹായനാവും. ഉള്ളിന്റെ ഉള്ളിൽ അസഹിഷ്ണുതയാൽ ജ്വലി ക്കും.

“നീ എന്റെ ഭാര്യയാണ്. ഞാൻ വിളിച്ചിടത്തേക്ക് നീ വരണം.” അൻവർ അധികാരസ്വരത്തിൽ പറഞ്ഞു.

“എന്തിനാ അറേബ്യയിൽ തന്റെ സുന്ദരിയായ ഭാര്യയെ പ്രദർശി പ്പിക്കുന്നതിനോ? ഞാൻ നിനക്ക് ‘ഭാര്യ’ എന്നതിനു പുറമെ മറ്റെന്തെങ്കി ലുമാണോ?”

എന്നെക്കാളും സുന്ദരികൾ അവിടെ എത്രയോപേർ കാണും.

എന്നെ പ്രദർശിപ്പിക്കാനായി അവിടേക്ക് കൊണ്ടുപോകേണ്ടതില്ല. എന്നു പറയാനും തന്റെ ഭാര്യയുടെ സൗന്ദര്യത്തിൽ ഭ്രമിച്ച് അവളെ ഏതെങ്കിലും ഷേക്ക് അപഹരിച്ചാൽ താൻ എന്തുചെയ്യും എന്നു ചോദിക്കാനും തോന്നി. മിണ്ടാതിരുന്നു.

സ്വന്തം അധികാരവാണിക്കുമുമ്പിൽ ഞാൻ തലകുനിച്ചതായി അവൻ കരുതിക്കാണും.

അൽപ്പനേരത്തെ മൗനത്തിനുശേഷം അവൻ പറഞ്ഞു.

“നീ ഇപ്പോൾത്തന്നെ റിസിഗ്നേഷനൊന്നും കൊടുക്കണമെന്നില്ല. രണ്ടുമാസം അവധി ആവശ്യപ്പെട്ടാൽ മതി” തെല്ലിടവിട്ട് വീണ്ടും പറഞ്ഞു: “നീ തന്നെ ചെന്ന് ആപ്ലിക്കേഷൻ കൊടുക്കേണ്ടതില്ലല്ലോ. എഴുതിത്തന്നേക്കൂ. ഞാൻ ചെന്ന് പ്രിൻസിപ്പാലിനെ കാണാം. വേണമെങ്കിൽ നീയും പോന്നോളൂ. നാളെ രാവിലെ ചെല്ലാം.”

അവൻ എന്നെ സംസാരിപ്പിച്ചേ അടങ്ങൂ എന്ന് തീർച്ചയാക്കി.

അവസാനം തീരുമാനമെടുക്കേണ്ട സമയം സന്നിഹിതമായി. അതിനെ അഭിമുഖീകരിക്കാതെ നിവൃത്തിയില്ലെന്നായി.

“ഇപ്പോൾ ഞാൻ നിങ്ങളോടൊപ്പം പുറപ്പെടില്ല.” ഞാൻ ദൃഢസ്വരത്തിൽ പറഞ്ഞു.

“എന്നാൽപ്പിന്നെ എപ്പഴാ? അൻവർ അമ്പരപ്പോടെ ചോദിച്ചു.

“ഞാൻ വന്നേതീരു എങ്കിൽ നിങ്ങൾ ഏഴെട്ടുമാസം കാത്തിരിക്കേണ്ടിവരും. അല്ലെങ്കിൽ നിങ്ങളിപ്പോൾ പോകൂ. നിങ്ങൾക്കെന്നെ വേണമെങ്കിൽ അറിയിക്കൂ. ഞാൻ പിന്നീടുവരാം.” ഭാവഭേദമില്ലാതെ ഞാൻ പറഞ്ഞു.

“എന്തായിത് നോൺസെൻസ്! നിന്റെ വാക്കെനിക്ക് മനസിലാകുന്നില്ലല്ലോ” അൻവർ പറഞ്ഞു.

“ഞാൻ മൂന്ന് മാസം ഗർഭിണിയാണ്” വികാരത്തെ ഒതുക്കാൻ ശ്രമിച്ചുവെങ്കിലും എന്റെ സ്വരത്തിൽ വിറയലുണ്ടായിരുന്നു.

“എന്ത്?” അൻവർ പരമാശ്ചര്യത്തോടെ ചോദിച്ചു.

ഞാൻ മൗനം ഭജിച്ചു.

“എന്ത് നീ പറഞ്ഞത് നേരാണോ?” അവൻ ഒരടി മുന്നോട്ടുവച്ച് വികൃതസ്വരത്തിൽ ചോദിച്ചു.

എനിക്ക് പെട്ടെന്ന് എല്ലാം ചിത്രവിചിത്രമായി തോന്നി. അൻവറിന്റെ മുഖം വല്ലാതെ വികൃതമായി കാണപ്പെട്ടു. അന്നൊരു രാത്രി മഹേശിന്റെ വീട്ടിൽ വച്ചുകണ്ട കരടിമുഖങ്ങളെ ഓർത്തുപോയി. ഒരു ക്ഷണം എന്തോ ഒരു ഭയം. മറുക്ഷണം എന്തെന്നില്ലാത്ത ധൈര്യം. എന്റെ അമ്മയെക്കാണാൻ എനിക്കവകാശമില്ലെങ്കിൽ എന്റെ കുഞ്ഞിനെ കാണാനും എനിക്കവകാശമില്ലേ?

അവന്റെ കൈകൾ എന്റെ കഴുത്തിനുനേരെ അടുക്കുന്നതായി എനിക്ക് തോന്നി. അടുത്ത ക്ഷണം അവൻ കഴുത്ത് ഞെരിച്ച് എന്നെ അവസാനിപ്പിക്കുമെന്നും തോന്നി. ആശ്ചര്യമോ ഭയമോ തോന്നിയില്ല.

ഒന്നുകിൽ എന്റെ മരണം അല്ലെങ്കിൽ അവന്റെ മരണം ആ മുഹൂർത്തം സന്നിഹിതമായിരിക്കുന്നു.

ഞാൻ ഒരടി മുമ്പോട്ടുവച്ചു.

സംഭവിക്കുന്നതെന്തും ഈ നിമിഷം സംഭവിക്കണം. ഇനി തടുത്തു നിർത്താൻ വയ്യ. ഇനി കാത്തിരിക്കാനും വയ്യ.

അൻവർ നിന്നിടത്തുതന്നെയുണ്ട്. അനങ്ങാതെ നിൽക്കുകയാണ്.

ചത്തപോലെ നിൽക്കുകയാണ്. ചത്തോ?

ഞാൻ അകത്തേക്ക് ചെന്ന് മെത്തയിലേക്ക് ചാഞ്ഞു.

വെളിയിൽ നിശ്ശബ്ദത.

അരമണിക്കൂറിനുശേഷം എണീറ്റ് വെളിയിലേക്ക് വന്നു.

അൻവറെ എവിടെയും കണ്ടില്ല. കാറും കണ്ണിൽപ്പെട്ടില്ല.

വളറെ സന്തോഷം തോന്നി. അകത്തുചെന്ന് എന്റെ ഉടുവസ്ത്രങ്ങളും മറ്റും ഒരു സ്യൂട്ട്കേസിൽ നിറച്ചു.

പൊക്കിയപ്പോൾ കനംതീരെ ഇല്ലാത്തതുപോലെ; ശരീരവും ഭാരമില്ലാത്തതുപോലെ തോന്നി.

എന്റെ മനസിന്റെ അടിത്തട്ടിൽ ഒരു വാക്കേ ഉള്ളൂ: ‘അമ്മേ, ഞാൻ അമ്മയാവുകയാണ്.’

www.ingramcontent.com/pod-product-compliance
Lightning Source LLC
LaVergne TN
LVHW040800051026
849519LV00007BA/2578
* 9 7 8 9 3 8 5 0 4 5 7 8 3 *